ஆ...!

கிழக்கு பதிப்பக வெளியீடுகளாக சுஜாதாவின் புத்தகங்கள்

21ம் விளிம்பு
24 ரூபாய் தீவு
6961
அப்பா, அன்புள்ள அப்பா
அப்ஸரா
அனிதா - இளம் மனைவி
அனிதாவின் காதல்கள்
அனுமதி
ஆ..!
ஆட்டக்காரன் சிறுகதைகள்
ஆதனிலால் காதல் செய்வீர்
ஆயிரத்தில் இருவர்
ஆர்யபட்டா
ஆழ்வார்கள்:ஓர் எளிய அறிமுகம்
ஆஸ்டின் இல்லம்
இதன் பெயரும் கொலை
இரண்டாவது காதல் கதை
இருள் வரும் நேரம்
இளமையில் கொல்
இன்னும் ஒரு பெண்
உள்ளம் துறந்தவன்
ஊஞ்சல்
எதையும் ஒரு முறை
என் இனிய இயந்திரா
என்றாவது ஒரு நாள்
ஐந்தாவது அத்தியாயம்
ஒரு நடுப்பகல் மரணம்
ஒரே ஒரு துரோகம்
ஓடாதே
ஓரிரவில் ஒரு ரயிலில்
ஓரிரு எண்ணங்கள்
ஓலைப்பட்டாசு
கடவுள் வந்திருந்தார்
கமிஷனருக்குக் கடிதம்
கம்ப்யூட்டரே ஒரு கதை சொல்லு
கம்ப்யூட்டர் கிராமம்
கரையெல்லாம் செண்பகப்பூ
கற்பனைக்கும் அப்பால்
கனவுத் தொழிற்சாலை
காயத்ரி
குருபிரசாத்தின் கடைசி தினம்
கை
கொலை அரங்கம்
சிங்கமய்யங்கார் பேரன்
சில வித்தியாசங்கள்
சிவந்த கைகள்
சிறுகதை எழுதுவது எப்படி?
சின்னச் சின்னக் கட்டுரைகள்
சொர்க்கத் தீவு
டாக்டர் நரேந்திரனின் வினோத வழக்கு
தங்க முடிச்சு
தப்பித்தால் தப்பில்லை
திசை கண்டேன் வான் கண்டேன்
தீண்டும் இன்பம்
தூண்டில் கதைகள்
தேடாதே
தோரணத்து மாவிலைகள்
நகரம் சிறுகதைகள்
நிர்வாண நகரம்
நில் கவனி தாக்கு
நில்லுங்கள் ராஜாவே
நிறமற்ற வானவில்
நிஜத்தைத் தேடி
நைலான் கயிறு
பதினாலு நாள்கள்
பத்து செகண்ட் முத்தம்
பாதி ராஜ்யம்
பாரதி இருந்த வீடு
பிரிவோம் சந்திப்போம்
ப்ரியா
மண்மகன்
மத்யமர்
மலை மாளிகை
மனைவி கிடைத்தாள்
மாயா
மிஸ் தமிழ்தாயே நமஸ்காரம்
மீண்டும் ஒரு குற்றம்
மீண்டும் தூண்டில் கதைகள்
மீண்டும் ஜீனோ
முதல் நாடகம் - நாடகங்கள்
மூன்றுநாள் சொர்க்கம்
மெரீனா
மேகத்தைத் துரத்தியவன்
மேலும் ஒரு குற்றம்
மேற்கே ஒரு குற்றம்
ரயில் புன்னகை
ரோஜா
வசந்த காலக் குற்றங்கள்
வாய்மையே சில சமயம் வெல்லும்
வாரம் ஒரு பாசுரம்
வானத்தில் ஒரு மௌனத்தாரகை
விக்ரம்
விடிவதற்குள் வா
விபரீதக் கோட்பாடு
விருப்பமில்லா திருப்பங்கள்
விரும்பிச் சொன்ன பொய்கள்
விவாதங்கள் விமர்சனங்கள்
விழுந்த நட்சத்திரம்
வைரங்கள்
ஜன்னல் மலர்
ஜீனோம்
ஜோதி
ஸ்ரீரங்கத்து தேவதைகள்

ஆ..!

சுஜாதா

கிழக்கு

ஆ..!
Aaah..!
by Sujatha

Kizhakku First Edition: November 2010
240 Pages

ISBN: 978-81-8493-589-9
Title No. Kizhakku 575

Kizhakku Pathippagam
177/103, First Floor,
Ambal's Building, Lloyds Road,
Royapettah, Chennai 600 014.
Ph: +91-44-4200-9603

Email : support@nhm.in
Website : www.nhm.in

Cover Image : Shutterstock

Kizhakku Pathippagam is an imprint of New Horizon Media Private Limited

'வாழ்க்கை முழுக்க அந்த கேஸைப் பல விதங்கள்ல அனலைஸ் பண்ணிப் பார்த்துட்டேன். கணவன், மனைவி, காதலன், மாணவன்கிற அந்த உறவை ஒரு விநோதமான நாற்கோணம்னு சொல்லலாம். அவங்க எல்லாரும் ஒரே நாள்ல செத்துப் போகணும்னு விதியா, ஒப்பந்தமா... இல்லை வெளியாள் செய்ததா... இல்லை யட்சிணி வேலையா? எதுவுமே புரியலை. கரூர்ல இருந்த டீச்சரும் அவள் காதலனும். பரீட்சை எழுதப் போன மாணவன் கோபாலன். ரொம்ப வருஷம் கழிச்சுத் திரும்பி வந்த சர்மா... இவா எல்லோரும் காவேரிப் பாலத்துக்குக் கீழே எப்படி ஒண்ணு சேர்ந்தா?'

வாழ்க்கையில் சில விஷயங்கள் ஓசைப்படாமல் அறிமுகம் ஆகின்றன. சில திருப்பங்கள் அறிவிப் பில்லாமல் நுழைகின்றன. சில மாறுதல்கள் அனுமதியில்லாமல் தம்மை நுழைத்துக் கொண்டு விடுகின்றன. சில ரத்தங்கள் சத்தமில்லாமல் சிந்து கின்றன.

பருவங்கள் மாறுவதுபோல உருவங்கள் மாறுகின் றன. நம்பிக்கைகள் நாளைய சூரியோதயத்துடன் விழுந்து விடுகின்றன. பக்தி நாஸ்திகமாகிறது. தன்னம்பிக்கைகள் பயமாகின்றன.

கைகள் முழங்கை அருகில் துண்டிக்கப்படுகின்றன. மண்டைக்குள் குரல்கள் கேட்கின்றன. இது 1992... அடுத்த நூற்றாண்டின் வாசற்படி... இந்தத் தினங்க ளில் நான் நாடி ஜோஸ்யம் பார்க்கிறேன். மலையாள நாட்டில், பகவதி கோயில் அருகில், ஒரு முன் குடுமி தாந்த்ரிகனைத் தேடுகிறேன். பீட்டர் ஐவனேவ் என்கிற எதிர்கால நிபுணரை, ஃப்யுச்சரால ஜிஸ்ட்டை, இந்திரா காந்தி விமான நிலையத்தில் சந்திக்க ப்ளேன் பிடித்து ஓடுகிறேன் என்றால் காரணம் அந்தக் கனவு - அந்தக் குரல்கள்.

அதைக் கனவா, குரலா என்று நான் இன்னும் தீர் மானிக்கவில்லை. ஸாரி... ப்ளீஸ்... மன்னிக்கவும்! என்னைப் பற்றி ஏதும் சொல்லாமல் இப்படித்

திடுதிப்பென்று ஆரம்பிக்கிறேன். அதற்குக் காரணம் என் மனத்தில் இன்றைய இருள்... இன்றைய குழப்பம்.

என் பெயர் தினேஷ்குமார்... பெயரிலிருந்து இந்த நாட்களில் ஜாதியைக் கண்டுபிடிக்க முடியாது. இந்திய ஜனத் தொகையில் எத்தனை சுரேஷ், சேகர், ரமேஷ் இருக்கிறார்கள். அதுபோல தினேஷ்குமார். ஒரு முறை சென்னை டைரக்டரியில் தினேஷ் குமாரைத் தேடியபோது, மொத்தம் இருபது பேர் இருக்கிறோம். அதில் எந்த தினேஷ்குமார் நான் என்று சொல்ல மாட்டேன். இருபது பேருமே நானாக இருக்கலாம். என்னைப் பற்றிய பயோ டேட்டா அல்லது வாழ்க்கைக் குறிப்பு இதோ.

பெயர்: தினேஷ் குமார்

பிறந்த தேதி: ஏப்ரல் 8

பிறந்த வருஷம்: 1962

பிறந்த ஊர்: சென்னை, திருவல்லிக்கேணி, சுங்குவார் ஸ்ட்ரீட் என்று அப்போது அழைக்கப்பட்ட தெருவில், ஓர் ஓட்டு வீட்டில்... இப்போது அங்கே ஒரு மாவரைக்கும் 'இந்திரா அரவை நிலையம்' இருக்கிறது.

படிப்பு: விவேகானந்தா, ஐ.ஐ.டி. மெட்ராஸ், சி.எம்.யு.

படித்த பாடம்: கணிப்பொறி இயல். எம்.எஸ்.

(குறிப்பு: ஐ.ஐ.டி. மெட்ராஸில் கம்ப்யூட்டர் சயின்ஸ் அனுமதிக்கு அகில இந்திய அனுமதித் தேர்வில் முதல் நூறுக்குள் வர வேண்டும் என்பதை நினைவுகொள்ளவும்).

வேலை: இன்ஸாஃப் என்கிற கணினி மென்பொருள் சாஃப்ட் வேர் நிறுவனத்தில் சாட்டிலைட் டிஷ் வைத்து, அமெரிக்கா வுடன் தொடர்புகொண்டுள்ள சிஸ்டம் லெவலில் டிஸைன் சாஃப்ட்வேர் எழுதுவதை VHDL என்ற மொழியில் எழுதும் இந்தியாவிலேயே ஒன்பது பேரில் ஒருவன்.

திருமணம்: தேவகி என்கிற பெண்ணுடன் சென்ற ஜனவரி நடந்தது. கண்டேன். பார்த்தேன். கேட்டேன். மணந்தேன். மகிழ்ந்தேன். அடுத்த நூற்றாண்டின் இன்ஸ்டண்ட் காதல் இது. (கின்னஸ் புத்தகத்தில் மிக விரைவான காதலுக்கு ரெக்கார்ட் ஏதாவது இருக்கிறதா? என் ரெக்கார்டு நாற்பத்தெட்டு செகண்டு.)

படிப்பு: கணினியியல் பற்றிய புத்தகங்கள். நிறைய கவிதைப் புத்தகங்கள். அண்மையில் தாமஸ் கிரேயின் Elegy, Tibetan Book of the Dead...

நல்ல படிப்பு, நல்ல வேலை, நல்ல பெண்டாட்டி, நல்ல ரசனை... இவ்வளவு இருந்தும் நான் போன சனிக்கிழமை தற்கொலை செய்துகொள்ள முயற்சி செய்தேன்.

ப்ளேடு பாய்ந்தபோது முதலில் ரத்தம் வரவில்லை. அதன் பின் மெல்ல மெல்ல பாத்ரூம் சைனாவில் ரத்தக் கோடுகள் வழிய வெந்நீர்க் குழாயைத் திறந்து விட்டதில் ரத்த நாளம் தளர்ந்து விட.... அவசர அவசரமாகத் தண்ணீர் சிவப்பாகி உடனே தன்னை அலம்பிக் கொண்டு... கசியும்போது அத்தனை அழகாக இருந்தது என்னுடைய பி பாஸிட்டிவ் ரத்தம். மயிலாப்பூரில் ஒரு கடையில் கிடைக்கும் குங்குமச் சிவப்பு... அதை வசீகரமாகப் பார்த்துக்கொண்டிருந்தேன். வலிக்கவில்லை.

கதவை உள் பக்கம் சாத்திக்கொள்ள மறந்து போனதில், தேவகி உள்ளே வந்து 'என்ன பண்றீங்க?'

'மிஸ்டர் தினேஷ்குமார். உங்களைப் புரிஞ்சுக்கவே முடியலை. எதுக்காக இந்த முயற்சி? வாழ்க்கையில் இந்தப் பணம், புகழ், இளமை, அந்தஸ்து எல்லாம் இருக்கறப்ப சந்தோஷத்தின் உச்சியில் ஏன் இந்தச் சரிவு? ஏன், ஏதாவது காரணம் இருக்கணும் இல்லையா?'

சூபரின்டெண்டெண்ட் ஒரு ஐ.பி.எஸ். அதிகாரி. மீசையால் Cleft Palateஐ மறைத்திருந்தார். 'ஏன் சொல்லுங்கள்?'

'தெரியலை... திடீர்னு தோணிச்சு!'

தேவகி, 'இதையேதான் சொல்லிக்கிட்டு இருக்காரு...'

'ஏன்னா... காரணம் இனிமேத்தான் கண்டுபிடிக்கணும்...'

'ஒரு வாரத்துக்குக் கையைக் கட்டிப்போட்டுரு' என்றாள் அம்மா.

ஏன்... ஏன்... அப்படிச் செய்தேன்? காரணம்? வேட்கைக்காக முதன்முதல் டைரி எழுதத் தொடங்கினேன்... எப்போது என் மண்டைக்குள் அந்தக் குரல்கள் கேட்கத் தொடங்கின? வெளி

யுலகத்து நிகழ்ச்சி ஏதாவது ஒன்றையும் உள்மனத்துக் குரல் களையும் இணைத்துப் பார்க்க முடிகிறதா?

ஒரு முறை எனக்கு டெர்மினலில் ஷாக் அடித்ததே அப்போதா? லேசான மின் அதிர்ச்சிதான். இன்ஜினியர் ரவியைக் கூப்பிட்டுச் சத்தம் போட்டேன். அவன் ஆச்சரியப்பட்டான்! 'தினேஷ்... எப்படி தினேஷ்? மெயின்ஸ் பவர் கார்டே இன்னும் கனெக்ட் பண்ணலை.'

'அப்படியா?'

மின்சாரம் இணைக்கப்படாத டெர்மினலில் ஷாக் அடித்தது அலுவலகத்தில் அந்த வார நகைச்சுவை ஆகிவிட்டது.

அதன்பின் கணினித் திரையில் எழுத்துக்கள் விழுந்தன. ரொம்பத் தீவிரமாக ஒரு ப்ரொக்ராமை பிழை திருத்திக் கொண்டிருந்த போது, திரையில் எழுதியிருந்த மின் எழுத்துக்கள் அத்தனையும் கொட்டிப்போவதுபோல் விழுந்தன. என் ரோமக் கால்கள் சிலிர்த்துக் கொண்டு 'ரவி, கம் ஹியர்' என்று கத்தினேன். ரவி வந்தபோது திரை காலியாக இருந்தது.

'எல்லா எழுத்தும் அழிஞ்சு போச்சு!'

'வைரஸ், ஸி ப்ரெய்ன், ஃப்ரைடே தர்ட்டின்த் என்று நிறைய உள்ளன' என்று வைரஸ் தடுப்பு டிஸ்க்கைப் போட்டுப் பார்த்தான்.

'No Virus. Clean...'

மறுபடி பூட் பண்ணியதில் கணினி தேமே என்று ஒன்றுமே நடக்க வில்லைபோல எல்லாக் கேள்விகளுக்கும் பதில் சொன்னது. டயக்னாஸ்டிக்ஸ் வந்தது. நான் எழுதினது எல்லாம் அழியாமல் பத்திரமாக இருந்தன.

'தினேஷ், ஆர் யூ ஆல்ரைட்?' என்றான் ரவி.

தேவகிக்கு போன் செய்திருக்கிறான்.

நான் வீட்டுக்கு வந்து ரத்த மாருதியைத் துறந்தபோது தேவகி வாசலில் வீட்டுக்கு வராத கோவலனை வழிபார்க்கும் கண்ணகி போல நிற்கிறாள்.

'என்ன தேவகி... என்னிக்கும் இல்லாத வரவேற்பு? சினிமா கினிமாவா?'

ஒன்றும் பேசாமல் கழுத்தைத் தொட்டுப் பார்த்து, 'ஜுரம் போல இருக்கு...'

'ரவி போன் பண்ணானா?'

'ஆமாம்...'

'அவனைச் சுடணும்...'

'உங்களுக்கு உடம்புக்கு என்ன?'

இதெல்லாம் அந்தத் தற்கொலை முயற்சிக்கு முன்னால் நடந்தது. கவலையின் ஆரம்ப அடையாளங்களின்போது...

'ஒண்ணுமில்லை...'

'பின்ன ஏன் ஷாக் இல்லாத இடத்தில் ஷாக்குங்கறீங்களாம். வைரஸ் இல்லாத இடத்தில்...'

'எனக்கு ஷாக் அடித்தது. நான் வைரஸ் பார்த்தேன்.'

'அவங்கள்லாம் பார்க்கலையாம்...'

'பாரு... என்னை நீயும் சேர்த்துக் குழப்பாதே. அம்மா எங்கே போயிருக்கா?'

'கோயிலுக்கு...'

'வேண்டிக்கிறதுக்கா?'

'ஆமாம்...'

'சில சமயம் நான் எந்த நூற்றாண்டில் இருக்கேன்னு சந்தேகம் வருது. ஆபீஸ்ல இருபத்தொண்ணு... வீட்டில பன்னண்டு.'

'உடம்புக்கு எதுவும் இல்லைதானே?'

'இல்லைன்னு நிரூபிக்கணுமா?'

'எப்படி?'

டையைக்கூடக் கழற்றாமல் அவளைப் படுக்கையில் வீழ்த்தினேன்.

'உங்களுக்கு உடம்புக்கு ஒண்ணும் இல்லை' என்றாள். களைப் புடன் முகம் எல்லாம் வியர்த்திருத்தது.

நான் பதில் சொல்லவில்லை. அந்தக் கணத்தில்தான் அந்தக் குரல் ஒலித்தது.

> Teach me half the gladness
> That thy brain must know
> Such harmonious madness

ஷெல்லியின் இந்த வரிகளை யாரோ எனக்குள் படித்துக் காட்டுவதுபோல... நல்ல சத்தமான குரலுடன், வெள்ளைக்கார உச்சரிப்பில் தெளிவாக மண்டைக்குள் ஒரு டிரான்ஸிஸ்டர் பதித்ததுபோல் குரல் கேட்டது. ஆண் குரல். நம்பாமல் நான் முதலில் தலையை அசைத்துக்கொண்டபோது அந்தக் குரலும் நடுங்கியது.

எழுந்தேன்.

> Such harmonious madness...

ஒத்திசைவோடு ஒரு சித்தப் பிரமை!

எழுந்து அலமாரிக்கு வந்து அம்மாவுக்காக ஒரு தடவை கொடுத்திருந்த டயாஸிபாம் போட்டுக்கொண்டு ஒரு தம்ளர் தண்ணீர் அருந்திவிட்டு வந்து படுத்துக்கொண்டேன். தேவகி சட்டென்று எழுந்து, 'அம்மா வந்துருவாங்க... குக்கர் வெக்கணும்' என்று சென்றாள். அதன்முன் வாசனையாக ஒரு முறை கன்னத்தில் முத்தமிட்டுவிட்டு 'தாங்க்ஸ்' என்றாள்.

அந்தக் கணத்தில் அவள்... குரல், அந்தக் குரல்போல இருந்தது. தலையைச் சிலிர்த்துக்கொண்டு 'டோன்ட் பி ஸில்லி' என்றேன்.

சற்று நேரத்தில் தூங்கிப் போனேன்.

மறுதினம் நான் ஆபீஸுக்குப் போகவில்லை. அம்மா வைகுண்ட ஏகாதசி என்று ஏதோ கோயிலுக்குப் போயிருந்தாள். தேவகி சமையலறையில் சத்தம் பண்ணிக்கொண்டிருக்க... நான் நேற்றைய ஸ்டேட்ஸ்மன், க்ராஸ்வேர்டுக்காக வாங்குவதை எடுத்துக்கொண்டேன்.

IA. Note: Bring me a doctor (4) M.E.M.O. MEMO என்று எழுதும்முன்,

'உனக்கு டாக்டர் தேவை' என்றது குரல்.

யார் என்று திரும்பப் பார்த்தேன். அறையில் யாருமில்லை.

'டாக்டர்கிட்ட போ, சாவறதுக்குள்ள!'

அதே குரல்... அழுத்தமான ஆண் குரல். தமிழ் உச்சரிப்புதான் ஒரு மாதிரி இருந்தது. 'யாரு நீ? என்ன நீ?' என்றேன்.

'நான் நீதான்! பல நீ!'

'உம் பேரு என்ன?'

'எம் பேரு தினேஷ்குமார்தான்!'

'சே! நானே எனக்குப் பதில் சொல்லிக்கிட்டிருக்கேன்!'

'இல்லை... நான்தான் நீ...'

'எப்படி?'

'நீ என்ன செய்யறே... மாடிக்கு வா...'

'மாடியிலயா இருக்கே?'

'இல்லை... உன்னோடதான் ஐக்கியமா இருக்கேன்.'

'மாடில என்ன?'

'வாயேன்... சொல்றேன்.'

மாடியில் இரண்டு அறைகள். கெஸ்ட் ரூமும் மாஸ்டர் பெட் ரூமும். அங்கிருந்து பால்கனியும் வாயிற்பக்கம் புல்வெளியும் என் மாருதியும் தெரிய... எதிரே சித்தரஞ்சன் அவென்யூவின் நேர்க்கோடு போன்ற மரங்களும் தெரிய...

'இங்கே இல்லை... மொட்டை மாடி...'

'அங்க என்ன?'

'அங்கதான் உன்னோட நிம்மதியாப் பேச முடியும்...'

நான் அந்தச் சமயத்தில் செலுத்தப்பட்டவன்போலத்தான் உணர்ந்தேன். மொட்டை மாடிக்குப் போகவேண்டியது... சாசனம் பண்ணிக் கல்லில் எழுதி உத்தரவாதம் செய்யப்பட்ட சாஸ்வத உண்மை போலத்தான் நடந்தேன்...

சற்றே செங்குத்தான இரும்புப் படிகள்... அவற்றின்மேல் ஏறி மொட்டை மாடிக்கு வந்தேன். டெலிவிஷன் ஏரியல்... சின்டெக்ஸ் தண்ணீர்த் தொட்டி... அங்கங்கே மழைத் தாக்கத்தால் கரும் திட்டுக்களான தரை. முழங்கால் உயரத்துக்குப் பாரப்பெட் சுவர்.

அதுவரை நடந்துசெல்ல...

'ஏறு.'

அதன்மேல் ஏறிக்கொண்டேன். சுமார் நாற்பது அடி உயரம்.

கீழே ரத்தத்துளிபோல் என் மாருதி தெரிய 'பட்ரபட்ர' என்று பம்ப் இயங்கிக்கொண்டிருக்க... ரப்பர் குழாயிலிருந்து புல்வெளியில் நீர் கசிந்துகொண்டிருந்தது.

அமைதியான துல்லிய நீல வானம். ஒரு போயிங் மீனம்பாக்கம் நோக்கி இறங்கிக்கொண்டிருந்தது.

'என்ன பண்ணனும்?' என்றேன்.

'குதி!'

'ஆ...!'

ஏறக்குறைய குதித்துவிட்டேன். உங்களுக்கெல்லாம் வர்ட்டிகோ என்று எப்போதாவது ஏற்பட்டிருக்கிறதோ? உயரத்தில் இருந்து 'சரேல்' என்று சரிவைப் பார்த்தால், கால்களில் குறுகுறு என்று உறுத்தி, 'குதித்து விடலாமா?' என்று மனசுக்குள் 'ஊஊஷ்...' என்று ஒரு ஆசைக் காற்று வீச... குதித்தால் என்ன? ஒரு சில சுதந்தர செகண்டுகள் காற்றில் பறக்கலாம். அந்தக் கணங்களில் பத்து வருஷங்கள் வாழலாம். கடைசியில் மண்டை விழுந்து 'க்ரக்' என்று உடையும் சத்தத்தைக் கேட்டு, ரத்தம் பீறிட, அதன் சற்றே கசிவலான வாசனையையும் உணர்ந்துவிட்டு உயிர் இழக்கலாம். அதற்கு முன் உடல் ஒரு முறை துடிக்கும். ஒரு யுகம் வலிக்கும். அந்தத் துறுதுறு ஆசை அப்போது எனக்கு ஏற்பட்டது. குதித்திருப்பேன்.

சட்டென யாரோ என்னைத் தடுத்துக் கட்டிப் பிடித்துப் பின்னால் சரித்து... 'தினேஷ், யூ ஃபூல்... என்ன பண்றே?' என்று குரல் கேட்க, ரவி நின்று கொண்டிருந்தான். என்னை அநாவசியமாக மார்புடன் தள்ளி, மடக்கி, உட்காரவைத்தான்.

'என்னமோ மயக்கமா... ரவி, இதை தேவகிகிட்ட சொல்லாதே, ப்ளீஸ்...'

என் முகமெங்கும் வியர்த்திருக்க, அவன் தன் கைக்குட்டையால் துடைத்துவிட்டு, 'என்னப்பா...

என்ன ஆச்சு உனக்கு? நான் வந்து பார்க்கறப்ப பாரப்பெட் சுவர் மேல ஏறிக்கிட்டு நாலு பெக் போட்டவன் போலத் தள்ளாடிக் கிட்டு இருந்தே... குடிச்சியா?' என்று என் மூச்சை வாசனை பார்த்தான்.

'இல்லை...'

'விளையாட்டுக்குக் குதிக்கப் பாத்தியா?'

'இல்லை ரவி... நீ எப்படி இங்க வந்தே?'

'இந்த 'கேக் வாக்' ஃப்ளாப்பி கேட்டிருந்தியே, அதை உன்கிட்ட கொடுக்கலாம்னு வந்தேன். கீழே உன் மனைவி சொன்னா மாடியில் இருக்கார்னு... மாடிக்கு வந்தா, மொட்டை மாடிப் பக்கம் நீ போய்க்கிட்டு இருக்கறதைப் பார்த்ததும், நல்ல வேளை... என்னடா ஆச்சு?'

'சொன்னா கேலி பண்ண மாட்டியே?'

'இல்லை, திஸ் இஸ் சீரியஸ்... சொல்லு.'

'என் மனசுக்குள்ள... மண்டைக்குள்ள குரல் கேட்கிறது. ஒரு குரல்...'

'சொல்லு...'

'அந்தக் குரல் என்னை 'செத்துப் போ'ன்னு ஆணையிடுது...'

'அதைக் கேட்டுக்கிட்டு பலியாடு மாதிரி நடந்துபோனியா?'

'ஆமாம். ரொம்ப வற்புறுத்தலாக் கேட்டுது... எனக்கு நல்லது பண்ற மாதிரி, ரொம்ப முக்கியமா, கெஞ்சலா...'

'ஐ கான்ட் பிலீட் இட்... நம்ம எல்லார்கிட்டயும் ஒரு சர்வைவல் இன்ஸ்டிங்க்ட்னு இருக்கு. உயிர் வாழவே பிரியப்படுவோம்... காரணமில்லாமச் சாக மாட்டோம்...'

'தெளிவாக் கேக்கறதுப்பா குரல்... அதுல இருக்கிற குழைவு, கன்விக்ஷன்!'

ரவி ரொம்ப நடைமுறையானவன். அவனுக்கு எதிலுமே நம்பிக்கை கிடையாது. அவன் என் மண்டைமேல் தொட்டுப் பார்த்து, 'நத்திங் ராங்... நீ என்ன வோட்கா ஏதாவது போட்டியா?' என்றான்.

‘இல்லை ரவி...’

தேவகி அப்போது மாடிக்கு வந்து, ‘என்ன, ரெண்டு பேரும் மொட்டை மாடியில...’ என்றாள்.

ரவி, ‘தேவகி, உங்க ஹஸ்பெண்டு ரொம்பப் புதுசா ஒண்ணு கிளம்பியிருக்காரு!’

‘ரவி... ப்ளீஸ்!’ என்று கெஞ்சினேன்.

தேவகி ஏதோ தப்பாக இருப்பதை உணர்ந்து, ‘என்ன?’ என்றாள்.

‘அப்புறம் சொல்றேன்...’

தேவகி டிபன் தட்டை வைத்துவிட்டு ‘கீழே வாங்க...’ என்றாள், என்னை ஒரு மாதிரியாகப் பார்த்துக்கொண்டே.

‘நீ போ... ரவிகிட்ட பேசிட்டு வரேன்...’

அவள் போனதும், ‘தேவகிகிட்ட சொல்லாம எப்படிக் காலம் தள்ளப்போறே?’ என்று கேட்டான் ரவி.

‘ரவி, நான் என்ன பண்றது?’

‘முதல்ல நீ ஒரு டாக்டரைப் பார்க்கணும்...’

‘என்ன டாக்டர்?’

‘ந்யுராலஜிஸ்ட். ந்யுரோ சர்ஜன்... யாரையாவது...’

‘அவர் என்ன சொல்வார்?’

‘ஒரு நாள் நீ ரெஸ்ட் எடுத்துக்கோ... மாடிப் பக்கம் வராம கீழேயே இரு. குரல் கிரல் கேட்டா, ‘வீட்டுல இல்லை, வெளியூர் போயி ருக்கேன்’னு சொல்லிரு. நான் டாக்டர்கிட்ட ஒரு அப்பாயிண்ட் மெண்ட் வாங்கிக்கிட்டு வரேன். உன் மனைவிகிட்ட சொல்லிர்றது நல்லது... சேஃப்ட்டி...’

‘எப்படிச் சொல்வேன்? அம்மா வேற இருக்கா... அழ ஆரம்பிச் சுருவா. சிலாம்பு குத்தினாலே ரெண்டு பேரும் அழுவாங்க... தைரியமே இல்லை...’

ரவி என் வீட்டு பர்சனல் கம்ப்யூட்டரில் ‘கேக்வாக்’கைப் பொருத்திவிட்டு, என்னிடம் இருக்கும் காஸியோ எலெக்ட்ரிகல்

பியானோவுடன் மிடி இன்டர் ஃபேஸை இணைத்துவிட்டு டெமோ ப்ரொக்ராமைத் தட்ட... அது பீத்தோவன்போல வாசித்தது. இதைக்கேட்ட அம்மாவும் தேவகியும் உள்ளே வந்து ஆச்சரியமாக வேடிக்கை பார்த்தார்கள்.

'கம்ப்யூட்டர் பாட்டு வாசிக்கிறதும்மா...' என்றேன்.

'இந்தப் பாட்டு இதுக்கு முன்னாலயே கேட்டுதே...'

'எப்ப?'

'நேத்திக்கு!'

'எங்க?'

'இதே ரூம்ல?'

'இல்லைம்மா...' என்றேன். ரவி, அம்மாவை ஒரு மாதிரியாகப் பார்த்தான்.

'ரேடியோவுல இருக்கும்...' என்றான்.

அவன் போனதும், 'உனக்கு இந்த மரு எப்ப வந்தது?' என்றாள் அம்மா.

'எந்த மரு?'

'மூக்குக்குப் பக்கத்துல என்ன இது கறுப்பா?'

'ஏதாவது அழுக்கா இருக்கும்...இல்லை மச்சமா?' என்றாள் தேவகி.

'இத்தனை பெரிசா மச்சமா... பொறந்ததிலிருந்தே தெரியுமே... கிடையாதே இவனுக்கு. தீனு, ராத்திரி பால் சாப்டறயோ?'

தேவகியும் என்னை அருகில் பார்த்து, 'மத்தியானம்கூட இல்லை...'

'தேய்ச்சுக் குளிச்சா சரியாப் போயிடும்...' என்றேன்.

அவர்கள் ஹாலில் டிவி பார்த்துக்கொண்டிருக்க, நான் 'கேக் வாக்' புத்தகத்தை எடுத்துப் புரட்ட ஆரம்பித்தேன். அப்போது மறுபடி அந்தக் குரல் கேட்டது.

‘சொன்னாக் கேட்கமாட்டேங்கற பாத்தியா?’

‘யார் சொன்னதை?’

‘நான்தான்...’

‘நீ யாரு... சொல்லு முதல்ல?’

‘பகைவனுமில்லை. நண்பனுமில்லை. உனக்கு ஒண்ணு சொல்லட்டுமா?’

‘போ... போ... வேண்டாம்... சொல்லவேண்டாம்...’

‘இல்லை... நான் சொல்வதை ஜஸ்ட் கேளு, போதும்... கேக்க மாட்டியா? உனக்கு இது வேணுமா, வேண்டாமா?’

‘எது?’

‘ஒரு அழகான லைப்ரரி. உலகத்தில் உள்ள அத்தனை கவிதைகளும் கதைகளும் அத்தனை இலக்கியமும் இருக்கிற லைப்ரரி...’

‘எங்க இருக்கு?’

‘இங்க...’

‘இங்கன்னா?’

‘நான் இருக்கிற இடத்தில்... அப்புறம், லேசான வசந்த நீரோடைகள். இந்தப் பக்கம் பத்துப் பேர்... அந்தப் பக்கம் பத்துப் பேர்... எல்லாம் ஜல கன்னிகைகள். ஒவ்வொருத்தியும் பெண்மை என்னும் வடிவத்துக்கு இலக்கணம்போல. ஷாம்ப்பெய்ன் கிண்ணங்கள் போல மார்பு. அப்படியே பதிந்த ஆலிலை இடுப்பு. அவர்கள் ஸ்பரிசத்தில் ரோஜா இதழ் நிரடல்... எச்சிலில் தேன்...’

‘ஷட் அப்!’

தேவகி உள்ளே வந்து எல்லா விளக்கையும் போட்டாள்.

‘தேவகி, அந்த டயாஸிபாம் வெச்சிருந்தேனே... எங்கே?’

‘எதுக்கு?’

‘இன்னிக்குத் தூக்கம் வராது...’

'தூங்கத்தான் வேற வழி சொல்றேனே நான்... ஏன் கேக்க மாட்டேங்கறே?' குரல்.

'போ...'

'என்னையா?' என்றாள் தேவகி. அவள் கண்களில் சற்றே சந்தேக மும் பயமும் சேர்ந்துகொள்ள...

'தேவகி என்னைத் தொந்தரவு பண்ணாதே... இப்ப தலை வலிக்குது...'

'அந்தக் கன்னிகைகள் சதா நிர்வாணமாவே இருப்பாங்க. அதுல அசிங்கமே இருக்காது. அழகுதான் இருக்கும். வேணும்னா, அவர்களை விதவிதமா உடுத்தச் சொல்லலாம். சாருகேஸினு ஒரு ராகம் இருக்கு, அதை அவங்க பாடறப்ப கேக்கணும்... கொஞ்சம் கேக்கறியா?'

சிதார் வாத்தியம்போல ஒன்று சாருகேஸியை மென்மையாக நிரடியது.

'ஏன், என்னமோ போலப் பார்க்கறீங்க?'

'ப்ளீஸ்... ஏதாவது தூக்க மாத்திரை வேணும் சாருகேஸி!'

'அம்மா... அம்மா!'

அம்மா உள்ளே வந்து, 'என்ன தேவகி' என்றாள்.

'உங்க பிள்ளை என்னமோ மாதிரி பண்றார்... ஒரே பக்கம் பார்த் துக்கிட்டு தனக்குள்ளே பேசிக்கிறார். என்னைப் பார்த்து 'சாரு கேஸி'ங்கறார்...'

'சீனு... என்னம்மா கண்ணு... என்ன ஆச்சுப்பா? சீனு, ஏதாவது ஆபீஸ்ல கண்டதைச் சாப்பிட்டியா? பஜ்ஜி கிஜ்ஜின்னு...'

'இல்லைம்மா... எனக்கு ஒண்ணுமில்லை...'

'இந்தப் பைத்தியங்களையெல்லாம் விட்டுட்டு தங்க மாளிகைக்கு வர்றதுக்கு ஒரே ஒரு குதிதான்... சீனு, ஏன் தயங்கறே?'

'இப்ப நீ போகப் போறியா, இல்லையா?' என்று காதைப் பொத்திக் கொண்டேன்.

'ஸீ யூ லேட்டர்...'

அம்மா தென்னை விளக்குமாற்றுக் கீற்றை ஊதுவத்தி மாதிரி கொளுத்திவந்து என் முன் சுற்றினாள். 'கெட் லாஸ்ட்' என்று கத்தினேன்.

இதற்கு அவர்கள் பயந்துபோய், போன் பண்ணி சாம்பசிவ ராவை அழைத்தபோது, அவர் என்னை பல்ஸ் பிடித்துப் பார்த்தார். 'என்ன ப்ராப்ளம் சார்... தினேஷ்?'

'ஏதோ மண்டைக்குள்ள டிஸ்டர்பன்ஸ் மாதிரி டாக்டர்... நான் நிம்மதியாத் தூங்கறதுக்கு எதாவது ஸ்ட்ராங்காக் கொடுங்க... காலையில சரியாப் போய்விடும்...'

டாக்டர் தன் பெட்டியின் வாயைப் பிரித்து, ரத்த அழுத்தக் கருவியை எடுத்து என் புஜத்தில் சுற்றி 'புஸ்க்... புஸ்க்...' என்றார்.

'பி.பி. எல்லாம் நார்மலாத்தான் இருக்குது. ஆபீஸ்ல டென்ஷன் ஜாஸ்தியோ?'

'இல்லை டாக்டர்...'

'நாளைக்கு க்ளினிக்கல் லாபுக்குப் போய் தரோவா டெஸ்ட் பண்ணிடலாம்... இ.ஸி.ஜி., பி.பி., ஷுகர்... ஸ்டூல்ஸ் ஒழுங்காப் போறதோ?'

'பாத்ரூம்ல ரொம்ப நேரம் இருப்பார்...' என்றாள் தேவகி.

'அது க்ராஸ்வேர்டு போடறதுக்கு டாக்டர்... மத்ததெல்லாம் சீக்கிரம்தான்!'

'ஒரு ஊசி போடறேன்...' என்றார். சட்டையைத் தளர்த்தி. கொஞ்சம் மருந்தை ப்ளீச்சிட்டு, ஸ்பிரிட் தடவி... அதன் மணம் கொஞ்சம் ஆஸ்பத்திரியை மூக்கருகில் தோற்றுவிக்க...

'வலிக்குமா டாக்டர்?'

'சேச்சே...'

அம்மைத் தழும்பு இருக்கும் இடத்தருகில் சதையைக் கொஞ்சம் கிள்ளி ஊசியை ஏற்றினார்.

'ஆ...!'

டாக்டர் கொடுத்த ஊசியில் தூக்கம் இருந்திருக்க வேண்டும். போட்டதும் கால் மணிக்குள் ஆளை அசத்தி விட்டது. நிம்மதியாக, கனவில்லாமல் தூங்கினேன். என்ன... அங்கங்கே கொஞ்சம் கக்கலும் கரைசலுமாகப் பிம்பங்கள் தெரிந்தன. அமுக்குவான் வந்தது. திமிறிக்கொண்டு விடுபட்டேன். காலை வெயில் பரவ தேவகி ஜன்னல் கதவைத் திறந்தாள். என்னருகில் வந்து கழுத்தைத் தொட்டுப் பார்த்து, 'சரியாப் போச்சு இல்லையா?' என்றாள்.

அவளிடத்தில் கோயில் வாசனை அடித்தது. நான் அவளை முத்தமிடும் உத்தேசத்துடன் அருகில் அழைத்தேன்.

அவள், 'இப்பல்லாம் கூடாது... விரதம்' என்றாள்.

'எதுக்கு?'

'உங்களுக்கு சரியாப் போறதுக்காக... சொல்லுங்க.. உடைத்தனை வஞ்சப் பிறவியை உள்ளம் உருகும் அன்பு படைத்தனை...'

'வாட் நான்சென்ஸ்' என்றேன். 'எனக்கு ஒண்ணுமில்லை தேவகி.'

அவள் நான் சொல்வதைக் கவனிக்காமல் '... நெஞ்சத்து அழுக்கை எல்லாம் நின் அருட்புனலாலும்

துடைத்தனை, சுந்தரி நின்னருள் ஏதென்று சொல்லுவதே' என்றாள்.

'யார் இந்த சுந்தரி?'

அவள் என்னைக் கோபத்தோடு பார்த்து, 'இந்த மாதிரி கேலி பண்றதாலதான் எல்லா வியாதியும் வருது!'

'எனக்கு என்னங்கறே இப்ப?'

'நீங்க பேசினது ஏதாவது சரியா இருந்ததா? யோசிச்சுப் பாருங்க. யாரோ ரூம்ல இல்லாதவாளோட பேசறமாதிரி... நானும் அம்மா வும் பயந்துபோய்ட்டோம் தெரியுமா?'

'பாரு தேவகி... நம்பினா நம்பு. நம்பாட்டிப் போ... என் மனசுக் குள்ளயோ மண்டைக்குள்ளயோ ஒரு குரல் மாதிரி கேட்டுக் கிட்டே இருக்குது. அது என்னென்னவோ ரொம்ப கன்வின் ஸிங்கா என்கிட்ட சொல்லிக்கிட்டே இருக்கு.'

'மரண பயம் நீங்கறதுக்கும், மன நோய் தீரவும், பதினெட்டு இருபத்தேழுன்னு அபிராமி அந்தாதி பாட்டைச் சொல்லச் சொல்லியிருக்கா.'

'அதெல்லாம் வெட்டி. இன்னிக்கு ரவி ஒரு ந்யுராலஜிஸ்டுகிட்ட அழைச்சுட்டுப்போறதாச் சொன்னான்.'

'இன்னிக்கு ஆபீஸ் போகவேண்டாம்.'

'போகலை. ஒரே ஒரு கண்டிஷன்.'

'என்ன?'

'படுக்கைல போத்திக்கிட்டு இதமா மத்தியானம் படுத்துக்கறதா இருந்தா.'

'படுங்களேன்... யார் வேண்டாம்னா?'

'ரெண்டு பேரும்!'

'நான் வல்லலைப்பா. நாற்பது நாளைக்குக் கிட்ட சேர்க்கக் கூடாதுன்னு கோயில் பட்டர் சொல்லியிருக்கார்' என்று அவள் சென்றாள்.

யோசித்துப் பார்த்தேன். அவர்கள் இருவரும் கவலைப்படுவதில் அர்த்தம் இருக்கிறது. இருவரும் என்னை நம்பி இயங்குகிற வர்கள். ஒரே மகன், கணவன் என்கிற என் சமூகப் பொறுப்பு, அந்தஸ்துக்கு அப்பால் அவர்களுக்கு வேறு திக்கு இல்லை. இதுவும் ஒரு விதத்தில் ரவி சொல்வதுபோல சர்வைவல்தான். அபிராமி அந்தாதியும், விரதங்களும், ந்யுராலஜிஸ்ட்டும்!

ஆபீஸுக்குப் போன் செய்து, 'இன்று வரமாட்டேன்' என்று சொன்னேன்.

'சுதர்சன் பேசவேண்டும் என்று சொன்னார். கனெக்ஷன் கொடுக்கவா?'

சுதர்சன் ராஜா, சிஸ்டம் அனலிஸ்ட். கம்பெனியின் சீனியர் வைஸ் பிரசிடெண்ட்.

'தினேஷ்... உனக்கு என்ன ஆச்சு? வாட் இஸ் திஸ் நான்சென்ஸ்... மண்டைக்குள்ள குரல் அது இதுன்னு...' என்றான்.

'ராஜா... உனக்குச் சொன்னாப் புரியாது. ஏன்னா எனக்கே புரியலை.'

'எனக்கென்னவோ நீ 'ஓபி' அடிக்கிறேன்னு சந்தேகம்.'

'இல்லை ராஜா, நான்...'

'புதுப் பெண்டாட்டி... கல்யாணம் ஆனப்புறம்தான் இந்த ப்ராப் ளம் வந்திருக்கு. எதுக்குத்தான் நீங்கள்லாம் கல்யாணம் பண்ணிக் கிறிங்களோ? வீட்ல மாட்னி போட ஏதாவது சாக்கு சொல்லிக் கிட்டு... திஸ் இஸ் ரிடிக்யுலஸ்.'

'இல்லை ராஜா, இது ரொம்ப சீரியஸ்!'

'மத்தியானம் வர்றே இல்லை? பீட்டர்சன் வரான்.'

'மத்தியானம்... ஓ மை காட்! மறந்துட்டேன். வரணுமா?'

'வரலைன்னா அவன் பேசற 'மெகாஃப்ளாப்' சாமாசாரம் யாருக்குப் புரியப் போறது? அப்புறம் ரவி உங்கூடப் பேசணும்னான்... ஏதோ அப்பாயின்ட்மெண்ட் ஏற்பாடு பண்ணியிருக்கானாம்.'

'தட்ஸ் க்ரேட்... அப்ப வரேன்' என்றேன்.

வீட்டில் இருக்கிற ஃப்ரண்ட்லைன், சண்டே எல்லாவற்றையும் புரட்டிவிட்டு, சுகமாக இட்லி, சட்னி தின்றுவிட்டு கொஞ்சம் நேரம் தூங்கிவிட்டு கிரிக்கெட் கேட்டுக்கொண்டிருந்துவிட்டு, ஒன்றரைக்குப் புறப்பட்டுச் சென்றேன். அந்தக் குரல் தொந்தரவு செய்யவில்லை.

பீட்டர்சன் ஒரு பெரிய காண்ட்ராக்ட்டுக்குப் பேரம் பேச வந்திருந்தான். இரண்டு பேரும் ரிக்வைர்மெண்ட் டாக்குமெண்ட் எழுதவேண்டும். பீட்டர்சன் கடுமையான வெஜிட்டேரிய, சித்தார் வாசிக்கிற அமெரிக்கன்!

'உனக்கு உடம்பு சரியில்லை என்று ரவி சொன்னான்' என்றான்.

'ஸம் டிஸ்டர்பன்ஸ்.'

'இன் தி ப்ரெய்ன்?'

'யெஸ்!'

'ஐவனேவ் என்று ஒருத்தர் டெல்லி விமான நிலையத்தருகில் செண்டார் ஓட்டலில் தங்கியிருக்கிறார். அவரைப் போய்ப் பார்...'

'பீட்டர்... நேற்றிலிருந்து என் வீட்டு வேலைக்காரி உட்பட பதினைந்து பேர் என் வியாதிக்கு என்ன குணம் தேடவேண்டும் என்று எனக்கு உபதேசம் கொடுத்திருக்கிறார்கள். முதலில் எனக்கு அது வியாதியா என்றே புரியவில்லை.'

'ரவி சொன்னான், மண்டையில் குரல்கள் கேட்பதாக.'

'ஆம்! கேட்டது.'

'அப்போ வியாதிதான். அதற்காக என் நண்பன் ஒருவன் லோபோடமியே பண்ணிக்கொண்டான். அப்போதும் குரல்கள் போகவில்லை. அவன் சின்ன வயதில் கற்றுக்கொண்ட பியானோ பாடங்களை எல்லாம் மறந்துபோய்விட்டான். அருமையாக பியானோ வாசிப்பான். ஆபரேஷனுக்கு அப்புறம் தொடவே இல்லை. எல்லாம் மறந்துபோய்விட்டான்.'

'பீட்டர்... நான் ஏற்கெனவே பயந்துபோயிருக்கிறேன்.'

‘நான் சொல்ல வந்தது சர்ஜன், ந்யுராலஜிஸ்டுகளைப் பார்க்காதே. நவீன மருத்துவத்தில் இல்லை விடை. ஐவனேவ் திபேத்திய மருத்துவமும் ஃப்ப்யுச்சராலஜியும் கலந்து கொடுக்கிறவர். இன்னும் பத்து நாள்தான் அங்கே இருப்பார்’ என்றான்.

‘தாங்க்ஸ். கம்ப்யூட்டர் சம்பந்தப்பட்டவர்கள் அனைவரும் ஏன் இப்படி ஒரு மாதிரி மூட நம்பிக்கைள் வைத்திருக்கிறார்கள்... வியப்பாக இருக்கிறது.’

‘மூட நம்பிக்கையில்லை... இதுவும் ப்யூர் சயன்ஸ்தான்.’

‘நாம் சிஸ்டம் பற்றிப் பேசுவோமோ? ஐ.எம்.எஸ். கோபால் கம்பைலர் யார் தருவார்கள்... ஏ.எஸ்.400 யார் தருவார்கள்?’

சாயங்காலம் ரவி என்னுடன் வந்திருந்தான். ஆழ்வார்ப் பேட்டையில் மையமாக இருந்தது அந்த ந்யுரோ நர்ஸிங் ஹோம். பணம் புடுங்கும் பிரைவேட் ஆஸ்பத்திரி அது என்று வாசலில் பெயர்ப் பலகையின் பளபளப்பிலேயே தெரிந்தது. நீலம் பாரித்த கண்ணாடிக் கதவுகளைத் திறந்தால் வெளிர் நீலத்தில் குட்டைக் கை சட்டை போட்ட நர்ஸ்கள்... அத்தனை பேரும் அழகாக இருந் தார்கள். அதற்கென்றே தேர்ந்தெடுத்திருக்கிறார்கள் போலும். ரிசப்ஷனிஸ்ட்டின் சீட்டுக்குப் பின்னால் சாமிநாதனின் ஒரு நவீன சித்திரம் மாட்டியிருந்தது. அந்தப் பெண் ஒரு பி.சி.யை விரல் களால் கேட்டு, ‘டாக்டர் தாமோதர் வில் ஸீ யூ இன் எ மினிட்’ என்றாள்.

அத்தனை பெரிய ஆஸ்பத்திரிக்குள், டாக்டரின் முதல் மாடி அறை சற்றே குறுகலாகத்தான் இருந்தது. தாமோதருக்கு என்ன, என்னை விட இரண்டு மூணு வயசுதான் அதிகமாக இருக்கும். சர்ஜனுக்கு உண்டான குல்லாய் அணிந்து மார்பின் அங்கியை மட்டும் கழற்றி வைத்திருந்தார். இடது கையில் காப்பியும் வலது கையில் லான் ஸெட் இதழும் வைத்திருந்தார். பார்த்ததுமே சிரித்த புன்னகை யில், பத்திரமும் உத்தரவாதமும் தெரிந்தன. ‘இதோ... இந்த வித்தகர் என் மண்டைக்குள் இருக்கும் குரல்களை நிச்சயம் சுத்தம் செய்துவிடப் போகிறார்’ என்ற நம்பிக்கை ஏற்பட்டது.

ரவி என்னிடம், ‘தினேஷ்... எனக்குக் கொஞ்சம் வேலை இருக்கு. போய்ட்டு அரை மணியில் வரேன்’ என்றான்.

தாமோதர் என்னை ஊடுருவிப் பார்த்தார். நேராக விஷயத்துக்கு வந்தார்.

‘குரல் உன்னுடையதா?’

‘அப்படித்தான் தோன்றுகிறது. சில வேளை என் குரல் இல்லை போலவும்... ஏதோ உலகத்துக்குப் பொதுவான குரல் போலவும் தோன்றுகிறது.’

அவர் புன்னகைத்தார்: ‘நல்ல வர்ணனை... ஆண் குரலா?’

‘ஆம்.’

‘என்ன சொல்கிறது?’

‘தற்கொலை பண்ணிக்கொள்ளும்படியாக.’

‘தற்கொலை என்கிற வார்த்தையைப் பயன்படுத்தியதா?’

‘இல்லை... ‘மொட்டை மாடியிலிருந்து குதி...’, ‘இங்கே வந்து விடு’ அப்படி.’

‘இங்கே என்றால் எங்கே?’

‘அதைச் சொல்லும்போது மிக அருமையான ஸ்தலத்தை வர்ணிக்கிறது... அங்கே வசந்த நீரோடைகளும்... நிர்வாண ஜல கன்னிகைகளும் என்பதுபோல.’

‘ஹாலிவுட் சொர்க்கம்போல ஓர் இடம்.’

‘ஆம்.’

‘உங்கள் வீட்டில் யாருக்காவது எபிலெப்ஸி, ஹிஸ்டீரியா, மானிக் டிப்ரெஷன், மெலன்காலியா, டவுன்ஸ் ஸிண்ட்ரோம், மாங்கலாய்டிஸம் இருக்கிறதா...’

‘இல்லை... அப்படி யாருக்கும் இல்லை.’

‘நான் சொன்னதெல்லாம் என்ன என்று தெரியுமா?’

‘தெரியும்.’

‘எப்படி?’

‘படித்தேன்.’

‘சமீபத்திலா?’

'ஆம்.'

'நீங்கள் உங்கள் கம்ப்யூட்டர் புத்தகங்களைப் படித்தால் போதும். உங்கள் வீட்டில் பெரியவர்களிடம் கேட்டுச் சொல்லுங்கள்... இந்தத் தகவல் மிக முக்கியம். மேலும், சின்ன வயதில் எப்போதாவது மண்டையில் அடிபட்டிருக்கிறதா என்பதையும் விசாரித்து...'

'சொல்கிறேன்.'

ரவி வந்தான்.

அவனிடம், 'முதலில் ஒரு கேட் ஸ்கான் எடுக்கவேண்டும். அதில் ரிசல்ட் சரியில்லை என்றால், என்.எம்.ஆர் ஸ்கான் எடுக்க வேண்டுமாம்' என்றேன். 'ரவி, ரொம்பப் பணம் பிடுங்குவார்கள் போல இருக்கிறதே' என்றேன், திரும்பிப் படிகளில் சரியும் போது...

'அதனால் என்ன... எல்லாம் ஆபீஸ்தானே கொடுக்கப் போகிறது?'

'மொத்தம் இருபதாயிரம் ஆகிவிடும்போல இருக்கிறதே.'

'ஆகிவிடும்' என்றது குரல். 'எதற்காக இத்தனை செலவு? பேசாமல்...'

'ஷட் அப்!'

'என்ன?' என்றான் ரவி. கார் பார்க்கில் நின்று என்னை நிதானமாகப் பார்த்தான்.

'மறுபடி அதே குரலா? வா... ஆஸ்பத்திரிக்குச் செல்லலாம்.'

'இல்லை... வீட்டுக்குப் போய் படுத்து மாத்திரை சாப்பிடச் சொல்லியிருக்கிறார் டாக்டர்!'

என் மாருதியை ரவி ஓட்டினான். நான் அவன் அருகில் உட்கார்ந்தேன். கார் செல்ல...

'எதற்காக இத்தனை செலவு? பேசாமல் இங்கே வந்துவிடு. உனக்காகத் தேனுகா என்று ஒரு ராகத்தையும் ரேணுகா என்று ஒரு பெண்ணையும் பார்த்துவைத்திருக்கிறார்கள். என் நண்பனே! அடுத்த முறை பல்லவன் பஸ் வரும்போது ஸ்டியரிங் சக்கரத்தை ஒரே ஒரு திருப்பு திருப்பி விடு... நேராக அந்தப் பாதையில் வந்து

விட்டால், உன்னை அடித்தது என்ன என்றுகூடத் தெரியாமல் இங்கே வந்துவிடலாம்...'

'ரவி... காரை நிறுத்து.'

'டோண்ட் பி ஸில்லி! இந்த ட்ராஃபிக்லயா?'

'ரவி, நிறுத்து ப்ளீஸ்!'

'திருப்பு... ம்... அதோ பஸ் வருகிறது திருப்பு... திருப்பு... திருப்புடா முட்டாளே... திருப்...'

பயணிகள் பிதுங்கலாக மூலை திரும்பும்போது தரையைத் தேய்த்துக்கொண்டு நெருப்புப் பொறி பறக்க ஒரு பல்லவன் பஸ் எதிரே வர... காரை ஓட்டிக்கொண்டிருந்த ரவியின் பிடியிலிருந்த ஸ்டியரிங்கை நான் பலமாகத் திருப்பினேன்.

ஆ...!

க்ஷண காலத்தில், நினைவிழப்பதற்குமுன்... அந்த பஸ் எங்களைத் தவிர்க்க திடீர் திசை மாறி பிளாட் பாரம் நோக்கி ஹாலிவுட்தனமாகப் பாய்வதையும், ஸ்தம்பித்த மக்கள் இங்குமங்கும் வெளிச்சத்தில் கரப்பான் பூச்சிகளைப்போல் ஓடுவதையும், மாருதி காரின் ரவி பக்கம் பஸ்ஸுடன் உராய்வதையும், நாங்கள் சாக்லெட் பெட்டி போல் தூக்கி எறியப் படுவதையும் ஒரு ஆக்ஷன் ரீப்ளே மந்தத்தில் பார்க்க முடிந்தது. அதன்பின் என் மனம் முழுதும் கறுப்பு மசி கொட்டியது.

கை கால்களை அசைக்க முடியவில்லை. திமிறி னாலும் கண்ணுக்குத் தெரியாத கயிறு என்னைக் கட்டியிருக்க, கை கால்களை அசைக்கும் விருப்பம் மட்டும் அந்தரத்தில் தொங்கியது. ‘ஓ’ என்று ஓசையில்லாமல் பிரபஞ்சத்துக்கே கேட்கும்படி கதறிய அந்த மௌன அலறல் வெல்வெட் இருளில் கரைந்துபோக, எத்தனை நேரம் இந்தப் பாதி அவஸ்தையில் இருப்பது என்று யோசித்து கை விட்டு நான் செத்தே போனேன். எண்ணம் மட்டும் பாக்கியிருக்க, ‘செத்திருந்தால் எப்படி இப்படி யெல்லாம் எண்ண முடிகிறது’ என்கிற தர்க்க வாதம் மற்றோர் ஓரத்தில் கேட்க, ஒரு கண்ணீர்த் துளி என் மார்பில் சூடாகப் பட்டுத் தெறித்தது. தேவகியின் பொட்டு என் முகத்தருகே தெரிந்தது.

‘டாக்டர், கண்ணைத் திறக்கிறார்.’

‘அவ் ஆர் யூ? ஐம் டாக்டர் சாம்பசிவ ராவ்... ஞாபகம் இருக்கா?’

‘ரவிக்கு என்ன ஆச்சு?’

‘அதெல்லாம் அப்புறம் பேசலாம். ரிலாக்ஸ்... எங்கே, காதைத் தொடுங்க பார்க்கலாம்.’

‘டாக்டர், ரவிக்கு என்ன ஆச்சு?’

‘ஐல் கிவ் யூ இஞ்செக்ஷன் நௌ... வலிக்காது. என்ன?’ என்று என் புஜத்தை நாடினார்.

‘ரவியைப் பார்க்கணும் நான்.’

‘பார்க்கலாம்... பார்க்கலாம்.’

தேவகி அருகில் உட்கார்ந்துகொண்டு என் தலை முடியை விரலால் வாரிப் படிய வைத்தாள்.

‘தேவகி, ரவிக்கு என்ன ஆச்சு?’

தேவகி, ‘இங்கதான் இருக்கார், பக்கத்து வார்டில்’ என்றாள், டாக்டரைப் பார்த்துக்கொண்டு.

எதையோ மறைக்கிறார்கள். ‘அவனுக்கு ஒண்ணுமில்லை தானே? உயிருக்கு ஆபத்து இல்லைதானே?’

‘இல்லை!’ என்றாள் தயக்கத்துடன்.

‘என்னவோ மறைக்கிறீங்க’ என்று சொல்லும்முன் தூக்கம் என்னைக் கூப்பிட, கண் விழியில் சாம்பல் திரை விழுந்தது.

எழுந்தபோது என்னைப் பார்த்துக்கொண்டேன். நான் இன்னும் சாகவில்லை. கை கால் கட்டு ஏதும் இல்லை. மார்பில் மட்டும் பட்டையாக பாண்டேஜ் போட்டிருப்பதை உணர்ந்தேன். அதைப் பற்றி யோசிக்கும்போது வலித்தது.

‘ரிப் கேஜ்ல கொஞ்சம் எலும்பு ஃப்ராக்சர் ஆகியிருக்கு. சரியாப் போய்விடும்... இட் வாஸ் எ மிராக்குலஸ் எஸ்கேப்.’

‘பஸ்?’

'பஸ்காரன் சாமர்த்தியமா அவாய்ட் பண்ணிட்டான்.'

தேவகி என் கையைப் பிடித்து, 'என்ன ஆச்சு?' என்றாள். 'நீங்களா ஓட்டினீங்க?'

'இல்லை, ரவி... ரவியைப் பார்க்கணும்! ரவி எப்படி இருக்கான்? சொல்லமாட்டேங்கறியே!'

'இன்னொரு வார்டுல இருக்கார்.'

விஸிட்டிங் நேரம் முடிந்தபின், ஃப்ளாஸ்க்கையும் சாத்துக்குடிப் பழங்களையும் வலைப் பெட்டியில் வைத்துவிட்டு தேவகி போனாள். நர்ஸ் வந்து தர்மாமீட்டர் வைத்துவிட்டு, கையில் கட்டியிருந்த சிறிதான கடிகாரத்தில் பல்ஸ் பார்த்தாள். அல மாரியில் 'கெட் வெல் கார்டு'கள் அடுக்கி வைக்கப்பட்டிருந்தன. ஒரு ரோஜா மலர்க் கொத்து வாடத் தயாராகிக்கொண்டிருந்தது.

'சிஸ்டர்... ரவிங்கற பேஷண்ட்.'

'எனக்குத் தெரியாது. நான் இப்பதான் ட்யூட்டியில வந்தது.'

'அவர் எங்க இருக்கார்னு பார்த்துச் சொல்ல முடியுமா?'

'ஸ்டாஃபைக் கேக்கிறது...' என்றாள்.

நான் என்னை ஆராய்ந்துகொண்டேன். இப்படி அப்படிப் பார்த் தேன். யாரும் இல்லாதபோது எழுந்திருக்கலாமா என்று பார்த் தேன். எழுந்திருக்க முடிந்தது. மார்பில் முதலில் கத்திக் குத்து போல வலிக்க, கொஞ்ச நேரத்தில் அடங்கியது. என்ன, இடது பக்கத்தில் கொஞ்சம் திரவம் கசிந்தது. போர்வையால் மூடிக் கொண்டேன்.

நடு ராத்திரி வார்டின் தலைப் பக்கத்தில் மேஜைமேல் குனிந்தபடி ட்யூட்டி நர்ஸ் தூங்கிக்கொண்டிருந்தாள். நான் நன்றாகப் போர்த்திக்கொண்டு மெல்ல எழுந்தேன். தரையில் கட்டிலுக்கு அருகில் ரப்பர் செருப்பு வைத்திருந்ததில், கால்களைச் செருகிக் கொண்டு மெல்ல எழுந்து நின்றேன். சர்வ பாகங்களிலும் ஒரு வலி அலை ஓடியது.

சுதாரித்துக் கொண்டேன். பதினைந்து செகண்டுகள் அப்படியே நின்றேன். வார்டில் பலர் வலியால் சதா முனகிக் கொண்டிருப்

பது பின்னணி ஓசையாகக் கேட்டது. உறவினர்கள் வந்து பார்ப்பது ரத்து செய்யப்பட்டிருந்த வேளை. நான் நடந்தேன். எனக்கு ரவியைப் பார்க்கவேண்டிய கட்டாயம் இருந்தது. அது எனக்குத் தெம்பளித்துச் செலுத்தியது. விளக்குகள் தணிக்கப்பட்டிருந்தன. என் நிழல் என்னை அழைத்துச் சென்றது. எந்த வார்டில் ரவி இருப்பான் என்று தெரியாமல் ஒவ்வொரு வார்டாக எட்டிப் பார்த்தேன். எல்லோரும் போர்க் குன்றுகளாக அரையிருட்டில் படுத்திருந்தார்கள். 'என்ன பைத்தியக்காரத் தனம்... திரும்பி வந்துவிடலாம்' என்று திரும்பி நடக்கும்போது, காரிடார்கள் ஒரே மாதிரியாக இருந்ததால் எதில் திரும்பினேன் என்று தெரியவில்லை. வழி தவறிவிட்டேன். இப்போது பயம் என்னை ஆட்கொண்டது.

திரும்ப என் படுக்கைக்கு எப்படிப் போவது? வார்டு நம்பர்கூடத் தெரியாது. இப்போதுதான் ஆஸ்பத்திரி அமைப்பில் இருந்த ஒரே மாதிரித் தன்மையை உணர்ந்து என் கால்கள் நடுங்கத் தொடங்கின. எங்கேயாவது உட்கார நினைத்தால் வார்டு பாய்கள் ஸ்டூலில் உட்கார்ந்தவாறு தூங்கிக்கொண்டிருந்தார்கள்.

ஒரு கணம் என்னுள், 'இப்படியே கடந்து வாயிற்படிக்குச் சென்று வெளியே சாலைக்கு ஓடிப்போய் டாக்ஸி பிடித்து வீட்டுக்குப் போய்விடலாம்' எனத் தோன்றியது. 'யாருப்பா அது?'

'சார்... இங்க ரவின்னு ஒரு ஆளு.'

'நீ யாரு இந்த வேளையில? பேஷண்டா?'

'ரவிங்கறவரை...'

'கொஞ்சம் ஒத்துப்பா.'

'கிக்றீச்' என்று எண்ணெய் போடாத சக்கரங்களில்... எனாமல் பெயர்ந்த தகர வண்டியில் ஒரு உடல் தரையின் முரண்பாடுகளுக்கு ஏற்றவாறு ஆடிக்கொண்டே வர...

'என்ன பேர் சொன்னே?'

'ரவி' என்றேன் அதைப் பார்த்துக்கொண்டே.

அவன் தன் பதிவேட்டைப் பார்த்து, 'இந்தாளு பேருகூட ரவிதான் போலருக்கே.'

‘இவருக்கு என்ன?’

‘செத்துட்டாரு. ஆட்டாப்ஸிக்குக் கொண்டு போறேன். பாக்கறியா இந்தாளுதானான்னு?’

அந்தப் போர்வையில் ரத்தக் கறை இருந்தது.

‘வேண்டாம். ரவின்னு எத்தனையோ பேரு இருப்பாங்க. நான் பார்க்கலை... திறக்காதீங்க!’

நான் சொல்வதைக் கேட்காமல் அவன் ‘சரேல்’ என்று திறக்க... ‘ஆக்ஸிடெண்டுல செத்துட்டாரு. போலீஸ் கேஸாயிருச்சா’ - அவன் சொன்னது எந்த விதத்திலும் என் மனத்தில் பதிவாகவில்லை. அந்த முகம்!

ஒரு பக்கத்தில், குறிப்பாக இடது பக்கத்தில், அந்த முகம் சரியாகத்தான் இருந்தது.

வலது பக்கம், கொஞ்சம் பட்டையாக ரத்தத் தேய்ச்சலாக ஒரு சிறு குதறல் வெளியே வந்து, கண் ஒன்று தன் இருப்பிடத்தை விட்டுப் புறப்பட்டிருந்தது.

‘ரொம்ப கஷ்டமாயிருச்சு. பாடியை ஒரு மாதிரி சைஸுக்குக் கொண்டார்றதுக்கு. பீஸ் பீஸா அள்ளிட்டு வந்தாங்க. இன்னும் கால் பொருத்தலை. கார்லயே இருக்குது... இந்தாளுதானா?’

அவன் சரியாக அந்த முகத்தைத் திருப்பி, ‘இப்ப பாரு... கொஞ்சம் முகம் தெரியுதுல்ல... அடையாளம் தெரியுதுல்ல?’

ரவிதான் அது!

நான் அப்படியே சரிய... தன் வண்டியைப் புறக்கணித்து, என்னைப் பிடித்து, ‘சிஸ்டர்... சிஸ்டர்... இந்தாளு விளுவறாரு... புடிச்சுக்கங்க சிஸ்டர்’ என்று அழைத்தான்.

நான், ‘என்னைக் கூட்டிட்டுப் போங்க... வீட்டுக்குப் போகணும் எனக்கு... தண்ணி குடிக்கணும். மூச்சு முட்டுது. என்னை அழைச்சுட்டுப் போங்க’ என என்னென்னவோ சொன்னேன்.

யார் வந்தார்கள்... யார் என்னை அடையாளம் கண்டார்கள்? யார் அழைத்துச் சென்றார்கள் என்று சரியாக ஞாபகமில்லை. காலை சூரியனும் காற்றும் ஜன்னலில் விளையாட... மலர் ஜாடியில்

சுந்தர மலர்க் கொத்து ஒன்றை வைத்து நர்ஸ் 'குட்மார்னிங்' என்றாள்.

'தேவகி... தேவகியை வரச் சொல்லுங்க.'

'வருவாங்க... விசிட்டர்ஸ் நேரம் இன்னும் அரை மணி ஆகும். என்ன சாப்டறிங்க, ஜூஸ்?'

'ரவி செத்துட்டான்.'

'எந்த ரவி? யாரு ரவி?'

'என் ஃப்ரெண்டு.'

'நீங்க உயிரோடத்தான இருக்கீங்க... மகிழ்ச்சியா இருங்க. வாயைத் திறங்க...' என்று தர்மாமீட்டரை என் வாயில் செருகினாள். மறுபடி நாடித் துடிப்பைப் பார்த்து, ரத்த அழுத்தக் கருவியை எடுத்து என் புஜத்தில் சுற்றினாள். அத்தனை அருகாமை யில் அந்த நர்ஸின் இளமையும் உயிர் ததும்பும் முகமும் ரவியின் பாதி முகத்துடன் விளையாடின...

தர்மா மீட்டரை எடுத்து, 'டெம்பரேச்சர் இருக்குது. நான் ட்யூட்டி டாக்டரை வரச் சொல்றேன்... ஒரு பாரஸிட்டமால் மாத்திரை வாங்கிக்குங்க...' என்று சென்றாள்.

'குட் மார்னிங்' என்று ஒரு படையாக ஆறு டாக்டர்கள் உள்ளே வெள்ளை கோட்டுகள் சிறகடிக்க வந்தார்கள். அதில் சாம்பசிவ ராவ், தாமோதர் இருவரையும் அடையாளம் கண்டுகொள்ள முடிந்தது.

'ஹி இஸ் ஆல்ரைட்... மிராக்குலஸ். ஒரு ஸ்பைனல் டாப் எடுத்துருங்க. கேட் ஸ்கான் என்னிக்கு எடுக்கணும் டாக்டர்?'

'டாக்டர் சாம்பசிவ ராவ். ரவி...?'

'தினேஷ்! காலைல சொல்லலாம்னு இருந்தேன். ரவி இறந்து போயிட்டார். டிரைவர் ஸைடு ஸ்டியரிங் மார்ல பாய்ஞ்சு ஹெட் லைட் பகுதி முகத்தின் மேல் கீறிடுச்சு.'

'நான் பார்த்தேன் டாக்டர்.'

'பார்த்தீங்களா?'

‘ஏன் கேக்கறீங்க... ராத்திரி கலாட்டா பண்ணிட்டார்... பெட்டை விட்டு எழுந்து மார்ச்சுவரிக்குப் போயிட்டார்.’

‘என்ன சிஸ்டர்... என்ன ஆஸ்பத்திரி இது?’

‘மேட்ரன் என்க்வைரி போட்டிருக்காங்க.’

‘திஸ் இஸ் ரிடிக்யுலஸ்!’

‘டாக்டர், ரவி செத்ததுக்கு நான்தான் காரணம்!’

‘ஈஸி. அதெல்லாம் காரணமில்லை. இட் வாஸ் என் ஆக்ஸி டெண்ட்.’

‘இல்லை. அந்தக் குரல் என்னை...’

‘ஸ்ப்ட்யுரல் ஹெமடோமா இருக்குதான்னு எலிமினேட் பண்ணிரணும்...’

அந்த நர்ஸ் என் கையைப் பிடித்துக்கொள்ள... யாரோ என்னை இடது பக்கம் திருப்பி, ‘மிஸ்டர் தினேஷ்குமார், இது வலிக்கவே வலிக்காது. என்ன... பயப்படாதீங்க.’

‘என்ன பண்ணப் போறீங்க?’

‘ஜஸ்ட் எ ‘ஸ்பைனல் டாப்... டேக் இட் ஈஸி.’

‘டாக்டர், நான்தான் ரவியை...’

‘பி கொய்ட்.’

நான் தலையைத் திருப்பி என் முதுகுப் பக்கம் என்ன நடக்கிறது என்று எட்டிப் பார்த்தேன். டாக்டர் சர்ஜிக்கல் கையுறை அணிந் திருந்தார். முதுகில் ஆல்கஹால் ஸ்வாப் அழுத்தித் தடவினார். இன்ஜெக்ஷன் போட்டு அனஸ்திஸியாவோ எதுவோ கொடுக்க, அந்த இடம் மரத்துப் போயிற்று. பிளாஸ்க் பெட்டியில் சீல் வைத் திருந்த கிட் பாக்ஸைக் கிழித்துத் திறந்து ஒரு ஆறு அங்குல ஊசியை எடுத்தார்.

ஜயலட்சுமி டீச்சர் என் அருகில் வந்து, ‘எங்கே... எழுது பார்க்கலாம்...’

‘அ...ஆ...!’

‘லம்பார் பங்க்சருக்கும் ஜயலட்சுமி டீச்சருக்கும் என்ன சம்பந்தம்?’ என்று மனசு மூலையில் சிரிப்பு கேட்டது. இது அந்தக் குரல் அல்ல. எனக்குள் உள்ள முரண்பாடுகளைக் கேட்கும் ஆத்மாவின் குரல். அந்தக் குரல் கொஞ்ச நேரமாகக் காணோம். இருந்தும் அது வந்துவிடும் என்ற பயம் எப்போதும் வயிற்றில் கொடைக்கானல் மஞ்சுபோலப் படர்ந் திருந்தது. பெரிய டாக்டர் என் முதுகின் எலும்பு களை எண்ணிப் பிசைந்தார். கூட வந்திருந்த குட்டி டாக்டருக்கு என் முதுகின்மேல் பாடம் எடுத்துக் கொண்டிருந்தார். ‘ரெண்டு லம்பார் வர்ட்டிப்ரா வுக்கு இடையில் கரெக்ட் ஸ்பாட்டைப் பிடிச்சாக ணும். அங்கேதான் ஸ்பைனல் கார்டு ஒரு சென்டி மீட்டர் டயாமீட்டர் இருக்கும். நல்லா நிரடலாம். அது பாத்துக்கோ ராதிகா... ஸ்பைனல் கார்டை எலும்பு, டிஸ்க்குன்னு பத்திரமாப் பாதுகாத்து வெச்சிருக்கார் கடவுள். அதில் இடையில் இந்த ஊசியைக் குத்தறபோது முதல்லே கிடைக்கவே கிடைக்காது. ப்ராக்டிஸ், இது ஒரு சித்திரக் கலை மாதிரி. ஊசி முனையால தேடணும். நீங்க திரும்பிக் கங்க சார், வலிக்காது... அனஸ்திஸியா கொடுத் திருக்கேன் இல்லை?’

அவர் அந்த ஆறு இஞ்ச் ஊசியை என் முதுகில் திறமை யாகச் செலுத்தி என் உள் நரம்பைத் தேடினார்.

வலிக்கவில்லைதான். இருந்தும் உள்ளங்காலில் குறுகுறு என்றது. சற்று நேரத்தில் 'ஐ காட் இட்' என்றார். புன்னகையுடன் 'இங்கதான் எல்லாம்... ரிஸ்க் வேலை... மணிக்கட்டை வெச்சு நிரடணும்... வாண்ட் டு ட்ரை ராதிகா?'

'நோ' என்றாள்.

'நீங்க சும்மாருங்க...' அந்த ஊசியினுள் செருகியிருந்த கம்பியை உருவ, ஒரே ஒரு முத்துபோல துல்லியமான திரவம் சொட்டி யதை வாங்கிக்கொண்டு, 'பேஷண்டுகிட்டருந்து ஒரு சத்தம் வந்துதா பாத்தியா? அதான் அனுபவம்ங்கறது... மிஸ்டர் ரமேஷ்... டு யூ ஃபீல் எனிதிங்?'

'தினேஷ்' என்றேன்.

'ப்ளாஸ்திரி ஒட்டிரு... தாங்க்யூ ராதிகா' என்று தன் வெள்ளைச் சிறகை விரித்துப் பறந்து செல்லுமுன் 'ஒரு ஸீரியல் செவன் டெஸ்ட் எடுத்துருங்க' என்றார் டாக்டர்.

'சரி சார்.'

அந்தப் பெண் டாக்டர் என்னைப் பார்த்துப் புன்னகைத்தாள். டாக்டருக்குப் புன்னகை எதற்கு? லிப்ஸ்டிக் எதற்கு? எனக்குப் புரியவில்லை.

'உக்காருங்க மிஸ்டர்...' தலைமாட்டில் இருந்த கார்டைப் பார்த்து, 'தினேஷ்குமார்... நீங்க என்ன பண்றீங்க, நூறிலிருந்து ஆரம்பிச்சு ஏழு கழிச்சுண்டே வாங்க!'

'எதுக்கு?'

'இது ஒரு டெஸ்ட்... 'ஸீரியல் செவன்'னு.'

'தொண்ணூத்து மூணு... எண்பத்தாறு... எழுபத்தொன்பது...'

'எழுந்து நில்லுங்க!'

நின்றேன்.

'கொஞ்சம் நடங்க.'

நடந்தேன்.

அந்தப் பெண் பெரிய தாளில் டிக் மார்க் போட்டுக்கொண்டு, தன் சகாக்களுடன் பேசினாள், நான் இருப்பதைப் பொருட்படுத் தாமல்.

'லுக்ஸ் லைக் எ பர்ஸனாலிட்டி சேஞ்ச். நேராப் பார்க்க மாட்டாங் கறாரு பாரு!'

'மிஸ்டர் தினேஷ்... உங்க மூக்குல விரலை வெச்சுக்கிட்டு என் கையைத் தொடுங்க.'

அவள் கை சில்லென்று இருந்தது... லேசாக வியர்வை ஈரமும் இருந்தது.

'ஸீ...' என்றாள். தன் சக மூக்குக் கண்ணாடியிடம் நோபல்தனமாக.

'என்ன?' என்றேன்.

அப்போதுதான் எனக்கு உயிர் இருப்பதையே உணர்ந்து கொண்டவள் போலக் கணிசமாகத் திடுக்கிட்டாள்.

'என்ன கண்டுபிடிச்சிங்க, மிஸஸ் சிக்மண்ட் ஃப்ராய்டு?'

'ரிப்போர்ட் வந்தப்புறம் சீஃப் சொல்வாரு... பை!' என்று புன்னகை முலாம் பூசிய பயத்துடன் என்னை விட்டுப் பிரிந்தாள், அந்த முக்கால் டாக்டர் ராதிகா.

படுக்கையில் படுத்திருந்த நாள் முழுவதும் தேவகி வருவாள் என்று எதிர்பார்த்து, வந்தபோது கோபித்துக்கொண்டேன்.

'என்ன இத்தனை நேரம்?'

'எத்தனை நேரம்? இப்பத்தானே மணி பத்து!'

'இந்த ஆஸ்பத்திரில பகலா... இருட்டா ஏதும் தெரியலை. இப்ப என்னை வீட்டுக்குக் கூட்டிட்டுப் போறதுதானே? அம்மா எப்படி இருக்கா?'

'கதிகலங்கியிருக்கா. உங்களுக்கு வந்த கண்டம் ரவிக்குப் போயி டுத்துன்னு அனுமார் ஜோஸ்யர் சொன்னார். பிரார்த்தனை பண் ணிட்டே இருக்கா.'

'வா வீட்டுக்கே போகலாம். அங்க ரிப்பேர் பார்த்துக்கலாம்... என்னால நடக்க முடியறது. நேத்திக்கு ரவியைப் பார்த்துட்டேன்.'

'இப்ப உங்களை டிஸ்சார்ஜ் பண்ண மாட்டாளாமே...'

'ஏன்?'

'இன்னும் என்னென்னவோ டெஸ்ட் எடுக்கணுமாம். ஸ்கான் அது இதுன்னு சொல்றாளே. தாமோதர்தான் எல்லா ஏற்பாடும் பண்ணிருக்கார். பீட்டர்சன் அங்க வந்து உங்களைப் பார்க்க வந்தான். இங்க வந்தானா?'

'யார் வந்தா... யார் வல்லை... ஏதும் தெரியல. கண் முன்னால அந்த உடல்தான் நிக்கறது தேவகி. என்ன ஆச்சு தெரியுமா? ரவியைக் கொன்னது நான்தான்!'

'ஐயோ... இப்படியெல்லாம் பேத்தாதீங்க. அது ஆக்ஸி டெண்ட்னு கேஸை மூடப்போறா. இந்தச் சமயத்தில்...'

இப்போது போலீஸ் அதிகாரி தன் பிரம்பை லேசாக ஆட்டிக் கொண்டு வந்து, என்னைப் பார்த்து முரட்டு மீசைக்கடியில் பெரிசான பற்களால் புன்னகைத்து,

'ஹவ் ஆர் யூ மிஸ்டர் தினேஷ்குமார்? உங்ககிட்ட ஒரு ஸ்டேட் மெண்ட் எடுத்துக்கிட்டு கேஸை க்ளோஸ் பண்ணிடலாம்.'

'இன்ஸ்பெக்டர்... என்ன ஆச்சுன்னா...'

'என்ன ஆச்சுனு நான் சொல்றேன் கேளுங்க. அந்தாளு ரவி இருந்தார் பாருங்க... அவர் ப்ளட்ல ஆல்கஹால் இருந்திருக்கு. அதனால அவர் கண்ட்ரோலை இழந்து...'

'இதில் நான் வந்து, நான் வந்து... ஐ ஹியர் வாய்ஸஸ்.'

'ரமண மகரிஷிக்குக்கூட சின்ன வயசுல குரல்கள் கேட்டதாம்' என்றாள் தேவகி.

'அதுக்கும் இதுக்கும் சம்பந்தம் இல்லை... காரை நீங்க ஓட்டலையே...'

'இல்லை... ஆனா...'

'நீங்க ஓட்டலைதானே?'

'ஆமாம்... இல்லை...'

'அப்ப ஆள விடுங்க. இதுல உங்க ஸ்டேட்மெண்ட் கொடுத்து கையெழுத்து போட்டுருங்க.'

'நான் ஸ்டேட்மெண்டே கொடுக்கலையே.'

'என்னது... கொடுத்த ஸ்டேட்மெண்டை மறந்துட்டிங்களா? ஆச் சரியமா இருக்கே... விபத்து நடந்த உடனே கொடுத்திருக்கே... வாப்பா, மாரிமுத்து.'

அவருக்குப் பின்னால் காக்கி சட்டையர், 'ஐயா, நல்லாருக் கீங்களா? கடவுள் புண்ணியத்துல தப்பிச்சீங்க. அந்த...'

'யாரு?'

'பஸ் டிரைவர் மாரிமுத்துங்க, இவர்தான் அந்த இருபத்து மூணு ஏ ரூட்டை அன்னிக்கு ஓட்டிட்டு வந்தாரு.'

'என்னதான் தபாய்ச்சிக்கிட்டு நான் பிளாட்பாரத்துல ஏறிட்டனா. அங்க போகிக்கு டயரு, குப்பை கொளுத்திக்கிட்டிருந்தாங்க... நல்ல வேளை பஸ் பத்திக்கலை.'

அப்போது ஒரு சக்கர நாற்காலி வந்து, அதில் என்னை உட்கார வைத்து அள்ளிக்கொண்டு போனார்கள்.

'எங்க போறீங்க?' என்று நான் கேட்டது யாருக்கும் காதில் விழவில்லை.

லிஃப்ட் தன் அகலமான வாயைத் திறந்தது. அதில் இரண்டு மூன்று ஸ்ட்ரெச்சர்களுக்கு இடமிருந்தது. அதில் என் நாற்காலியை நுழைத்து நிறுத்தினார்கள். அருகில் இருப்பவர் என்னைப் பார்த்து, 'ஹலோ... நீங்களும் ஆபரேஷனா?' என்றார்.

'இல்லை' என்றேன்.

'எனக்கு மண்டைல ஹோல் போடப் போறாங்க... ட்யூமர் எடுக்க' என்றார், ஏதோ சினிமா போகிறவர்போல.

'சதாசிவ ராவ்தான் பண்ணப் போறார்... உயில் எழுத வேண்டாம் னுட்டார். அவ்வளவு நம்பிக்கை!' அவர் சிரிப்பில் இருபது வருஷப் புகையிலை இருந்தது.

நான் மற்ற பிரிவுக்கு அழைத்துச் செல்லப்பட்டேன். கண்ணாடித் திரைக்குப் பின்னால் அரை இருட்டாக இருக்க, அந்தப் பக்கத்தில்

இரும்புப் படுக்கையும் ஒரு குகையும் தெரிந்தன. உடை மாற்றி விட்டு ஏறக்குறைய நிர்வாணமாக, லூஸாக காட்டன் போடச் செய்து என்னைப் படுக்க வைத்தார்கள்.

'டாக்டர்! இஸ் திஸ் அன் ஆபரேஷன்?' என்றேன் புரியாமல்.

'இல்லை, ஸ்கான் எடுக்கப் போறோம்.'

'வலிக்குமா?'

'சேச்சே! என்ன சார் நீங்க... கேட் ஸ்கான் பற்றிப் படிச்சதில்லையா? எல்லாம் உங்க கம்ப்யூட்டர் சமாசாரம்தான்.'

'அதன் சாஃப்ட்வேர் பற்றித் தெரியும்... அதில் சிக்னல் ப்ராஸஸிங் எல்லாம் வரும்.'

'வலிக்காது... கொஞ்ச நேரம் அசையாமப் படுத்துக்குங்க, அவ்வளவுதான்... தூங்கினாக்கூடப் பரவாயில்லே...'

'காண்ட்ரி' என்று சொல்லப்பட்ட பகுதி, அந்த ஹைடெக் வட்ட வடிவ குகையின் பளபள ஆழத்தில் நுழையும்போது கண்களை மூடிக்கொண்டேன். வாயில் ஒரு பய மிக்ஸி இறங்கிக் கொண்டிருந்தது. 'வராதே... வராதே' என்று கேட்டுக்கொண்டேன்.

'வந்தியா... இதுதான் வாசல். ஜனன வாசல். இப்ப என்ன பண்ணப் போறாங்க தெரியுமா? உன்னை உண்டாக்கப் போறாங்க. பல்லாயிரம் கோடி உயிரணுக்களில் நீ ஒரு யாத்ரிகன். உன் நீச்சலை ஆரம்பிக்கப்போறே. கேக்குதா... கேக்குதா?' சலசலவென்று அந்த யாத்ரிகர்கள் மத்தியில் அந்த இயந்திரம் மிக லேசாக முணுமுணுக்க... எக்ஸ்ரே கால்லிமேட்டரில் இருந்த கண்ணுக்குத் தெரியாத ஊசிக் கதிர்கள் மண்டைக்குள் துளைத்து சில்வர் அயோடைடு மேல் படிய, என் மூளையின் மடிப்பு ரகசியங்கள் மெல்லப் புலனாயின.

'வாயேன்... என்ன போச்சு?'

'எனக்கு என்னவோ பயமாருக்கு. நாள் சரியில்லை!'

'வான்னா...'

'விட்ருங்க... சரியில்லைன்னு தோணுது... வேண்டாம்.'

‘எல்லாம் நான் பார்த்துக்கறேன் வாடி!’ என்ற ஒரு திருகல் பத்து பத்து டிகிரியாக என் தலை மேல் திரும்ப...

‘திரும்பு...’

‘எ கால்லிமேட்டட் பீம் ஆஃப் எக்ஸ்ரே இஸ் டேக்கன் அண்ட் தி ஒபாஸிட்டி ஆஃப் தி...’

‘தாங்காது... இத்தனை சந்தோஷம் தாங்காது... தாங்காது... கொஞ்ச நேரம் அப்படியே இருங்க. இல்லை இல்லை... இத்தனை தேசாலம் தாங்காது... நீஞ்சுரா! முட்டாளே, உனக்கு சான்ஸ்!’ அந்த நனைந்த இருட்டில் பல கோடி சகோதரர்களுடன் நான் நீஞ்சினேன். ‘தாங்காது. போதும் போதும்...’

எனக்கு மூச்சு முட்டியது. இன்னும் எத்தனை மைல் நீந்த வேண்டும்? இந்த இருட்டில் பக்கத்தில் என் போட்டிக்காரர்கள் முந்தி என்னைத் தள்ளத் தள்ள, அரிசி கொட்டுவதுபோல சத்தம் கேட்க... இறுதியில் சுவரை அடைந்து என் முகத்தால் ஜவ்வுத் தனத்தைத் துளைத்தேன்... என் வால் வெட்டுப்பட்டது.

ஆ...!

இடம் கதகதப்பாக இருந்தது. இருட்டில் வெல்வெட் காத்திருந்தது. பசிக்கு தொப்புள்கொடி வழியாக ரத்தம் கிடைத்தது. இங்கே அங்கே உற்சாகமாகக் குட்டிக்கரணம் அடிக்க முடிந்தது. திறவாத கண்களின் இரண்டு லென்ஸ் வழியே விழிக்கவே இல்லை. தூக்க சமுத்திரத்தில் வெளியுலக ஓசைகள் மழுப்பப்பட்டு வளராத செவிகளுக்குப் பதிலாக இருந்த ஊசி ஓட்டைகளின் மூலம் நுழைய...

'மிஸ்டர் தினேஷ்குமார்... கண்ணைத் திறங்க! டெஸ்ட் ஆய்டுத்து... பயப்பட்டிங்களே... கொஞ்சமாவது வலி இருந்ததா?' பளிச்சென்று என் கண்களில் வெளிச்சம் உறுத்த, அந்தக் கதகதப்பை விட்டு நிகழ் காலத்துக்கு வந்தேன். மானிட்டர் திரை என் மூளையின் பாகங்களை வரைந்து காட்டியது. மானசீக ரம்பம் ஒன்று மண்டையை வெட்டித் திறந்து வைத்தது போல்.

'என்ன சார்... எனிதிங் ராங்?' என்றேன்.

'நான் இங்கே டெக்னிஷியன். டாக்டர் தாமோதர்தான் பார்க்கணும். அவர்தான் பாத்து என்னவோ...'

'என்னவோ?'

'டாக்டர் தாமோதர் சொல்வார்.'

‘ஏதாவது தப்புன்னா சொல்லிடுங்க சார்... எந்த ஷாக்கையும் நான் தாங்கிப்பேன்...’

‘இல்லை சார். அதெல்லாம் இல்லை. நீங்க தாமோதரைப் பாருங்க.’

‘மண்டைக்குள்ள குரல் கேட்டுக்கிட்டே இருக்கு மிஸ்டர்’ என்றேன் புகாருடன்.

‘எல்லாத்தையும் வழி பண்ணிடுவார். ரொம்ப கெட்டிக்காரர் தாமோதர். கவலைப்படாதீங்க!’

சட்டை பனியன்களைத் திரட்டிக்கொண்டு டாக்டர் தாமோதரனின் வெளி ஆபீஸில் காத்திருந்தேன். கொஞ்ச நேரத்தில் அவர் கூப்பிட்டனுப்பினார்.

‘உக்காருங்க...’

உட்கார்ந்தேன். சுற்றிலும் பார்த்தேன்.

அத்தனை நரம்புகளும் போட்ட மனித மேப் தொங்கிக் கொண்டிருக்க மேஜை மேல் இருந்த புத்தகம் ‘ந்யுரோ’ என்றது. கண்ணாடித் தட்டில் ஜெல்லி மாதிரி ரத்த நிறத்தில் கொஞ்சம் இருந்தது. அதை ட்வீஸரால் நிரடுவதை நிறுத்தினார்.

அவர் என் மூளையை ஸ்கான் எடுத்த செக்ஷன்களின் நான்கு போட்டோக்கள் இருந்தன. ப்ரிண்ட் அவுட் இருந்தது. அதை உன்னிப்பாகப் பார்த்துக்கொண்டே என்னைப் பார்க்காமல் பேசினார்: ‘ஐ ஹவ் ஸம் நியூஸ் ஃபார் யூ.’

‘டாக்டர்... நல்ல சேதியா இல்லே... கெட்ட?’

‘ரெண்டும்!’

‘சொல்லுங்க...’

‘உங்களுக்கு ஒரு ஆபரேஷன் பண்ண வேண்டி வரும். லெட் மி பி ஃப்ராங்க்.’ தாமோதர் என்னை ஆபிச்சுவரித்தனமாகப் பார்த்தார். நான் பயத்துடன் புன்னகைத்தேன்.

‘அதுக்கு முன்னாடி உங்க எண்ணங்களைப் பத்திக் கொஞ்சம் சொல்லுங்க. இந்த மாதிரிக் குரல் கேட்குதே, அதைப் பத்திச் சொல்லுங்க. அது யார்? குரல் உங்க குரலா, கடவுள் குரலா,

இல்லை கிரிக்கெட் கமெண்டரி கேக்கறமாதிரி ஒரு குரலா? உங்க செயல்களை அது விமரிசிச்சுண்டே இருக்கா?'

நான் யோசித்து, 'நீங்க சொல்ற மூணுமேபோலத் தெரியுது! சில வேளை என் குரலாவும் இருக்கு. சில வேளை...'

'யாராவது உங்களைப் பார்க்கற மாதிரி தோணுதா?'

'இல்லை.'

அவர் என்னைக் கண் கொட்டாமல் பார்த்து, 'நீங்க நான் சொல்ற விஷயத்தைப் பத்திக் கொஞ்சம் பேசுங்க...'

'என்ன பேசணும்?'

'ஏதாவது... கண்களைப் பத்திப் பேசுங்களேன்...'

'என்ன பேச?'

'மனசுல வர்றதை.'

நான் யோசித்தேன். பேசினேன். 'கண்கள்! எல்லாருக்கும் கண்கள் இருக்கு... எனக்கு இருக்கு... உனக்கு இருக்கு... எங்க ப்ரொபஸருக்கு இருந்தது. ப்ரொபஸர் நல்லாப் பாடுவார். பாடுபட்டாப் பலன் கிடைக்கும் தன்னாலே... பறந்தோடிப் போகும் ரேஷன் கார்டு தன்னாலே. ஓ... மாடுகளா, உண்மையாய்... உண்மையில்லை... பொய் உரை இல்லாமையால்...'

டாக்டர் புன்னகையுடன் 'போதும்' என்றார்.

அவர் காகிதத்தில் "Loose Association' என்று எழுதினார். 'மிஸ்டர் தினேஷ்! உங்க ப்ரெய்ன்ல ஒரு இடத்தில் லீஷன் மாதிரி தெரியுது... அல்லது சின்னதா ட்யுமர் மாதிரி இருக்குது. அது உறுத்திக்கிட்டு இருக்குது. அதனாலதான் உங்களுக்கு இந்த மாதிரிக் குரல்கள் எல்லாம் கேட்குது.'

'எங்கே டாக்டர்?'

'வெர்னிக்ஸ் ஏரியான்னு லெஃப்ட் டெம்பொரல் லோபுக்குப் பின்னால இருக்குது. அதுதான் மொழியை உணரத் தேவையான பகுதி... அதில சின்னதா கீற்று மாதிரி தெரியுது பாருங்க...' என்று அந்த கம்ப்யூட்டர் படத்தைக் காட்டினார். எனக்குக் கீற்றும் தெரியவில்லை. தீற்றலும் தெரியவில்லை.

‘எதுக்கும் செகண்ட் ஒப்பினியன் ஒண்ணு எடுத்துரலாம். மேலும், சரியா இதைக் கண்டுபிடிக்கறதுக்கு என்.எம்.ஆர்னு ஒரு ஸ்கான் இருக்குது. அப்போலோவில அதுவும் எடுத்துட்டு ஆபரேட் பண்ணா சரியா போய்டும்.’

‘ஆபரேஷன்?’

‘சிம்பிள் ப்ரொசிஜர். முதல்ல எக்ஸஸ் டோப்பமின் இருக்குமோனு நினைச்சேன். அது இல்லை. உங்க டோப்பமின் லெவல் எல்லாம் நார்மலாத்தான் இருக்குது. நிச்சயம். பிஸிக்கலா பருப்பு மாதிரி... திப்பி மாதிரி... கட்டி மாதிரி இருக்குது.’

‘ஆபரேஷன்னா எப்பப் பண்ணுவீங்க?’

‘அடுத்த வாரம்.’

‘அதுக்குள்ள மருந்து கிருந்து எதாவது கொடுத்து இந்தக் குரல் கேக்கறதே... அதை எடுத்துர முடியாதா?’

‘பார்க்கலாம்.’

‘ஆபரேஷன் பண்ணாச் சரியாப் போய்டுமா?’

‘பளிங்கு மாதிரி ஆய்டும்.’

‘மருந்து கொடுத்து குணப்படுத்த முடியாதா?’

‘அஃபேஸியாவா அல்லது ஸ்கிட்ஸோவான்னு பார்க்கணும். எதுக்கும் ட்ராங்க்விலைஸர் கொடுத்திருக்கேன். சாப்பிட்டதுக்குப் பிறகு அதைப் போட்டுக்கிட்டு படுத்துடுங்க. தூங்கிருங்க. எண்ணங்களை ரத்து பண்ணிப் பாருங்க. என்.எம்.ஆர். ஏற்பாடு பண்ணிட்டு நாளைக்குப் போன் பண்றேன். கொஞ்ச நாளைக்கு ஆபீஸ் போகாதீங்க.’

குழப்ப எண்ணங்களுடன் நான் மறுபடி என் அறைக்குக் கொண்டு வரப்பட்டேன். அம்மா வந்து என்னைக் கண் கொட்டாமல் பார்த்தபோது என் கண்களில் நீர் வடிந்தது.

‘யாரோ சூன்யம் வெச்சிருக்கா... பகவதி கோயிலுக்கு ஒரோரு முறை போய்ட்டு வந்தாச் சரியாப் போகும்னு...’

‘அம்மா, எனக்கு இருக்கற குழப்பத்தில இப்ப பகவதி கோயிலைக் கொண்டு வராதே. பயங்கரமாக் குரல் கேக்கறது. கட்டுப்படுத்தவே முடியலை.’

பீட்டர்சன் வந்திருந்தான். 'எப்போது ஆபீஸ் திரும்பி வரப் போகிறாய்? உனக்காகத்தான் காத்திருக்கிறேன். ஸ்பெக்ஸ் எழுத வேண்டும்.'

'என்னை எப்போது வெளியேற்றுகிறார்களோ அந்தக் கணமே வந்துவிடுகிறேன்.'

'மூளைக்குள் கேட்கும் குரல்கள் என்ன ஆச்சு?'

'ஸ்கான் எடுத்து உள்ளுக்குள் லீஷன் என்றோ ட்யுமர் என்றோ சொன்னார். என்.எம்.ஆர். எடுக்கப்போகிறார்களாம்.'

'அதன்பின்?'

'அதில் ஊர்ஜிதமாகி விட்டால் ட்யுமரை ஆபரேஷன் மூலம் எடுத்துவிடலாமாம். அதன் உறுத்தல்தான் இந்தக் குரல்களாம்!'

பீட்டர்சன் இங்குமங்கும் பார்த்து, 'நம்பாதே...' என்றான்.

'எதை?'

'நவீன மருத்துவத்தை... முக்கியமாக மூளையைப் பொருத்த வரை. அதனால் இந்த ஆபரேஷனுக்குச் சம்மதிக்காதே. இந்த மாதிரி உபாதைகளை டெல்லியில் ஒருத்தர் ஆழ்நிலை தியானம் மூலமும் சுத்த மன இயக்கத்தின் மூலமும் குணப்படுத்துகிறார். பெயர் தெரியாது. ஆனால், இதே மாதிரி ஒரு உபாதை என் நண்பனுக்கு இருந்தது. அவனை ஹிப்னாட்டிக் ரிக்ரெஷன் மூலம் குணப்படுத்தினார்.'

'அது என்ன?'

'சமயம் வரும்போது சொல்கிறேன். டாக்டர் கொடுக்கும் மருந்துகளைச் சாப்பிடலாம். அவற்றால் ஏதும் ஆபத்தில்லை. உறக்கம் நிறைய வரும். ஆனால், ஆபரேஷனுக்கு எக்காரணம் கொண்டும் சம்மதிக்காதே.'

'ஏன் அப்படிச் சொல்கிறாய் பீட்டர்?'

'1935-லிருந்து 1968 வரை சைக்கோ சர்ஜரி என்று ஒரு கொடூரமான... பொறுப்பில்லாத... மூர்க்கத்தனமான ஆபரேஷன் பண்ணிக்கொண்டிருந்திருந்தார்கள். ஃப்ரண்டல் லோபோடமி என்று மூளையின் முன் பகுதியில் இடது வலது வெள்ளைப்

பாகங்களை ஆப்பிளைக் கடிப்பதுபோல் குறைத்துக் கொண் டிருந்தார்கள். அந்தக் காரியத்தின் விளைவுகளைப் பற்றிக் கவலையே இன்றி இடது வலது பக்கத்தில் இரண்டு ஓட்டைகள் போடுவார்கள். ட்யுரா பகுதியின் ஊடே வெட்டி செரிப்ரல் கார்டெக்ஸ் பகுதியில் ல்யுகோட்டோம் என்று ஒரு கத்தியை உள்ளே நுழைத்து சிரண்டுவார்கள். மூளை வெள்ளை வெள்ளையாக வெளியே வரும்!'

'பீட்டர், ப்ளீஸ்... வேண்டாம் எனக்கு வர்ணனை!'

'இப்போது அந்த ஆபரேஷன் ஏறக்குறையத் தடை செய்யப் பட்டிருக்கிறது. எத்தனை பேர் சித்தமிழந்து வெறும் தாவரம் போல ஆனார்கள் தெரியுமா?'

'நீ சொன்னாயே ஃப்யுச்சராலஜிஸ்ட்... அவர் எங்கிருக்கிறார்?'

'டெல்லி விமான நிலையத்தின் அருகில்... நாம் டெல்லி போகும் போது அழைத்துச் செல்கிறேன். அதுவரை இந்த டாக்டர் களுக்குப் பாய்ச்சல் காட்டிக்கொண்டிரு.'

'சரி, தாங்க்ஸ்!' என்றேன்.

பகவதி, என்.எம்.ஆர். ஸ்கான், ஹிப்னாட்டிக் ரிக்ரெஷன். எத்தனை குழப்பங்கள் என் வாழ்க்கையில் வந்து சேர்ந்து கொண்டுவிட்டன. என்னை மட்டும் ஏன் இந்தத் தேர்ந்தெடுப்பு? எனக்கு மட்டும் ஏன் தூக்கமின்மை? தன்னிரக்கத்தினால் மனம் சோர்ந்தது.

மெல்ல ராத்திரியின் விளக்குகள் மங்கியிருக்க, நான் ஜன்னல் வழியே வெளியே எட்டிப் பார்த்தேன். சென்னை உயிருடன் இயங்கிக்கொண்டிருந்தது. பெட்ரமாக்ஸ் அருகே வண்டி தள்ளி இட்லி விற்றுக்கொண்டிருந்தார்கள். முகம் முழுவதும் பவுடர் அடித்த பெண் பிள்ளை ஆண் குரலில் பேசினாள். திடீர் என்று யாரோ சிநேகிதத்துடன் துரத்த, ஓடினாள்.

என் படுக்கைக்குத் திரும்பும்போது ஓர் எண்ணம் லேசாக சந்தோஷம் கொடுத்தது. கொஞ்ச நேரமாக, ஏன் எட்டு மணி நேரமாகக் குரல் வரவில்லை.

'சொல்லாதே. சொல்லாதே. மறுபடி வந்துவிடும்' என்றேன்.

'திருச்சி கெயிட்டி டாக்கிஸ் ஞாபகம் இருக்கிறதா?'

'யார் அது?'

'நான்தான்.'

'அப்போ வந்துவிட்டாயா? இப்போதுதான் இல்லையே என்று நினைத்தேன்.'

'நிறைய விடியோ போடுகிறார்கள். பழைய பிக்சர் ஒன்று ஓடிக் கொண்டிருக்கிறது. பார்க்கலாம், வா!'

'என்ன பிக்சர்?'

'ராஜ்கபூர் பிக்சர்... பெயர் என்ன தெரியுமா?'

'தெரியும்... ஜயலட்சுமி டீச்சர் கூடப் போனோமே... இருட்டில் என் கை எங்கோ கொண்டு போகப்பட்டு பிரமிக்கத்தக்க பரிமாணங் களில் விரவப்பட்டு... 'ப்ளீஸ்... இதெல்லாம் பண்ணாதே தினேஷ்...'

'அந்த பிக்சர் பேர் ஞாபகம் இருக்கா? ராஜ்கபூர், நர்கீஸ் நடிச்சது.'

'இருக்கு. ஆ...!'

‘ஜயலட்சுமி டீச்சர் யாரு... திருச்சி கெயிட்டி டாக்கீஸ் எப்படி எனக்குப் பரிச்சயம்?’ என்பதெல் லாம் புரியாத புதிராக இருந்தது. நான் பிறந்தது திருவல்லிக்கேணியில். சென்னையை விட்டு அதிகம் விலகிப் போனதில்லை. திருச்சிக்கு ஒரு முறை ஆர்.இ.சி.யில் ஒருத்தரைப் பார்க்கப் போயி ருக்கிறேன். கெயிட்டி என்ற டாக்கீஸ் அங்கே இருக் கிறதா? தெரியாது. எதற்காக ஜயலட்சுமி டீச்சர் என்கிற பெயரும் திருச்சியும் அடிக்கடி ஞாபகம் வருகின்றன? மேலும், அந்த ஜயலட்சுமிக்கு என்ன வயசு, முகம் எப்படி இருக்கும் என்பதெல்லாம் கூடத் தெரியாமல், அவள் பற்றிய எண்ணங்கள் வரும்போது ஒரு விதமான இச்சை மனத்தில் கவ்வுகிறது. சாம்பிராணிப் புகை வாசனையுடன் கொஞ்சம் விபூதி வாசனையும்... மலைக் கோட்டை யிலிருந்து தெரிந்த காவேரிப் பாலம் என்று குழப்ப எண்ணங்கள், மனசில் பழத்தை ஊடுருவும் புழு போல உறுத்தின.

பத்தாவது நாள் என்னை ஆஸ்பத்திரியிலிருந்து விடுதலை பண்ணி விட்டார்கள். முதல் காரியமாக தேவகி, கோயிலுக்குப் போக வேண்டும்; அம்ம னுக்கு நான் பிழைத்ததற்கு நன்றி அர்ச்சனை பண்ண வேண்டும் என்றாள். நான் முதல் காரியமாக ரவியின் வீட்டுக்குப் போகவேண்டும் என்று பிடிவாதமாக

வைஸ் பிரசிடெண்ட் சுதர்சனுடன் ரவியின் மனைவியைப் பார்க்கப் போயிருந்தேன். அற்புதமான கண்களைக் கொண்டு ரவியின் குழந்தை தந்தையின் மரணத்தின் பூரண அர்த்தம் புரியாமல் என்னிடம் வந்து ஒட்டிக்கொண்டு, 'அங்கிள், ஒனக்கு சைக்கிள் ஓட்டத் தெரியுமோ?' என்றது. 'தெரியும்.' அப்படியே ரவியின் முகம் அந்தப் பெண் குழந்தையிடம் ஜெராக்ஸ் எடுக்கப் பட்டிருந்தது. என்னை அந்தக் கண்களால் பார்க்கும்போது குற்ற உணர்ச்சி என்னைத் தாக்கியது. 'ரெண்டு சக்கரம், மூணு சக்கரம்?' என்றது.

'ரெண்டு சக்கரம்' என்றேன். ரவி புதுசாக வாங்கி வைத்திருந்த ரப்பர் கலந்த மெத்தை இன்னும் பாலிதீன் பிரிக்காமல் முன் அறையில் கிடந்தது. ரவியின் மனைவி ரீனா தலையை முக்காடிட்டு கழுத்தில் நகையில்லாமல் கண்களில் நீர் உலர்ந்து மௌனமாக உள்ளே, உலகத்தின் அத்தனை சோகத்தின் மொத்தப் பிரதிநிதி போல வந்தாள். ஏறிட்டுப் பார்த்தாள். கருநீல டேக்கரான் சேலை அவள் மார்பைத் தெரிவித்தது. 'ச்சே... துக்க சமயம்டா முட்டாளே!'

'ரீனா... ரொம்ப ஸாரி... திஸ் இஸ் அன்பிலீவபிள்' என்றான் சுதர்சன். நான் மௌனத்துடன் காத்திருக்க... அவள் என்னைப் பார்ப்பதற்குள் கண்களைத் தழைத்துக் கொண்டேன்.

'அதிக நாள் அதைப் பற்றியே யோசிச்சுக்கிட்டு இருக்க வேண்டாம்... அடுத்த வாரம் ஆபீஸுக்கு வா... டேக் ஏ ஜாப்!'

அவள் என்னை மறுபடி பார்த்து, 'இவனை ஏன் கூட்டி வந்தீங்க?' என்றாள். அவள் பார்வை என்னை அக்னி ஊசி போலத் தாக்கியது.

'இவனை ஏன் கூட்டி வந்தீங்க? என் புருஷனைக் கொன்னவன்... பைத்தியக்காரன்... இவனை ஏன் கூட்டிவந்தீங்க? போ... போடா.. என் புருஷனைக் கொன்னவனே. போ... போய்விடு. கைல பாத்துக்க... எவ்வளவு ரத்தக் கறை... ரோடு பூரா ரத்தம்' என்றாள்.

நான் 'ஐம் ஸாரி... நடந்ததில எனக்கு...'

'எதுக்காக வந்தே... என்னையும் சேர்த்துக் கொல்லவா?'

'ரீனா... நடந்தது ஒரு விபத்து.'

'இல்லை. இவன்தான்... டிரைவர் சொன்னாரு... இவன்தான் மாருதியைத் திருப்பினான். இவன்தான்... இந்தப் பைத்தியக் காரன்தான்.'

‘யாராவது அப்படிச் செய்வாங்களா?’ என்றான் சுதர்சன்.

‘தற்கொலை பண்ணிக்கணும்னா தனியாப் போய் கிணத்தில் விழேன்... என் கணவனை ஏன் கொன்னே... எதுக்காக? பாரு. இவளை!’ என்று தன் குழந்தையை மூர்க்கத்தனமாக இழுத்து என் முன் திணித்தாள். ‘இவ என்ன பாவம் செய்தா? எதுக்காக இவ அப்பாவை இழக்கணும்? போயேன், செத்து ஒழியேன். எதுக்காக இங்க வந்தே? உன் பெண்டாட்டியும் தாலி அறுக்கட்டுமே...’ அதன் அழுகை அவளை ஆக்கிரமிக்க, பலர் அவளைக் கட்டிப் பிடிக்க முயன்றும் என் முகத்தருகே வந்து ‘தூ’ என்று துப்பினாள். அவள் எச்சில் அமிலம்போல் என் பார்வையை எரித்தது. அவர்கள் அவளைக் கட்டிப் பிடித்துக் கொள்ள, நான் கண்ணை உள்ளங்கையால் அப்பிக்கொண்டேன்.

சுதர்சன், ‘தினேஷ்... நீ இங்க வந்திருக்கக் கூடாது... ஸாரி’ என்றான்.

நாங்கள் வெளியே வந்தபோது பீட்டர்சன் வாசலில் காத்திருந்தான்.

என்னிடம் ஒரு காகிதத்தைக் கொடுத்து, ‘நான் யோகியுடன் பேசிவிட்டேன். முதலில் சந்திப்பதற்குள் இந்தக் காகிதத்தை நிரப்ப வேண்டுமாம். ஃபேக்ஸில் அனுப்பியிருக்கிறார்’ என்றான்.

நான் கவனிக்காமல், ‘சுதர்சன்... நான் ரவியைக் கொன்றேன். அதற்காக எனக்குத் தண்டனை கிடைத்தாகவேண்டும்.’

‘முட்டாள்தனமா பேசாதே... நான் என் கம்பெனியின் இரண்டு விற்பன்னர்களை இழக்க விரும்பவில்லை!’

‘நான்தான் காரைத் திருப்பினேன்!’

‘லுக் தினேஷ்... நீ உன் சுதந்தர இச்சைகளுடன் அதைச் செய்தாயா?’

‘இல்லை... மனத்தில் ஒரு குரல் கேட்டது.’

‘குரல் இல்லாமல் இருந்தால் விபத்து நிகழ்ந்திருக்குமா?’

‘இல்லை...’

‘நடந்ததற்கு நீ காரணமில்லை. வேறு ஏதோ உன்னைச் செலுத்துகிறது. அதை முதலில் கண்டுபிடித்து நீக்கவேண்டும்.

ரீனாவையும் குழந்தையையும் நான் காப்பாற்றுகிறேன். முதலில் உன் உடம்பு சரியாகவேண்டியது முக்கியம்...'

'எனக்கு மட்டும் ஏன் இந்த விபரீதம்? நான் யாருக்கு என்ன தப்பு செய்தேன்?' என்று பீட்டர்சனைக் கேட்டேன்.

'உலகத்தில் காரணங்களுக்கும் காரியத்துக்கும் சம்பந்தமில்லை. திங்க்ஸ் ஆர் அப்ஸர்ட் இன் லைஃப். முதலில் இந்த டெஸ்ட் எடுத்துக்கொள்ளவேண்டும். இதைப் பூர்த்தி செய்தபின்தான் அப்பாயின்ட்மெண்ட் கொடுப்பாராம் டெல்லி யோகி.'

சுதர்சன், 'அவன் சொல்வதையெல்லாம கேட்காதே... நீ முதலில் ஒரு சைக்கியாட்ரிஸ்ட்டைப் பார்க்கவேண்டும். ந்யுரோ சர்ஜனிடம் அழைத்துச் சென்றது தப்பு' என்று நுங்கம்பாக்கத்துக்கு அழைத்துச் சென்றான்.

வெளி ஆபீஸ் இளம்பெண் என்பால் பாசப் புன்னகையை வீசிவிட்டு, 'உட்காருங்கள்' என்று உள்ளே செல்ல...

'இது என்ன இடம்?'

'டாக்டர் மேகநாத்... சென்னையிலேயே பிரபலமான சைக்கியாட்ரிஸ்ட்' என்றான் சுதர்சன்.

மேகநாத் வரவில்லை... அந்தப் பெண்தான் பேனா, பென்சில் அட்டைகளுடன் வந்து, என்னை உட்காரவைத்து மறுபடி என்னைப் புன்னகையால் நிரடினாள். கச்சிதமான மார்பு! ரவிக்கையில் பால்பாயிண்ட் பேனா செருகியிருந்தாள்.

'உங்கள் பெயர் என்ன?'

'தினேஷ்குமார்.'

'இன்று எந்த மாதம்? எந்தத் தேதி?'

'பிப்ரவரி, பதினெட்டு.'

'புஸ்தகம், பஸ், கடிகாரம்... திருப்பிச் சொல்லுங்க.'

'புஸ்தகம்... பஸ்... கடிகாரம்...' எளிய கேள்விகள் ஒவ்வொன்றுக்கும் மார்க் போட்டுக்கொண்டாள்.

'சேர்த்துச் சொல்லுங்க, காவேரி... திருச்சி... கங்கை...'

‘காவேரி திருச்சி ஜயலட்சுமி.’

‘காவேரி திருச்சி கங்கை.’

‘காவேரி திருச்சி கங்கை.’

‘ஜயலட்சுமி யாரு?’

‘தெரியாது!’

‘நோ இஃப்ஸ் அண் பட்ஸ். சொல்லுங்க...’

சொன்னேன்.

‘வலது கைல காகிதத்தை எடுத்துக்கிட்டு அதைப் பாதியா மடிச்சு இடது கைக்கு மாத்திக் கீழே வையுங்க’ என்றாள். சிரிப்பு வந்தது.

‘கண்ணை மூடுங்க...’

‘ஒரு வாக்கியம் எழுதுங்க.’

‘இந்தப் பேப்பர்ல உள்ள டிசைனை காப்பி பண்ணுங்க.’

இம்மாதிரியே ஒரு மணி நேரம் டெஸ்ட் நடந்தது. நான் பொறுமையுடன் அனைத்தையும் செய்ததும்...

‘உங்களுக்கு டயாபடிஸ் ஏதாவது உண்டா... ஆல்கஹால் அதிகம் எடுப்பீங்களா?’

‘இல்லை!’

‘வில் டு எ டி.எஸ்.டி. ஆன் யு. ஓ.கே....’

‘வாட் இஸ் டி.எஸ்.டி?’

‘டெக்ஸாமிதாஸோன் சப்ரெஷன் டெஸ்ட். பயப்படாதீங்க!’

மூன்று நாட்கள் தொடர்ந்து டெஸ்ட் எடுத்தார்கள். சிரித்துக் கொண்டே ஐந்நூற்று ஐம்பது கேள்விகள். ஆம், இல்லை ரகத்திலேயே கேட்டார்கள். ரோர்ஷாக் டெஸ்ட் எடுத்தார்கள். ‘தீமாட்டிக் அப்ரிஸியேஷன்’ என்ற முப்பது படம் காட்டினார்கள். ‘எனக்குப் பயமாக இருக்கிறது’, ‘எனக்குக் குற்ற உணர்ச்சி இருக்கிறது’ போன்ற வாக்கியங்களை முடிக்கச் சொன்னார்கள். யாரையாவது படம் வரையச் சொன்னார்கள். எண்களையும்

எழுத்துகளையும் இணைக்கச் சொன்னார்கள். இரண்டு வகை தாளத்தை வேறுபடுத்தச் சொன்னார்கள்.

எல்லாப் பரிசோதனைகளும் முடிந்தபின் டாக்டர் மேகநாத் என்னைச் சந்தித்தார். அவருக்கு ஐம்பது வயசிருக்கலாம். பார்த்த ஞாபகமாக இருந்தது. கண்ணாடி அணிந்திருந்ததில் விளிம்பு இல்லை. பெரிய முகம். மிக மெல்லிய உதடுகள். பார்வையில் துருவு தன்மை. 'உட்காருங்க தினேஷ். நீங்க பாசாங்கு பண்ண லையே? உங்க டெஸ்ட் எல்லாம் பார்த்தா நார்மலாத்தான் இருக்கு. சைக்கோமோட்டார், விஷுவோமோட்டார் ஃபங்ஷன் எல்லாம் சரியாத்தான் இருக்கு. ப்ரெய்ன் டாமேஜ் ஏதும் இல்லை...'

'அந்த டாக்டர் வந்து ஏதோ லீஷன் இருக்குதுன்னு... ஆபரேஷன் பண்ணப் போறேன்னு சொன்னார்...'

'அவர் சொன்னது தப்பு. உங்க ப்ராப்ளத்தை ஆடிடரி ஹலு ஸினேஷன்னு சொல்வாங்க. மூளைல ஒரு மாதிரி, தேனி பறக்கிற மாதிரி சத்தம்... பல பேர் உங்களைப் பத்திப் பேசிக்கிற மாதிரி, அப்படித்தானே?'

'இல்லை... ஒரே ஒரு குரல் எனக்கு கட்டளையிடறது.'

'கமாண்ட் ஹலுஸினேஷன்... எதாவது செய்யும்படிக் கட் டளையா?'

'தற்கொலை பண்ணிக்கும்படியா.'

'ஆர் யு ஷ்யூர்? உங்க மத்த ஸிம்டம்ஸ் அதை உணர்த்தலையே. ஆனால், ஷ்கிட்ஸோஃப்ரினியாவுடைய ஒரு வகை... அதுக்கு மருந்து கொடுக்கப் போறேன். ந்யுரேலெப்டிக்... தோராஸின் நூறு கிராம். ரெண்டு மாத்திரைல ஆரம்பிக்கலாம் முதல்ல... ரியாக்ஷன் ஜாஸ்தியா இருந்தாக் குறைக்கலாம்.'

''ரியாக்ஷன் ஜாஸ்தின்ன என்ன ஆகும்?'

'கை கால் நடுங்கும்... பார்க்கின்ஸன் ஸிண்ட்ரோம் மாதிரி. அப்ப ஒரு மாத்திரை குறைச்சுருங்க...'

'அதைச் சாப்ட்டா அந்த எண்ணங்கள்லாம் போய்டுமா?'

'நிச்சயமா... அதுக்குத்தான் மருந்து!' என்று என்னை அனுப்பி வைத்தார்.

வெளி ஆபீஸ் பெண், 'மறுபடி அடுத்த புதன் கிழமை வாங்க!' என்றாள். அவளையும் பார்த்த ஞாபகமாக இருந்தது. டாக்டரின் பெண்ணாக இருப்பாளோ என்று சாயல் தெரிவித்தது.

மருந்தின் விளைவோ என்னவோ, ஒரு வாரம் அந்தக் குரல் கேட்கவில்லை. வீட்டில் இருந்து போர் அடித்துவிட்டதால் ஆபீஸ் போகலாம் என்று கார் கேட்டேன். தேவகி டிபன் பாக்ஸில் பத்தியமாகச் சாப்பாடு வைத்துக் கொடுத்தாள்.

அப்போது எனக்கு அந்த உறுத்தல் அதிகமாகியது. இதை உறுத்தல் என்று கூடச் சொல்ல முடியவில்லை. ஒரு விதமான உந்துதல்தான்... என்ன செய்யவேண்டும் என்பதே தீர்மானமாகத் தெரிந்திருந்தது. பஸ் பிடித்து டிக்கெட் வாங்கிப் பிள்ளையார் கோயிலும் பனியன் கடையும் சேரும் இடத்தில் இறங்கிக் கொள்ளவேண்டும். அதுவரை தெளிவாக இருந்தது.

தேவகியிடம் சொல்லிவிட்டு கார் வருவதற்குள் சதித்தனமாக மெல்ல இருப்பிடத்தை விட்டுப் புறப்பட்டேன். பஸ் நிலையத்துக்கு வந்து நின்றேன். பஸ் காலியாக வந்து நின்றது. ஏறிக் கொண்டபோது கண்டக்டர் என்னை உள்ளே வாங்கி விசில் கொடுத்தார். அவர் இருக்கையிலிருந்து எழுந்திருக்கவில்லை. நானே போய் டிக்கெட் வாங்கிக்கொண்டேன்.

'எந்த ஸ்டாப்பில்?' என்று அவர் கேட்கவில்லை. நானும் சொல்லவில்லை. ரொம்ப நாள் பழக்கம்போல என்னைப் பார்த்து சிரித்தார். பஸ் பாலத்தின்மேல் போனது. அந்தப் பாலம் இரும்புப் பாலமாக குறுகலாக இருந்தது. ஒரு வழி மட்டும்தான் போக முடிந்தது. எதிர்ப் பக்கத்து வண்டிகளை மறு முனையில் நிறுத்தி வைத்திருந்தார்கள். அதற்குச் சிவப்புக் கொடி பிடித்துக் கொண்டிருந்தவர் முகம்கூடப் பரிச்சயமாக இருந்தது. சிந்தாமணியில் நின்றபோது கொஞ்சம் கொஞ்சம் நெல் வாசனை அடிக்க... ஜிங்ஜங்ஜக்... ஜிங்ஜங்ஜக் ஜால்ரா கேட்க... பல பேர் அந்த அறையில் காத்திருந்தார்கள். தெருவெல்லாம், வீட்டின் முன் வாசலெல்லாம் செருப்பாக இருந்தது. உள்ளே நூறு பேர் காத்துக்கொண்டிருக்க, ஜயலட்சுமி மட்டும் என்னைச் சந்து வழியாகப் பின்கட்டுக்கு அழைத்துச் சென்றாள். போகிற போது பசு மாடு போட்டிருந்த புதுக் கன்றுக்குட்டி பிரவுனும் வெள்ளையுமாக அம்மா நக்கலில் சுகமாகக் காட்டிக் கொண்டிருந்தது.

நான் என் பாடப் புத்தகங்களை எடுத்துவைக்க...

'ஹோம் வொர்க்கெல்லாம் செய்தியா?'

'செஞ்சேன்.'

'வா. பக்கத்தில் உட்காரு... எங்கே பார்க்கலாம்?'

ஜயலட்சுமி டீச்சர் என்னை முதுகைத் தடவிக்கொடுத்து, வாஞ்சையுடன் என் நோட்டுப் புத்தகத்தைத் திருத்தும்போது அவள் அருகாமையில் உடல் மல்லிகைப் பூ வாசனை வீசியது.

'இந்தக் கணக்கு தப்பாப் போட்டிருக்கே பாரு... என்ன பார்க்கறே?'

'உங்க கண்ணைப் பார்க்கறேன்.'

'என் கண்ல என்ன?'

'சிவந்திருக்கு.'

'அழுதேன்!'

'எதுக்காக?'

'அதெல்லாம் கேக்கக் கூடாது... இது என்ன?'

என் கையைத் திறந்து அந்த ரோஜாப் பூவை அவள் கையில் கொடுத்தேன். 'திருவானைக்காவல் தோட்டத்தில இருந்து பறிச்சுக்கிட்டு வரேன் டீச்சர்.'

'ரோஜாப்பூ இத்தனை கறுப்பா... கருரத்த கலர்ல ரோஜாப்பூ!'

'நீங்க எதுக்காக அழுதீங்க டீச்சர்?'

ஜயலட்சுமி 'நான் ஒண்ணு தரேன், யாருக்கும் சொல்லாத... ஆ... காட்டு' என்றாள்.

'ஆ...!'

ஜயலட்சுமி டீச்சர் என்னை அப்படியே அணைத்துக்கொண்டு தன் மார்பின்மேல் பதித்துக்கொண்டாள். என் நாக்கில் ஈரமாக அசட்டுத் தித்திப்பு தெரிந்தது. 'கோபாலா... கோபாலா' என்று என்னை மேலாக்கிருட்டில் போர்த்தினாள். நான் மூச்சுத் திணற, என்னை விடுதலை பண்ணிக்கொண்டு, 'என்ன டீச்சர் இது?' என்று அதட்டினேன்.

'கோபாலன் மாதிரியே இருக்கே நீ. என்னைப் பாரு... எப்படிக் கசியறது பாரு' என்றாள்.

அவள் வேகமாக மூச்சுவிட, மார்பெல்லாம் நனைந் திருந்தது.

'கோபாலனைத் தொலைச்சுட்டேனே... இத்தனை பாலை வெச்சுண்டு என்ன பண்ணுவேன்?' என்று அழுதாள். எனக்குப் புரியாமல் கன்னத்தைத் துடைத்துக்கொண்டபோது சர்மா வந்தார். சிவப்புச் சால்வை அவர் உடம்பைப் பாதிதான் மறைத்தது. அப்பளக் குடுமி, பின்னால் தள்ளப்பட்ட சிங்கக் கேசம், நெற்றிக் குங்குமக் கீற்றின் மத்தியில் சந்தனத் தொடுகை, விபூதி வாசனை, மார்பில் தங்க அரணா மாதிரி கொடியும் தங்கம் இடையிட்ட உத்திராட்சக் கொட்டைகளுமாக... சிஷ்யன் ஆர்மோனியத்தைக் கொண்டுவந்து வைக்க... பனை விசிறியால் 360

டிகிரியும் விசிறிக்கொண்டு, 'ஜெய்யூ எப்படியிருக்கே?' என்றார், டீச்சரைப் பார்த்து. 'ஏன் அழறே? நான்தான் கோபாலன் திரும்பப் பிறக்கப் போறான்னு சொல்லிருக்கேனில்ல?' என்னை முதன்முறை பார்த்தார்.

'இவன் எப்ப வந்தான்?'

'இப்பத்தான் வந்தேன் மாமா.'

சிஷ்யன் அவரருகில் உட்கார்ந்துகொண்டு, ஜயலட்சுமியிடம், 'மாமி... கொஞ்சம் தர்ப்பை வேணும்' என்றான்.

'அவளைப் பார்த்தா மாமி மாதிரியா இருக்கு நாணா? எத்தனை வாளிப்பு உடம்பு பாரு? பிள்ளை பெத்துப் பச்சை மண்ணில் குழந்தையைப் புதைச்சவ மாதிரியா இருக்கா?' என்றார் சர்மா.

நான் பதற்றத்துடன் ஜயலட்சுமி டீச்சரைப் பார்த்தேன். அவள் மௌனமாக உள்ளே சென்றபோது 'வா' என்றாள். நான் பின்னால் போகவில்லை.

சர்மா என்னை உற்றுப் பார்த்து, 'தினம் ரெண்டு தடவை டியூஷனுக்கு வரே, கால் வருஷப் பரீட்சையா?'

'ஆமாம்.'

'ஜயலட்சுமி டீச்சர்னா உனக்கு இஷ்டம்தானே?'

'யாருக்குத்தான் இஷ்டமில்லை' என்றான் நாணா.

> அரிசி விற்றிடும் அந்தணர்க்கோர் மழை...
> வரிசை தப்பிய மன்னருக்கோர் மழை...
> புருஷனைக் கொன்ற பூவையர்க்கோர் மழை...
> வருஷ மூன்று மழையெனப் பெய்யுமே...

அவர் தரையில் பலகை மேல் உட்கார்ந்து ஆர்மோனியத்தை விடுவித்து, காற்றுப் பையை அசக்கி, பல்லைத் தொட்டபோது, கீழ் ஸ்தாயியில் புறப்பட்ட அந்தத் தொனி நரம்பை வருடியது.

அவர் பாடத் தொடங்கினார்... 'சந்திரனில்லா வானம்...'

பஸ்ஸுடன் அந்த கார் வருவதைக் கவனித்தேன்.

கண்டக்டர், 'அப்பப் புடிச்சு கூடவே வராரு... கவனிக்காமலே இருக்கீங்களே' என்று விசிலை 'பர்ர்ர்' என்று ஊதினார்.

என் கார் டிரைவர் முனுசாமி பஸ்ஸுக்குள் நுழைந்து, 'ஐயா... காரை கொண்டாரச் சொல்லிட்டு பஸ்ல போறீங்களே?' என்றான்.

'மறந்துட்டேன் முனுசாமி' என்றேன்.

'அம்மா வீட்டுக்கு வந்துரச் சொன்னாங்க. ஆபீஸ் அழைச்சுக் கிட்டுப் போகவேண்டாம்னு சொன்னாங்க' என்றான்.

நான் அசட்டுத்தனமாக பஸ்ஸிலிருந்து இறங்கி கண்டக்டரை ஒரு முறை பார்த்தபோது, அவன் தலையில் அடித்துக்கொள்வதைக் கவனித்தேன்.

டிரைவர் முனுசாமி பதற்றமில்லாமல் எனக்கு கார் கதவைத் திறந்துவிட... வீட்டுப் பக்கம் 'யு டர்ன்' அடித்தான்.

தேவகியும் அம்மாவும் கவலையுடன் நின்று கொண்டிருக்க, 'என்னடா தீனு, இப்படி நெடுகப் போய்ட்டே பஸ்ல? வேஷ்டி அவுந்தது தெரியாம நேர ஏறிண்டு போய்ட்டியாம். நன்னா இருக்கா?'

'வேஷ்டியா?'

'ஆமாம்... பாண்ட் மாத்திக்கலை நீங்க. அம்மா, அவரை உள்ளே வரச் சொல்லுங்க... முனுசாமி, நீ போப்பா!'

உள்ளே என்னை நாற்காலியில் உட்காரவைத்து இருவரும் குறுக்கு விசாரணை செய்தார்கள்.

'எதுக்காக தீனு, இப்படிக் கன்னாரே பின்னாரேன்னு நடந்துக்கறே?'

தேவகி சிணுங்கினாள்.

'தேவகி... சொன்னாத் தெரியாது. நான் என்ன செய்யறேன்னு எனக்கே...'

'மறுபடி குரலா?'

'குரல் இல்லை... மருந்து சாப்பிட்டப்புறம் குரல் வரலை. ஆனா, அந்த என்னவோ பஸ்ல ஏறி... எதுக்காக பஸ்ல ஏறினேன்னு

தெரியலை. எந்த பஸ்ஸு, எந்த ஊரு, எந்தத் தேதி, எந்த வருஷம், ஏதும் தெரியலை. சர்மான்னு ஒருத்தர் விசிறிண்டு... நடுக் கூடத்தில...'

'அம்மா, பாருங்கம்மா இவர் பேசறதை!' என்றாள் தேவகி.

'தீனு, நீ போய்ப் படுத்துக்கோ. நாம் அடுத்த வாரம் கொச்சின் போறோமாக்கும்.'

'எதுக்கு?'

'பகவதி கோயிலுக்கு.'

'போயிட்டு வாங்கோ.'

'உனக்குத்தான். வைத்தியம் பார்க்க. நீ வந்து ஆகணும்!'

'பேத்தாதே... நான் அங்கெல்லாம் வர மாட்டேன். எனக்கு அதில் எல்லாம் நம்பிக்கை இல்லைன்னு தெரியுமில்லை?'

'உனக்குத் தெரியறது... அவாளுக்குத் தெரியலையே...'

'வந்துட்டியா' என்றேன். சட்டென்று அவர்கள் என்னை வியப் பாகப் பார்க்க, 'அது வர்றதா? மாத்திரை சாப்பிடறீங்க?' என்றாள்.

'டாக்டர் போன் பண்ணச் சென்னார். அது வர சமயத்தில தலைல என்னவோ வெச்சுப் பார்க்கணுமாம்!'

'அதுக்குத்தான் சொல்றேன், நேரா பஸ்ஸைப் பிடிச்சு கடற் கரைக்கு வான்னு. அங்க வந்தா ஒரு நிமிஷத்துல காரியத்தை முடிச்சுடலாம். ரத்தம் வராது. பாடி முழுக்கக் கிடைக்கும், சரம காரியங்களுக்கு. இங்க என்னவெல்லாம் காத்திருக்கும் தெரியுமா உனக்கு? முண்ட முண்ட உதைச்சுண்டு உதைச்சுண்டு பால் குடிக்கலாம் நீ.'

இந்தக் குரல்... இந்தக் குரலை எங்கே கேட்டேன்!

என் மண்டைக்குள் அந்தக் குரல் ரீங்காரம் செய்ய, மற்ற எண்ணங் களை அனுமதிக்காமல் விஸ்தாரமாகப் பரவ, நான் சட்டென்று என் அறைக்குச் சென்று மாத்திரை போட்டுக்கொண்டேன்.

'மாத்திரை எஃபெக்ட் எடுக்கக் கொஞ்ச நேரம் ஆகும். அதுக் குள்ள கொஞ்ச நாழி பேசிக்கிடலாம் கோபாலா.'

‘நான் கோபாலன் இல்லை... என் பேர் தினேஷ்!’

‘நீ கோபாலன்தானே கோபாலன்தானே... வா! என் கஷ்கத்தை வந்து மூந்து பாரு... வாடா அறிவு கெட்டவனே, என் பொண் டாட்டியை என்ன பண்ணே நீ. கோபாலா... கோபாலா...’

நான் காதுகளைப் பொத்திக்கொள்ள, தோராஸின் மாத்திரை தந்த தாக்கத்தில் அந்தக் குரல் சற்று விலகிப்போக, மயக்கம் போல் வந்து ஆசுவாசப்படுத்திக்கொண்டு படுத்தேன். தேவகி என்னருகில் உட்கார்ந்து மார்பைத் தடவிக் கொடுத்துக் கொண்டிருந்தாள். ‘போய்டுத்தா’ என்றாள்.

‘போச்சு’ என்றேன்.

‘என்ன பண்ணித்து?’

‘குரல்தான். இப்ப குரல் மட்டும் இல்லாம காட்சிகளும் குழப் பறது. தேவகி... தேவகி... எனக்கு பயமா இருக்கு. என்னைக் காப்பாற்றேன்! தேவகி எனக்கு பயமா இருக்கு’ என்று மார்மேல் புதைந்து, நான் கட்டிய தாலியைக் கண்ணீரால் நனைத்தேன்.

அவள் என் தலையைத் தடவிக்கொடுத்து, ‘வேண்டாம்... வேண்டாம்... புருஷன் அழக் கூடாது. நான்தான் அழவேண்டிய ஜென்மம். தைரியமா இருங்கோ’ என்று என் நெற்றியிலும் கழுத்திலும் அம்மா கொண்டுவந்த விபூதியைத் தடவினாள்.

‘கொஞ்ச நாள்தான் என்னால் தாக்குப் பிடிக்க முடியும் போலிருக்கு. அப்புறம் கோர்வையாப் பேச முடியுமான்னே சந்தேகம் வருது தேவகி. இப்ப என்னால எனக்கு என்ன விபரீதம்கிறதை விவரிக்க முடியறது. அந்தச் சக்தி கொஞ்சம் கொஞ்சமாப் போயிடுமோன்னு பயமா இருக்கு தேவகி. எப்போதும் ஸ்திரமா அந்தக் குரல் மண்டைல வந்து உக்கார்ந்துட்டா நான் என்ன செய்யப்போறேன்? நான் சொல்றதெல்லாம் தட்டுக்கெட்டுப் போய் நீங்கள்லாம் என்னை அப்ப என்னன்னு சொல்வீங்க... பைத்தியம்தானே? கேட்ட கேள்விக்கு பதில் சொல்ல முடியாம ஜயலட்சுமி, சர்மா, சிந்தாமணின்னு உளறினா நான் பைத்தியம்தானே?’

‘யார் இதெல்லாம்...’

‘என்னவோ தெரியலை... இந்தப் பேர் எல்லாம் அடிக்கடி வருது... ஜயலட்சுமி டீச்சர் மாதிரி இருக்கா. எந்த ஸ்கூல்னு

சொல்ல முடியலை. அவ வீட்ல டியூஷன் எடுத்துக்கப் போறேன். 'கோபாலா கோபாலா'ங்கறா...'

'கொஞ்சம் இருங்கோ...' என்று தேவகி ஒரு நோட்டுப் புத்தகத்தை எடுத்து வைத்துக்கொண்டாள். அப்போது அம்மா வந்தாள். 'உன் ஜாதகத்தைப் பூரா பார்த்துட்டோம் தீனு. அஷ் டமத்தில சனி ரொம்ப உக்கிரமாம்... அதான் பாடாப் படுத்தற தாம். பகவதி கோயில்ல கிருஷ்ணன்தான் வழக்கமா பேய் ஓட்டறவன்...'

'பேயா!'

'இதுக்கு முன்னாடி யாருக்காவது இருந்திருக்காம்மா?' என்றாள் தேவகி.

'ஆசாமிக்கு வரலை. ஆனால், ஒரு தடவை யாரோ சூன்யம் வெச்சுட்டுக் கொடிப் புடைவை பத்தி எரிஞ்சுது. அப்புறம், நடுக் கூடத்தில் மலமா இருந்தது. கிருஷ்ணனைத்தான் கூப்பிட்டோம்.'

தேவகி என்மேல் இன்னும் விபூதியை அப்பி, 'அம்மா, ஜய லட்சுமின்னு உங்காத்தில் யாராவது இருந்திருக்காங்களாம்மா?'

'இவ... நம்ம முத்துசாமி பொண்ணு! குவைத்தில ஆடிட்டரா இருக்கானே, ரங்கனோ சேகரோ... அவன் அம்மா!'

'டீச்சராம்மா?'

'அவ ஒண்ணும் டீச்சரில்லை. கதர் கட்டிண்டு அந்த நாட்கள்ல பவுடர் போட்டுண்டு மார்ல ப்ரூச்சு குத்திண்டு நாராயணன் பின்னாடி அலைஞ்சா.'

'இப்ப எத்தனை வயது இருக்கும்?'

'அவ போயிட்டா.'

'நான் பார்க்கறது இருபத்தஞ்சு வயசும்மா!'

'என்னவோ சொல்றார்ம்மா... புரியவே இல்லை.'

தேவகி என் முகத்தைத் துடைத்து, 'எதுக்கும் பயப்படாதீங்க. நீங்க என்ன பேத்தினாலும் நான் உங்களைக் கைவிட மாட்டேன். உங்களை எப்படியாவது குணப்படுத்திட்டுத்தான் மறு காரியம்.

எல்லோருக்கும் வேண்டிண்டுருக்கேன். பங்களூர்ல குழந்தை ஏசு முதற்கொண்டு. ஒருமுறை திருநள்ளாறு, வேளாங்கண்ணி, நாகூர் எல்லாம் போயிட்டு வந்துரலாம். அபிராமி அந்தாதி தினம் படிச்சாலே போதும். எல்லாம் மாயமா மறைஞ்சு போயிடும்... உங்களுக்குத்தான்...' என்றாள்.

நான், 'எனக்கு அதெல்லாம் புரியாது. ஏதாவது அழகான கவிதை படிச்சாப் போதும். மனசுல நிம்மதி புறப்படும்' என்றேன்.

'அதையாவது படிங்கோ.'

'அந்த புஸ்தகத்தை எடு!'

பிரித்து, 'படி பார்க்கலாம்' என்றேன்.

> 'Up from the meadows rich with corn, Clear in the cool september morn...'

அவள் படிக்கும்போது மற்றொன்றும் கூடப் படித்தது!

> 'உண்டதை ஒழிக்கும் வாசலும்
> வரிநீரொழித்துமேலே
> வண்டலும் மழுகலும் சேறும் உதிரமும்
> மாறா வாசல்... வாசலுக்கு
> வா... கம்... ஆவோ... ஆ...!'

நான் அவசர அவசரமாக மாத்திரைகளை பெப்பர் மிண்ட் போல வாயில் போட்டுத் தண்ணீரை வைத்து எனக்குள் துரத்தினேன். என் நெற்றி எங்கும் வியர்த் திருப்பதை தேவகி துடைத்துவிட்டு, ‘என்ன ஆச்சோ... பெருமாளே... ஆண்டவனே... ஏன் இப்படிப் பாடாப் படுத்தறே?’ என்றாள்.

என் மண்டைக் குரல்களை என்னால் இப்போது பிரித்துப் பார்க்க இயலவில்லை. ஒரு கணம் ஒரு குரல் ‘கோபாலா... கோபாலா’ என்று கேட்க, மற்றொரு தளத்தில் நான் படித்த ஆங்கிலக் கவிதையை என்னுடன் என் குரல் அல்லாமல் வேறு குரலில் யாரோ ஒருவன் படித்துக்கொண்டிருந்தான். அதனிடையே சில்மிஷங்கள்... சில்வண்டுகள் சப்தம்... ‘அடிடா செருப்பால, எடு செருப்பை...’ போன்ற அதட்டல்கள். என்ன செய்வேன்?

என் மனசுக்குள் அடித்த புயலைச் சமாளிக்க இயலா மல், வெளியே வாய் வார்த்தையாக ஏதும் சொல்ல முடியாதபடி இதை எப்படி நிவர்த்தி பண்ணிக் கொள்வது என்று மலைப்பு ஏற்பட்டு, ஒரு சமயம் எல்லாவற்றையும் உதறிவிட்டுக் கடற்கரையை நோக்கி ஓடி விடலாமா என்று தோன்றியது. அதே சமயம் இந்த சமாசாரம் என் மூளை என்னும் கம்ப் யூட்டருக்குள் ஒரு பிழை போல... ‘பக்’ போல;

அதை நீக்கவேண்டும். நீக்குவது எப்படி என்று தெரியாவிட்டால் மேலும் விற்பன்னர்களைக் கலந்தாலோசித்து விடை கண்டு பிடி... அதுவரைக்கும் நீ மனோ நிலையை ஸ்திரப்படுத்தி வைத்துக்கொண்டிருக்கவேண்டியது மகா முக்கியம். 'ஸ்டெடி... ஸ்டெடி' என்று நானே மனக் குதிரையை அடக்கி, அதன் மேல் சவாரி செய்ய முயன்று கொண்டிருந்தேன். அது நாலா பக்கமும் உதைத்துக் கொண்டிருக்க, தேவகி என்னைக் கண் கொட்டாமல் கவலை வடியாமல் பார்த்துக்கொண்டிருந்தாள்.

'என்ன பண்றது உங்களுக்கு?'

'சொல்லத் தெரியலையே...'

'கிருஷ்ணன் மாமா எல்லா ஏற்பாடும் செய்துட்டார். எர்ணா குளத்தில் சோட்டாணிக்கரை பகவதி கோயிலுக்குப் போய் அங்க இருக்கிற குளத்தில் குளிச்சுட்டு ஒரு தடவை அங்கப் பிரதட்சணம் செய்துட்டா எல்லாம் சரியாப் போய்டுமாம்...'

'பீட்டர்சன் டெல்லில சாமியாரைப் போய் பாருங்கறான். டாக்டர் தாமோதர் என்னை சிடி ஸ்கான் எடு, என்.எம்.ஆர். எடுங்கறாரு... சுதர்சன் சைக்கியாட்ரிஸ்ட் மேகநாத்தைப் பாருங்கறான். அவரு 'புஸ்தகம், கடிகாரம்'னெல்லாம் சொல்ல வெச்சுட்டு தோராஸின் சாப்டுங்கறாரு... இதில் எதை எடுத்துப்பேன் தேவகி?'

'எல்லாத்தையுமே பார்த்துரலாமே... எதில குணம் ஆறதோ அதை வெச்சுக்கலாம்.'

'எனக்கு மாத்திரை போட்டாத்தான் குணம் இருக்கு.'

'என்ன குணம்? போட்டதும் பூனைக் குட்டி மாதிரி தூங்கிடறீங்க. வேலைக்குப் போக முடியாம பகல் பூரா தூங்கிண்டு, இது என்ன குணம்?'

'இப்ப என்ன செய்யணும்?'

'சொன்னேனே... ஒரு நடை பகவதி கோயிலுக்கு...'

அம்மாவும் தேவகியும் திரும்பத் திரும்பச் சொல்ல... கொச்சினுக்கு விமானம் ஏறிவிட்டோம். ஒரு வெள்ளிக்கிழமை அது. அங்கிருந்து உடனே கே.டி.சி. டாக்ஸி வைத்துக்கொண்டு பகவதி கோயிலுக்குப் போனோம். அதிகம் பிரமிப்பூட்டாத

சாதாரணமான கோயில் அது. கோயிலுக்கு எதிரே சற்று தள்ளி குளம் இருந்தது. அதில் குளிக்கச் சொன்னார்கள். பச்சையாக இருந்த ஜலத்தில் பலவித ஜலப் பூச்சிகள் நேர்க்கோடு போட்டு சலனித்துக்கொண்டிருக்க, 'சும்மா ஒரு சொம்பு மொண்டு தலைல விட்டுண்டு அப்படியே ஈரத்தோட வந்தாலே போதுமாக்கும்...' என்றார் கிருஷ்ணன். அவர் முகத்தில் நாலு நாள் தாடி மிளகும் உப்பும்போலப் படர்ந்திருந்தது. ஒண்ணரைக் கண் வேறு.

கோயிலை அணுகும்போது செண்டை வாத்தியம் மெல்லத் தயார் பண்ணிக்கொண்டிருந்தது. அதன் தாள கதியில் உடனே ஒரு உலோக நாதத்தை விடாப்பிடியாகத் துரத்த 'டும்... டும்டும்... டண்ட டண்டன... டும்டும்' என்று என் மூளைக்குள் அவை சரம் சரமாகப் பிரிந்து உதிர... சங்கிலியால் தூணில் கட்டியிருந்த ஒரு வாளிப்பான பெண் பிள்ளை அசாத்திய வேகத்துடன் தலை விரித்து ஆடிக்கொண்டிருந்தாள். 'அம்மே... அம்மே...' என்று அவள் வலுவாகக் கூப்பிட்டதைத் தரிசனர்கள் கவனிக்கவில்லை. எல்லோரும் கர்ப்பக்கிரகத்தையே பார்த்துக் கொண்டிருந்தார் கள். பூசாரி பிரசாதத்தைக் கையில் தூக்கிப் போட, பலர் அங்கப் பிரதட்சணத்தில் உருண்டு கொண்டிருந்தார்கள்.

யானைக்கு அருகில் நின்றுகொண்டிருந்தவனை அப்போதுதான் கவனித்தேன். முன் பற்களில் ஒன்றில்லாமல் என்னைப் பார்த்து ரொம்ப சிநேகிதமாகக் கண் சிமிட்டினான். நான் சட்டென்று பார்வையைத் திருப்பினாலும் பத்து செகண்ட் கழித்து பார்க்கா மல் இருக்க முடியவில்லை. அவன் அருகில் வந்திருந்தான்.

'ஜயலட்சுமியைக் காணான் வந்நோ...'

'என்ன...?'

'வரு... வரு...' என்றான். 'ஞான் காணிக்கு...ம். வரு...' அவன் தலை அடர்த்தியாக இருந்தது. பிச்சைக்காரன்போல இருந்தா லும் நெற்றியில் சந்தனம் வறண்டிருந்தது. காதில் பீடி செருகி யிருந்தான். நான் விலகிக்கொள்ள, அவன் ஒட்டிக் கொண்டான். 'ஒரு நிமிட்டல் காணிக்கும்... ஒரு அஞ்ஞி ரூபா தரு...'

நான் ஜிப்பாவுக்குள் பர்ஸைத் தேடி நிரட, அவன் 'வேகம் வரு... வேகம் வரு...' என்று என்னை அழைத்தான். நான் அம்மா வையும் தேவகியையும் பார்த்தேன். அவர்கள் பகவதியின் ஆரத்தியில் மெய் மறந்திருந்தார்கள். அவன் என்னைப் பற்றி

யிழுத்தான். இப்போது அந்தப் பெண் அதிவேகத்தில் மிக்ஸி மாதிரி தலையைச் சுழற்றிக்கொண்டிருந்தாள். பல பேர் அங்கே ‘அம்மே... பகவதி அம்மே...’ என்று சொல்லிக்கொண்டு அங்கப் பிரதட்சணம் செய்ய, நான் என்னை அறியாமல் அவன் பின்னே போனேன். அவன் யானைப் பாகன்போல இருந்தான். யானை அவனிடத்தில் சில்லறை தந்தது. ஒரு சிறுவனைக் கவனிக்கச் சொல்லிவிட்டு அவன் என்னிடம், ‘காசு...’ என்றான். நான் பர்ஸை எடுத்தேன். ஐம்பது ரூபாய் இருந்தது. அதை வாங்கிக் கொண்டு ‘மதி...’ என்று வேகமாக நடந்தான். அவன் பின்னால் நடந்தேன். செலுத்தப்பட்டவன்போல தேங்காய் வியாபாரி களையும் மண்டபத்தில் இருந்த கார்களையும் கடந்து ஒரு சந்தில் நுழைந்தபோது எதிரே ஒரு பெட்டியைத் தலைச் சுமையாகக் கொண்டுவந்தார்கள். மற்றொருத்தன் பலாப் பழத்தைத் தலையில் சுமந்து வர, அவனை ‘ஏடா... உண்ணி’ என்று அதட்டி என்னவோ கேட்டான். என்னை அவமதிப்பாகப் பார்த்தார்கள்.

‘நான் ஜயலட்சுமி... ஜயலட்சுமி’ என்றேன்.

‘ஜயலட்சுமி, விஜயலட்சுமி ரெண்டும் ஒண்ணு...’ என்றான் மலையாளத் தமிழில்.

நான் தயங்க... ‘ஏ... ஏய் வரு...’ என்று அதட்டி தட்டி கட்டின ஒரு வீட்டின் திண்ணையில் உட்கார்ந்து உள்ளே எட்டிப் பார்த்து மலையாளத்தில் கேட்டான்.

‘போய்க் கொள்ளு...’ என்றான்.

அந்த இருட்டில் ஏன் நுழைந்தேன்? தேக்கு மர வாசலில் சிங்கம் போன்ற குமிழ் போட்டிருந்தது. உள்ளே அந்த மணம் என்னை எங்கோ கொண்டு சென்றது! அதில் மல்லிகைத் தோட்டமும் மாம்பழமும் தசாங்கமும் சாம்பிராணியும் யவனர்கள் காலத்தி லிருந்து நம் நாட்டைச் சிறப்பித்த வாசனாதி திரவியங்கள் அனைத் தும் கலந்திருந்த வாசனை! ஊஞ்சல் ஆடிக்கொண்டு வேட்டி கட்டின ஒருத்தி என்னை அழைத்தாள். அவள் அப்போதுதான் குளித்திருந்தாற்போல கூந்தலில் நீர் சொட்டிக்கொண்டிருந்தது.

‘ஜயலட்சுமி டீச்சரைப் பார்க்க வந்தேன்...’

அவள் சிரித்து என் முகத்தருகில் பழங்களைக் கொண்டுவந்தாள். யானைப் பாகன் நான் கொடுத்த ஐம்பது ரூபாய் நோட்டை மடித்து ஷர்ட்டில் செருகிக்கொண்டு புறப்பட்டு விட்டான்.

‘டீச்சர்... டீச்சர்... ஏன் என்மேல கோபமா?’

‘எதுக்காக லெட்டரைக் காட்டின?’

‘நான் காட்டலை டீச்சர். அவர்தான் என்கிட்டருந்து பிடுங்கிட்டார்.’

‘இப்ப குழப்பமாப் போச்சு கோபாலா!’

‘என்ன ஆச்சு?’

‘அவர் லெட்டரைப் படிச்சுட்டார்.’

‘லெட்டர்ல ஏதாவது தப்பு இருந்ததா?’

‘இல்லை... சந்தேகம் கேட்டுத்தான் எழுதியிருந்தேன். சில கணக்கெல்லாம் புரியலை எனக்கு. கோபாலா, இனிமே லெட்டரை மறைவாக் கொண்டுபோறயா?’

‘சரி, டீச்சர்... உங்களுக்காக என்ன வேணா செய்யறேன்.’

‘பண்டரியைக் காவேரிக் கரைக்கு வரச் சொல்றியா? உனக்குச் சொன்னாத் தெரியாது. எனக்கு நிறையச் சந்தேகம் கேட்கணும். பண்டரிதான் சந்தேகத்தைத் தீப்பார்!’

‘சரி, உள்ள வா...’

அவள் என்னை அந்த அறைக்குள் அழைத்துச் சென்றபோது நிலைப்படி தாழ்வாக இருந்தது. ஜயலட்சுமி உள்ளே உட்கார்ந்திருந்தாள். ‘வா, கோபாலா... பக்கத்துல வா’ என்று தன் பக்கத்தில் இருக்கும் இடத்தைத் தட்டினாள். நான் அவளை நோக்கி வேகமாக நடந்து செல்ல... என் மண்டை நிலைப்படி தாழ்வாக இருந்ததைக் கவனிக்காததால் நெற்றியில் அடி பட்டது. ‘பரவாயில்லை’ என்று உள்ளே செல்ல, அந்தப் பெண் என் நெற்றியைக் கவனித்து ‘அய்யோ சோரு’ என்றாள்.

நான் நெற்றியைத் தொட்டுப் பார்க்க... உள்ளங்கை முழுவதும் ரத்தமாக இருந்தது. நான் அப்படியே மயங்கிக் கவிழ்ந்தேன்.

காவிரிக் கரையில் மணலாக இருந்தது. நான் பண்டரிக்குத் தெரியாமல் கபாலத்தில் நடந்து சென்றேன். தண்டவாளங்களின் இடையில் நடக்கும்போது கால் நடுங்கியது. கீழே பண்டரியும் ஜயலட்சுமி டீச்சரும் சந்தேகம் கேட்டுக்கொண்டிருந்தார்கள்.

அவர்கள் நடக்க நடக்க நான் மேலே தண்டவாளத்தில் நடந்தேன். முப்பதடி இருக்கும்... ஜயலட்சுமி டீச்சரின் தலை வகிடு தெரிந்தது. அவர்கள் பேசிக்கொள்வது கணக்குப் பாடமாகத்தான் இருக்கும் என்று தீவிரமாக நம்பினேன். இருந்தும் பண்டரி அவளை அடிக்கடி தொட்டுத் தொட்டுப் பேசுவது சரியாக இல்லை. ஊற்றுக்காகத் தோண்டியிருந்த தெளிவான நீரின் அருகில் அவர்கள் மணலில் உட்கார்ந்தார்கள். நான் மேலே ரயில் வந்தால் பாலத்தில் ஒதுங்கிக் கொள்ளும் இடத்துக்குச் சென்று நின்றுகொண்டிருந்தேன். இருட்டுவது போல சூரியன் என் பின்னால் மறைந்து கொண்டிருக்க, பண்டரி செய்த காரியம் எனக்கு மனத்தாங்கலை ஏற்படுத்தியது. கேட்காமல் அவள்மேல் பலவிதமான சுதந்தரங்கள் எடுத்துக் கொண்டான். அவள், 'போங்க பண்டரி... ஏற்கெனவே சந்தேகப்படறார்!'

'ஜெயு... அந்த ராட்சசனை விட்டுட்டு வந்துரு. நாம ரெண்டு பேரும் இப்பவே கரூர் போய்டலாம். இப்பவே எல்லாத்தையும் விட்டுட்டு... அங்க ரெண்டு பேருக்கும் போர்டு ஹைஸ்கூல்ல வேலை கிடைக்கும்...' நான் அவர்கள் சொல்வதை முழுக்கக் கேட்பதற்குள், 'தடக் தடக்'கென்று பாஸஞ்சர் ரயில் வரும் சப்தம் தண்டவாளங்களில் கேட்க... நான் ஒரு நிமிஷத் தயக்கத்தில் அங்கேயே இருப்பதா அல்லது பாலக்கரைக்குப் போய்விடுவதா என்று தீர்மானிக்க இயலாமல் தண்டவாளங் களின் இடையில் நடக்க ஆரம்பித்தேன்.

இருப்பதா... நடப்பதா...

இருப்பதா... நடப்பதா...

மழை மேகம் போல புகை கக்கிக்கொண்டு வந்த ரயில் என்மேல் செல்லும்போது எனக்குப் பதிலாக அது அலறியது.

'ஆ...!'

XIX

மெலிதான இருட்டில் வேட்டி கட்டின அந்தப் பெண் என்னருகில் வந்து 'இரிக்க' என்றாள். அவளைப் பார்த்தால் ஜயலட்சுமி டீச்சர் போலவும் இருந்தது.

கீழே பாயைப் போட்டுக் கதவைச் சாத்தினாள். அவள் எதற்காகக் காத்திருந்தாள் என்று எனக்குப் புலப்படுவதற்குள், எனக்கு அதிகமாகக் கோபம் வந்து, அந்தப் பெண்ணின் அருகில் உட்கார்ந்தேன். அவள் நேந்திரம் பழங்களைத் துண்டாக்கி வைத்து பொரித்த சர்க்கரை தடவின மஞ்சளாக ஏதோ கொடுத்தாள். அதை என் உதட்டில் வைத்தாள். நான் அவளை மடியில் சாய்த்துக்கொண்டு, 'டீச்சர், நீங்க செய்யறது நல்லா இருக்கா' என்று கேட்டேன்.

'ஏஏய்... ஞான் டீச்சர் இல்லா' என்றாள்.

'பண்டரிக்கு என்னையே லெட்டர் கொண்டு கொடுக்கச் சொன்னது நல்லதா? என்னை ஏமாத் திட்டிங்க டீச்சர். என் காதல் என்ன ஆறது?'

அவள் என்னை வியப்படன் பார்த்து 'அம்மே' என்றாள். 'கோவிந்தன் குட்டி, இயாளு விக்ருதி காணிக்கும்.'

நான் அவள் கழுத்தை என் விரல்களின் இடையில் வைத்து அழுத்தினேன். முதலில் சரச சம்பந்தச்

செயல் என்று சிரிக்கத் தொடங்கினவள், அதன் முழு அழுத்தத்தை உணர்ந்ததும் அவளிடமிருந்து அமானுஷ்யமான சப்தங்கள் வெளிப்பட, தொண்டைக் குழல் அடைபட்டு மூச்சுத் திணறினாள்.

'என்னை ஏமாத்த மாட்டியே... ஆசை காட்ட மாட்டியே?'

எனக்கு அவ்வாறு அழுத்துவது சந்தோஷமாக இருந்தது. 'ஙிர்ற் ஙிர்ற்' என்றாள். அதற்குள் இரண்டு மூன்று பேர் சப்தம் போட்டு ரூம் கதவை உடைத்துக்கொண்டு வந்து என்னைப் பிடித்து தரதரவென்று இழுத்துக்கொண்டு சென்று தூணில் கட்டினார்கள். அந்தப் பெண் ரொம்ப இரும ஆரம்பித்தாள். அழ ஆரம்பித்தாள். அத்தனை பேரும் என்னை மலையாளத்தில் திட்டினார்கள். யானைக்காரன் நழுவிவிட்டான். என்னை அவர்கள் அடித்தார்கள்.

முதலில் ஒருவன் புறங்கையால் 'எடா' என்று அதட்டி ஒரு முறை சவட்டினான். என் வாய்க்குள் ஊறின ரத்தம் தன்னிச்சையாகச் சட்டை மேல் வழிந்தது. மற்றொருவன் கையால் அடித்தான். மற்றொருத்தன் முகத்தில் அடிக்க... அந்தப் பெண் என் கன்னத்தை வைத்து நன்றாகக் கீறினாள்.

அவர்கள் போலீஸுக்குச் சொல்ல விரும்பவில்லை. அந்தக் கணம் சரீரத்துக்கு அதீத வேதனை தந்தாலும், அது யாருக்கோ நடப்பதுபோல என்னால் வேடிக்கை பார்க்க முடிந்தது. அந்த அடிகள் எனக்குப் பொருட்டாக இல்லை. வலித்தாலும் தாங்கிக் கொள்ளவேண்டும் போல இருந்தது. அதற்குள் என்னைத் தேடி வந்த கிருஷ்ணனும் தேவகியும் அம்மாவும் என் ரத்தச் சட்டையைப் பார்த்துப் பெரிதாக அழ ஆரம்பித்தார்கள். கிருஷ்ணன் அவர்களுடன் மலையாளத்தில் பேசி, அவசரமாகக் கட்டுக்களை விடுவித்தான். காலில் ஸ்டாக்கிங்ஸ் கட்டிய போலீஸ்காரரைப் பார்த்ததும் அவர்கள் மிக விரைவாக என்னைப் பற்றிப் புகார் சொல்ல ஆரம்பித்தார்கள். அவர் என்னிடம் மலையாளத்தில் கேட்க அதை கிருஷ்ணன் மொழிபெயர்க்கத் தயங்கினார்.

என்னை அழைத்துச் சென்றபோதே கண்களை இருட்டியது. டிஸ்பென்ஸரிக்கு அழைத்துச் சென்று மருந்து போட்டு ஊசி குத்தி ஆட்டோ ரிக்ஷாவில் விடுதிக்குக் கொண்டுபோனார்கள். போகும்போதெல்லாம் தேவகி என்னைத் திட்டிக்கொண்டே வந்தாள்.

‘ஏன் இப்படி நடந்துக்கறீங்க. வெளியூர்ல வந்தும் அவமானப் படணுமா? எல்லாரும் உங்களுக்குப் பைத்தியம்னே முடிவு கட்டணுமா?’

‘பகவதி... என்னம்மா இப்படிச் செஞ்சுட்டே! கிருஷ்ணா, ஏதாவது சூன்யம் வெச்சுத்தான் இப்படி ஆகியிருக்கான். அதை எடுக்க வழி பண்ண மாட்டியா?’

‘மாமி... இந்த மட்டும் தப்பிச்சானேன்னு சந்தோஷப்படுங்கோ. பொண்ணு கழுத்தை நெரிச்சானாம். அது ஏதோ கேஸ்! அதனால் தான் போலீஸுக்குச் சொல்லாம விட்டாச்சாக்கும். மாமி இவனுக்கு எல்லாப் பரிகாரமும் பண்ணலாம். ஆனால், உக்கிரமா இருக்கு. அதனால் நல்ல டாக்டரா பார்த்து...’

‘ஐயோ கிருஷ்ணா... நாங்க பார்க்காத டாக்டரா... ஸ்கேன் பண்றதுக்கே ரெண்டாயிரம் கொடுத்தாச்சி.’

‘என்ன சொன்னார் டாக்டர்?’

‘ஒரு டாக்டர் மருந்து கொடுத்திருக்கார். ஒரு டாக்டர் ஆபரேஷன் பண்ணனும்னு சொல்லியிருக்கார்.’

‘எனக்கென்னவோ இது பூஜை புனஸ்காரத்திலயோ மாந்திரீகத் திலயோ போற வியாதியாத் தேணலை.’

‘பின்ன இவ்வளவு தூரம் வந்தது வேஸ்ட்டா?’ என்றேன்.

‘இப்பப் பாருங்கோ... நன்னாவே பேசறார்.’

அம்மா என்னைப் பார்த்து, ‘தீனு, உனக்கென்னம்மா பண்றது?’ என்றாள்.

‘அம்மா கோயில்ல இருக்கறப்ப யானைப் பாகன் வந்து என்னைப் பார்த்துக் கண் சிமிட்டினான். எனக்கென்னவோ அவன் பின்னாடி போகணும்னு மனசுல துறுதுறுன்னு அரிச்சது... அவன் போன இடம் முன்னால பார்த்தாப்பல இருக்கு. திருச்சியா... எர்ணா குளமா... தெரியலை. அந்தப் பொண்ணு...’

‘ஜயலட்சுமி டீச்சரா?’

‘இப்படித்தான் மாமா, தெரியாத ஊரு... தெரியாத பேரா இவர் சொல்லிண்டே இருக்கார்.’

என் தலையில் வழிய எண்ணெய் தடவ ஆரம்பித்தாள் அம்மா.

'இப்படியாவது சூடு போறதான்னு பார்க்கலாம்.'

அந்த எண்ணெய் பாசிப் பச்சையாக இருந்தது. அதிலிருந்து மூலிகை வாசனை வந்தது. நெற்றியில் எல்லாம் வழிந்தது. சாயங்காலமே சென்னைக்குப் புறப்பட்டு விட்டோம்.

டிஸ்பென்ஸரியில் எனக்கு செடேட்டிவ் கொடுத்திருந்ததில் தூங்கிக்கொண்டே வந்தேன். எழுந்தபின் சற்றுத் தெளிவு கிடைத்தது. நிதானமாக யோசித்தேன். எப்படியும் இந்த வியாதியுடன் - வியாதிதான் இது - என் போராட்டத்தை நடத்தித் தீர்ப்பது என்று தீர்மானித்தேன். என் தெளிவான கணங்கள்... என்னால் என் மனைவி, குடும்பம், ஆபீஸ் எல்லாவற்றையும் அடையாளம் கண்டுகொள்ளக்கூடிய கணங்கள் அருகிக்கொண்டே வருவதையும் மற்றொரு வாழ்க்கை அல்லது எண்ணத் தொடர் என்னை ஆக்ரமிக்கப் போவதையும் உணர்ந்தேன். இந்தத் தற்கால ஆக்ரமிப்புக் கணங்களை மறக்காமல் குறித்து வைத்துக்கொள்ள, நோட்டுப் புத்தகம் எடுத்துகொண்டு ஜயலட்சுமி டீச்சர், திருச்சி, காவேரிப் பாலம், கோபாலன், பண்டரி, சாமா, சர்மா, நாணா என்று பெயர்கள் அனைத்தையும் எழுதினேன்.

பீட்டர்சன் அதைப் பார்த்து, 'இந்தப் பெயர்கள் ஏதும் உனக்குத் தெரியாது?'

'யாரையும் தெரியாது பீட்டர்... அதுதானே மர்மம்.'

'திருச்சி...'

'ஒரே ஒரு முறை டூர் போயிருக்கேன், அவ்வளவுதான்.'

'யு ஆர் ரிக்ரெஸிங்.'

'அப்படியென்றால்?'

பீட்டர்சன் சொன்னான். 'யோகி என்பவர் காலை டெல்லி இந்திரா காந்தி விமான நிலையத்துக்கு அருகில் சென்டார் ஓட்டலில் தங்கியிருப்பார். இந்த வாரம் பார்க்க முடியும். ஏற்பாடு பண்ணவா?' என்றான்.

எனக்கு எத்தைத் தின்னால் பித்தம் தெளியும் என்றாகி விட்டதால், 'பீட்டர்சன்! அவரிடம் போனால் குணமாகுமா?' என்றேன்.

‘இந்த ஆசாமிகள் எல்லாம் யார் என்று கண்டுபிடித்துவிடுவார்’ என்றான் என் நோட்டை மறுபடி பார்த்து.

‘என்ன பிரயோஜனம்?’

‘அவர் சொல்வார். முதலில் உனக்கு நம்பிக்கை வேண்டும்.’

‘எனக்கு இருக்கிற மன நிலையில் எதையும் நம்பத் தயாராக இருக்கிறேன் பீட்டர். என் பயம் முழுக்க முழுக்க நான் விளிம்பு தாண்டிவிடுவேனோ என்பதுதான்.’

‘கொஞ்சம் அவசரம்தான் என்று தெரிகிறது. நான் உடனே ஏற்பாடு பண்ணுகிறேன். எல்.எக்ஸ்.ஐ. டெண்டருக்காக டெல்லி போகத்தான் வேண்டும்.’

சுதர்சன் ராஜா, ‘இவனையுமா அழைத்துச் செல்கிறாய்?’ என்றான்.

‘சிகிச்சைக்கு...’ என்றான் பீட்டர்சன்.

‘அதானே, கஸ்டமரிடம் அழைத்துச் செல்லாதே! மிப் ரேட்டிங் எவ்வளவு என்றால் ஜயலட்சுமி என்பான்... ஏய், தினேஷ்... யார் இந்த ஜயலட்சுமி?’

‘தெரிந்தால் சொல்கிறேன்!’

‘அழகான பெண்ணா?’

நான் அவனை முறைத்துப் பார்க்க...

‘பார்வையே சரியில்லை’ என்றான்.

‘பீட்டர்! இவனை ரிப்பேர் பண்ண முடிந்தால் பண்ணு. இல்லை என்றால் டெல்லியிலேயே விட்டு விட்டு வந்துவிடு.’

‘அன்க்ரேட்ஃபுல்’ என்றேன்.

சுதர்சன் என்னருகில் வந்து, ‘நான் விளையாட்டுக்காகச் சொன்னேன். நீ கம்பெனிக்கு எத்தனை முக்கியமானவன் தெரியுமா? உனக்குக் குணமாக எத்தனை வேண்டுமானாலும் செலவழிக்கத் தயாராயிருக்கிறேன். உன்னை இழக்க விரும்பவில்லை. ஆனால், அதன் சிகிச்சை உன் மனத்தில்தான் இருக்கிறது என்று எண்ணுகிறேன்.’

‘நானும் அப்படித்தான் எண்ணுகிறேன். ஆனால், எப்படிச் சிகிச்சை செய்துகொள்வது என்பதுதான் புரிபடாமல் இருக்கிறது.’

வியாழக்கிழமை ராத்திரி நியூஸுக்குப்பின் டெல்லியில் மினிமம் எத்தனை டிகிரி என்று பார்த்தேன். எட்டு என்றது. அம்மா குளிருக்கு ஸ்வெட்டர் கொண்டு கொடுக்க, தேவகியை என்னுடன் அழைத்துச்செல்ல விரும்பினேன். என்மேல் நம்பிக்கை குறைந்துகொண்டே வந்தது. ‘ஏரோப்ளேன்ல யாரையாவது பார்த்து ஜயலட்சுமினு முத்தம் கொடுக்க ஆரம்பிச்சுடாதீங்க...’ என்றாள்.

கோபம் வந்தாலும் அடிபட்டாற்போல அவளைப் பார்த்தேன்.

‘தேவகி... அந்தக் கணங்களில் நான் நானில்லை என்று எத்தனை தடவை சொல்லியிருக்கிறேன்.’

அவள் பிடி கொடுக்காமல்... ‘சொன்னீங்க... சொன்னீங்க...’ என்றாள். விரைவில் நம்பிக்கை இழந்துகொண்டிருக்கிறார்கள். டெல்லி பயணம் சம்பவமில்லாமல் இருந்தது. ஸ்டீவர்ட் சாப்பாடு கொடுத்தபின் தேவகி, ‘ஜயலட்சுமி குழப்பம் கிடையாது... நல்ல வேளை’ என்றாள்.

லேட்டாகப் பறப்பட்ட ஏர் பஸ்... அத்தனை டிலேயும் கடைசி ஃப்ளைட்டில் சேர்ந்துபோய் டெல்லி சேர ராத்திரி ஒன்பது மணி ஆகிவிட்டது.

சோடியம் மஞ்சள் வெளிச்சத்தில் டொமெஸ்டிக் டெர்மினலிலிருந்து இண்டர்நேஷனலுக்குப் போனோம். ஓட்டல் அங்கேதான் இருந்தது. ரிசப்ஷனில் கேட்டதில் யோகி ரூமில் இல்லை என்றார்கள். பலர் காத்திருந்தார்கள். ஓரத்தில் ஒருவன் பியானோ வாசித்துக்கொண்டிருக்க, கண்ணாடி லிஃப்ட் குமிழ் போல ஏட்ரியத்தில் ஏறி இறங்குவது தெரிந்தது.

‘இதையெல்லாம் பார்த்தால் இந்தியா ஏழை நாடு என்றா சொல்வார்கள்?’ என்றான் பீட்டர்.

நான் அவனைக் கவனிக்காமல் பிளாஸ்டிக் எழுத்துக்களில் கருப்பு போர்டில் எழுதியிருந்ததைப் பார்த்தேன்.

Awe...!

'ஆ' (Awe) என்றால் என்ன?' என்றேன்.

ஆரஞ்சு நிறத்தில் சில்க் புடைவை அணிந்த வெள்ளைக்காரி சின்ன மார்பில் ப்ரூச் குத்தி யிருந்ததிலும் 'ஆ' என்று ஆங்கிலத்தில் எழுதி யிருந்தது.

'Awareness and Enlightenment' என்றான், பீட்டர்சன். 'இந்த யோகியின் இயக்கத்துக்குப் பெயர்.'

போயிங் விமானங்கள் தாழ்வாக வந்து இரை தேடும் பருந்துகள் போல இறங்கிக்கொண்டிருக்க அந்த ஓட்டலின் லவுஞ்ச் எதிர்காலத் துண்டுபோல இருந்தது. அருகாமை அரங்கத்துக்குச் சென்றோம். டெலிவிஷன் மானிட்டர்களுக்கு அருகில் குங்கு மம், விபூதிக் கிண்ணங்கள் வைக்கப்பட்டிருந்தன. இளம் பெண்மணிகளின் பிரசன்னம் யாரையும் கவனம் கலைக்கவில்லை. எல்லோரும் மையப் பேச்சாளரையே கவனித்துக்கொண்டிருந்தார்கள். அவருக்கு நாற்பது வயசு இருக்கலாம். ரத்தச் சிவப்பில் இருந்தது முகம். தலை மயிர் 'கரேல்' என்று பின்தள்ளி வாரப்பட்டு ஒரு கட்டத்தில் கிராப் பில் இருந்து குடுமியாக மாறி, கொத்தமல்லிக் கொத்துப் போல பின்னால் சேர்க்கப்பட்டிருந்தது. மூக்கு நுனியைத் தொட்டால் ரத்தம் வரும்போல அத்தனை கூர்மை.

யோகி, மெலிய, ஆனால் அழுத்தமான குரலில் பேசிக் கொண்டிருந்தது வருமாறு:

‘உலகத்தில் உள்ள அத்தனை உயிரும் ஒரே உயிர்தான். நீ, நான், பசு மாடு, வானத்தில் பறக்கும் பறவைகள், மலர்கள், முயல்கள் எல்லாவற்றிலும் இருப்பது ஒரே உயிர்தான். அந்த மஹா உயிரைத்தான் லட்சோப லட்சம் பாகங்களாகக் காலத்திலும் இடத்திலும் பிரித்து நான், நீ என்று பெயர் வைத்துப் போராடிக் கொண்டிருக்கிறோம். இருப்பது ஒரு உயிர்தான். பிரபஞ்சத்தில் இயற்கையாக நிகழ்வது தொண்ணூற்றிரண்டு கனிமங்கள்தான். இரும்பு, பாஸ்பரஸ், ஆக்ஸிஜன், சிலிக்கன் என்பதெல்லாம் அவற்றுக்குப் பெயர்கள். இந்தத் தொண்ணூற்றிரண்டில் பதினாறுதான், உயிர் வாழும் அத்தனை ஜந்துக்களிலும் உள்ளன. அந்தப் பதினாறில் ஒன்று கார்பன் - கரி; அதுதான் நம் உயிரின் ஆதாரம். கார்பன் மற்ற கனிமங்களோடு பலவிதங்களில் சேர்ந்து லட்சக்கணக்கான மாலிக்யுல்களாக அமையச் சாத்தியம் இருந்தும் சரியாக இருபது அமினோ ஆசிட்கள் என்னும் சேர்க்கைகளில்தான் ப்ரொட்டின்கள் உண்டாகின்றன. அந்தப் புரதங்களின் ஃபார்முலாக்கள் அனைத்துமே நியுக்ளியோடைடு என்று சொல்லப்படும் நான்கு மாலிக்யுல்களின் கட்டட அமைப்பில்தான், ஜீவ ரகசியங்களாக இருக்கின்றன. இந்த நான்கில் ஒரு எளிய பாஷையில் எழுதிய சேதிகளின்படிதான் நீ கிருஷ்ண சாமியாகவோ, ஸ்ரீதேவியாகவோ அல்லது ராஜஸ்தானத்தில் ஒரு ஒட்டகமாகவோ பிறக்கிறாய்!’

சபையில் எழுந்த மெலிய சிரிப்பில் அவர் புன்னகைத்து, சட்டென்று தீவிரமானார்.

‘எனவே, யாரும் சாவதில்லை... எழுதிக்கொள்ளுங்கள்’ அத்தனை பேரும் அதை எழுதிக்கொண்டார்கள். அப்போதுதான், அவர்கள் வெல்வெட் அட்டை போட்ட நோட்டுப் புத்தகங்கள் ஆளுக்கு ஒன்று வைத்திருப்பதைப் பார்த்தேன். அனைவரும் பள்ளிப் பாடம் போலக் குறிப்பு எழுதிக்கொண்டார்கள். அனைவரும் யோகி சொன்னதுபோல, ஒரே ஒருத்தர் போல, ஒரு மூச்சு போல, ஓர் உயிரின் பிரிவு போலத்தான் இருந்தார்கள். யோகி சொன்னதில் அவர்களுக்குச் சந்தேகம் ஏற்படுகிறதாகத் தெரியவில்லை. அவர் உதடுகளிலிருந்து வருவது அத்தனையும் உண்மை என்பதுபோல ஆழ்ந்த நம்பிக்கை அந்தக் கூட்டத்தில் ஊதுவத்திப் புகையுடன் விரவியிருந்தது. கூட்டம் முடியும்வரை

காத்திருந்தோம். ஒருவருடன் ஒருவர் பேசிக்கொள்ளவே இல்லை. சுவாரஸ்யமாக இருந்தது. அவர் பேசி முடிந்தபின்னும் பலர் அவரருகே சென்று மரியாதையுடன் லேசான குரலில் பேச, அவர் ஆழ்ந்து கவனித்துப் பதில் சொல்லிக்கொண்டிருக்க, நாங்கள் அவரை அருகே அணுக, ஒரு கணம் சட்டென்று என் பக்கம் திரும்பிப் புன்னகைத்தார்.

'ஐ'ம் வெய்ட்டிங் ஃபார் யு' என்றார்.

நான் திகைத்து, 'நாங்கள் வருவது...'

'எப்படி இருக்கிறாய் பீட்டர்? வேர் இஸ் அராருமா?' என்றார்.

'இன் ஆஸ்லோ ஸ்வாமிஜி! மக்கின்டாஷ் வந்ததா?'

'வந்தது. உறை பிரிக்கவில்லை. நீ இந்தத் தடவை பொருத்தி விட்டுப் போ.'

கிட்டத்தில் இன்னும் அழகாக இருந்தார்.

'உன் மனசில் குரல்கள் கேட்கின்றன... அப்படித்தானே?'

'ஆம்' என்றேன்... 'என் கண்களில் நீ பாக்கியவான். உன் மூலம் மனித சரித்திரமே பேசுகிறது' என்றார்.

'செத்துப் போ என்று சொல்கிறதே சுவாமி.'

'செத்துப் போ! அதில் என்ன பயம்?' என்றார்.

நான் பீட்டர்சனைப் பார்த்தேன். அவன் 'ஏதும் பேசாதே' என்று சைகை செய்தான். அவர் மற்றவர்களைக் கவனிக்க பீட்டர்சன் 'வெயிட்' என்றான்.

ஏறக்குறைய ஒரு மணி நேரம் காத்திருந்தபின் அவர் 'வா பீட்டர்... ரூமுக்குப் போகலாம்.'

அந்தப் பெண்கள் அவர் புத்தகங்களையும், பட்டுத் துணியில் சுற்றி வைத்திருந்த பலகையையும் சேகரித்துப் பின்தொடர, அவர் எழுந்தபோது குட்டையாக இருப்பது ஆச்சரியமாக இருந்தது. அவரிடம் இருந்த வாசனையும் சிரித்தபோது தெரிந்த ரோஜா நிற ஈறுகளும் அவரைக் கட்டி முத்தம் கொடுக்கலாம் போல இருந்தது.

அறைக்குச் சென்றபோது பீட்டர்சனை அடுத்த அறைக்கு அனுப்பிவிட்டு என்னைத் தனியே அழைத்தார். மேஜை மேல் 'சூப்பர் நேச்சர்' என்கிற புத்தகம், கீதை, 'ஆம்னிபுக் ஆஃப் கம்ப்யூட்டர்ஸ் அண்ட் ரோபாட்ஸ்'. இவற்றைப் பார்த்தபோது 'என்ன பார்க்கிறாய்? எல்லாப் புத்தகங்களும் ஒரே ஒரு உண்மையைத்தான் சொல்கின்றன!' என்றார்.

முன்னறையிலேயே போடப்பட்டிருந்த சோபாவில் என்னை உட்கார்த்திக் கண்ணோடு கண் பார்த்தார். அந்தப் பார்வை என்னத் தகித்தது. சில செகண்டுகளுக்கு மேல் அதை என்னால் தாங்க முடியாமல் கண்களைத் தழைத்துக்கொண்டேன். அந்தப் பார்வையாலேயே என்னுள் இருக்கும் அத்தனை மாசுகளையும் அறிந்துகொண்டுவிட்டது போலப் புன்னகை செய்தார்.

'கையைக் கொடு' என்றார்.

தயக்கத்துடன் வலது கையை நீட்ட, என்னைத் தொட்டார். சத்தியமாக அந்தத் தொடுகையில் கொஞ்சம் மின்சாரம் இருந்தது. ஒரு மௌனப் பிரவாகம் போல, ப்ளாஸ்மா போல ஏதோ ஒன்று எனக்கும் அவருக்கும் இருந்த தனிப்பட்ட உயிர்களை ஒட்ட வைப்பது போல... 'என்ன குரல்கள்?' என்று கேட்டார்.

'இரண்டு மூன்று வகை இருக்கின்றன. ஒரு குரல் என் குரல் போலவும் இருக்கிறது. கடவுள் குரல் போலவும் இருக்கிறது.'

'நீ கடவுளை நம்புகிறாயா?'

'தெரியவில்லை. கடவுள் இருந்தால் அவர் குரல் அப்படித்தான் இருக்கும்போல் தோன்றுகிறது. ஆனால், ஒவ்வொரு முறையும் என்னைக் கட்டாயமாக 'செத்துப் போ... செத்துப் போ...' என்கிறது. செத்துப் போனால் கிடைக்கும் சந்தோஷங்களை எல்லாம் மிகையாகச் சொல்கிறது.'

'காட்சிகள்?'

'சில வேளை காட்சிகளும் குழப்பமாகத் தெரிகின்றன, அல்லது கேட்கின்றன. அப்போது ஜயலட்சுமி, சர்மா, பண்டரி என்று பெயர்கள் வருகின்றன. திருச்சி என்னும் நகரம்... திரும்பத் திரும்ப அதன் தெருக்கள் வருகின்றன. காவேரிக்கரைப் பாலம்.'

'நீ திருச்சி போனதே இல்லையா?'

‘ஒரே ஒரு முறை கான்ஃபரன்ஸுக்காகப் போயிருக்கிறேன். ஒரு பெரிய ஓட்டலில் நிகழ்ந்தது. ஏர்போர்ட்டில் இருந்த ஓட்டல்... அவ்வளவுதான்! திருச்சியைப் பற்றி எனக்குத் தெரியவே தெரியாது.’

‘உனக்கு என்ன வேண்டும்?’

‘குரல்கள் போகவேண்டும். நிம்மதி வேண்டும்.’

‘இவர்கள் எல்லாம் யார் என்று தெரிந்துகொள்ள வேண்டாமா?’

‘தெரிந்தால்?’

‘தெரிந்துகொள்ள வேண்டுமா... வேண்டாமா?’

அவர் என்னைப் பார்த்த பார்வை, எனக்கு நிகழ்வது மிகச் சாதாரணம் போலவும் நம்பிக்கையாகவும் இருந்தது.

‘சுவாமி...’

‘முதலில் என்னை சுவாமி என்று கூப்பிடாதே. என் பெயர் யோகி. அப்பா, அம்மா வைத்த பெயர். நான் சாது இல்லை, மெஸையா இல்லை. நான் உன்னைப் போல ஒரு விஞ்ஞானி. நான் ஒரு ஃப்யுச்சராலஜிஸ்ட்!’

‘எனக்கு என்ன நிகழ்கிறது?’

‘யு ஆர் ரிக்ரெஸிங்.’

‘பீட்டர்கூட இதைப் பற்றி ஒரு முறை சொன்னான்... அப்படி யென்றால் என்ன?’

‘சொல்கிறேன்! அதற்குமுன் உனக்கு ரீ இன்கார்னேஷனில் நம்பிக்கை உண்டா? அதாவது மறு பிறவியில்?’

‘நான் அதைப் பற்றிச் சிந்தித்ததே இல்லை.’

என் எதிரே உட்கார்ந்தார்.

‘மனிதன் மறு பிறவி எடுப்பது என்பது ஒரு மிகப் புராதனமான நம்பிக்கை. கி.மு. பத்தாயிரத்தில் புதைத்த சில பிணங்கள் சமீபத்தில் கிடைத்திருக்கின்றன. அத்தனை பேரையும் கர்ப்பக் குழந்தை போல ஃபீட்டல் பொஸிஷனில் புதைத்திருக்கிறார்கள்.

காரணம் என்ன? அடுத்துப் பிறக்கும்போது சௌகரியமாக இருக்கட்டும் என்று...' என்னைப் பார்த்தார்... சிரித்தார்.

'நீங்கள் மறு பிறவியை நம்புகிறீர்களா?'

'நம்புவது நம்பாதது, எல்லாமே ஒன்றுதான். பழங்காலத்து மனிதர்களின் நீத்தார் கடன்களும் இறந்தபோது செய்யும் கிரியைகளும் பிறக்கும்போது செய்யும் கிரியைகளும் ஒன்றாகத் தான் இருக்கும். உடலை அலம்புவது, மூடுவது.'

'மூடுவது?'

'அடுத்த பிறவிக்கு உண்டான ப்ளசெண்டாதான் உடலை மூடும் துணி' என்றார். 'ஆப்பிரிக்கப் பழங்குடியிலும், யுரோப்பியர்கள், ஆசியா எங்கும் இந்த நம்பிக்கை வேறு வடிவத்தில் இருக்கிறது. காலாபார் பழங்குடியினர் குழந்தைகளுக்குப் பல பொருள்களைக் காட்டுவார்கள். குடும்பத்தில் இறந்துபோனவர்களுக்குப் பிடித்த மான பொருள்களைக் காட்டுவார்கள். குழந்தை அதில் எதை யாவது தேர்ந்தெடுக்கும்போது அந்தப் பொருளுக்குச் சொந்தக் காரர்கள்தான் திரும்பப் பிறந்திருக்கிறார் என்று அனுமானிப் பார்கள். இவ்வாறு பல ஆப்பிரிக்கப் பழங்குடியினரிலிருந்து இன்றைய சினிமாக் கதைவரை முன்னோர்கள் பாம்பு வடிவத்தில் திரும்ப வருவதாக நம்புகிறார்கள். எனவே, வீட்டுக்குப் பாம்பு வந்தால் பால் வார்ப்பார்கள் அல்லது அதை வணங்குவார்கள். பொஸாங்கோ பழங்குடியினர் நம்பிக்கை வினோதமானது! ஒரு மனிதன் செத்ததும் அவன் உடல் கெட்டுவிட்டாலும், அவன் உயிர் கடவுளுடன் சற்று நேரம் பூமி மத்திக்குச் சென்று இளைப் பாறுகிறது. திரும்பச் சரியான நேரத்தில் ஒருவனிடத்தில் வந்து புகுந்துகொள்கிறது. எப்படித் தெரியுமா?'

என்னால் கொட்டாவியை அடக்க முடியவில்லை. மெதுவாக வாயைத் திறந்து காற்றை உள்வாங்கிக்கொள்ள...

'எப்போதாவது கொட்டாவி விடுவதற்காக வாயைத் திறக்கும் போது உள் புகுந்துவிடுமாம்!'

'ஆ...!'

XIX

கொட்டாவி விட்ட நான் சட்டென்று வாயைப் பொத்திக்கொள்ள, பீட்டர்சன்தான் கேட்டான்.

'யோகி, இவனுக்கு என்ன நிகழ்ந்துகொண்டிருக்கிறது? யாருடையவை அந்தக் குரல்கள் எல்லாம்!'

'பீட்டர். இப்போது எதுவும் தெளிவாகச் சொல்ல முடியாது. இவரை நான் ஹிப்னாடிஸத் தூக்கத்துக்கு உள்ளாக்கி எதுவரை போகிறார்... என்ன சொல்கிறார் என்பதைக் கவனிக்கவேண்டும்.'

'இவர்கள் எல்லாம் யார் என்று கண்டுபிடித்துவிடலாமா?'

'நிச்சயமாக! நூறு சதவிகிதம் உத்தரவாதம்!'

யோகி என்னைச் சாந்தமாகப் பார்த்தார். என் கண்களில் பயம் தெரிந்திருக்க வேண்டும். 'பயப்படாதே. உன் இஷ்டமில்லாமல் ஹிப்னடைஸ் பண்ண முடியாது. இது ஏதும் செப்பிடு வித்தை இல்லை. யாரும் இதைக் கற்றுக்கொள்ள முடியும். எல்லோரும் ரஸ்புடின், ஸ்வெங்காலி போல யாரையும் கட்டுப்படுத்தி மயக்கப்படுத்தும் திறமை படைத்தவர்கள் அல்ல. லேசான தூக்கத்திலிருந்து மிக ஆழமான ஸோம்னாம்புலிஸம் வரை, விழித்ததும் ஏதும் ஞாபகமில்லாத நிலைவரை, உன்னை

நான் தூக்கத்தில் ஆழ்த்த முடியும். ஆனால், நம்பிக்கை வேண்டும். இல்லையேல் எதுவும் நடக்காது.'

'என்னை இந்தத் தூக்கத்தில் ஆழ்த்தி என்ன சாதிப்பீர்கள்?'

'யார் இந்த ஜயலட்சுமி என்று தெரியவேண்டாமா?'

அந்தப் பெயரைக் கேட்டதுமே என்னுள் ஒரு துறுதுறுப்பு வந்தது.

'தெரிந்துகொள்ள வேண்டும்.'

'நாளை காலை லைட்டாக ப்ரெக்ஃபாஸ்ட் சாப்பிட்டுவிட்டு என்னை அறையில் பார்க்கவும்.'

'சரி' என்றேன்.

அறையை விட்டு வெளியே வரும்போது அவரிடம் யோசனை கேட்கப் பல பேர் காத்திருப்பதைப் பார்த்தேன். எல்லோரும் மரியாதைப்பட்ட கனவான்கள்போலத் தோன்றினர். இத்தனை பேர் நம்பிக்கை வைத்திருக்கிறார்கள். நான் என்ன அப்படித் தனிப்பட்டவன்?

என் அறைக்கு வந்தபோது பீட்டர்சன், 'படுத்துக் கொள்கிறாயா. கொஞ்ச நேரம் பேசிக்கொண்டிருக்கலாமா?'

'இல்லை. படுக்கிறேன்.'

'தூக்கம் வருகிறதா?'

'வரும் என்று நினைக்கிறேன்.'

'எதாவது என்றால் அடுத்த அறையில்தான் இருக்கிறேன். இணைப்புக் கதவைத் திறந்து வைத்திருக்கிறேன். ஒரு முறை கதவைத் தட்டினால் எழுந்து விடுவேன்.'

'சரி...'

படுத்துக்கொண்டபோது தூக்கம் கண்களைச் சுழற்றியது. விளக்குகூட அணைக்காமல் டிவியில் ஸ்டார் டிவி... அதிக பட்சமாகப் பிம்பங்கள் அடுத்தடுத்த செகண்டு மாறிக்கொண்டு மியூசிக் விடியோ ஓடிக்கொண்டிருந்து. அந்தக் கறுப்பர்கள் சுழன்று சுழன்று பம்பரம் போல Rap பாடிக் கொண்டிருக் கிறார்கள். அவர்கள் பாடிய பாட்டு, பேச்சு போல்தான் இருந்தது.

‘யார் தெச்ச சட்டை... எங்க தாத்தா தெச்ச சட்டை’ என்கிற சந்தத்துக்குச் சரியாக வந்தது.

நான் பார்த்துக்கொண்டிருக்க, அந்த டிவி நீக்ரோ தமிழிலேயே பாடினான்...

> தாத்தா தெச்ச சட்டைக்குள்ள
> பாத்தா ரெண்டு முட்டை!
> யார் தெச்ச சட்டை... எங்க
> தாத்தா தெச்ச சட்டை!
> தாத்தா போட்டா தொப்பித் தூக்கி
> பாத்தா கொஞ்சம் சொட்டை!
> யார் தெச்ச சட்டை...

அது நினைவா கனவா? ஜன்னலில் ஏசி சுகத்தில் மெலிசான திரை ஆடிக்கொண்டிருக்க, விமான நிலைய மஞ்சள் ஒளி வெள்ளமும் ரத்ன வைரம் போலக் கூர்மையான லேண்டிங் லைட்ஸுடன் போயிங் வருவதும், அதற்குச் சிரமப் பரிகாரம் பண்ண வண்டிகள் அருகே வந்து சேர்ந்துகொள்வதுமாக, எழுந்தேன். கதவைத் திறந்தேன். சின்ன பால்கனி தெரிந்தது. ப்ளேனின் ஓலம் முகத்தில் அடித்தது. ஸ்விம்மிங் பூல் தெரிந்தது. அதில் இரைச்சலில்லாத பஞ்சாபி பார்ட்டி போய்க்கொண்டிருந்தது.

‘சுலபம்...! சுலபம்...! சுலபம்...! சுலபம்...! பால்கனி முழங்கால் உயரம்தான் இருக்கிறது. அதில் ஏறு.’

காலில் மறுபடி அந்தப் பரிச்சயமான துறுதுறுப்பு.

‘நான் யார் தெரியுமா... தெரியுமா? சர்மாதான் கூப்பிடுகிறேன், வா கோபாலா! என்னோடு சேர்ந்துகொள். ரெண்டு பேருக்குமே ஜெய்யூவையும் பண்டரியையும்தான் கொன்றாகி விட்டதே. துண்டு துண்டாக வெட்டிக் கரி மூட்டையில் போட்டாகி விட்டதே. எத்தனை கரி. மண்டியில் எத்தனை கரி தெரியுமா? ஆள் உயரத்துக்குத் தராசு படிக்கல் இருக்கிறது. அவனை நோண்டிக் கண்டுபிடிப்பதற்குள் ஒரு யுகம் ஆகிவிடும். வா கோபாலா... எனக்கு ஒரு காரியம்தான் பாக்கி. வா... வந்து விடு.’

பால்கனி ஏறி நின்றுகொண்டேன். காதில் காற்று அடித்தது. அப்போது பீட்டர்சன், அங்கே வந்திருந்தவன் என்னை உரக்கக் கூப்பிட்டான்.

‘தினேஷ்.’

அவன் அங்கிருந்து மிக வலுவான குரலில், ‘நான் வருகிறேன் தினேஷ்... அப்படியே இரு. பதட்டப்படாதே... அப்படியே இரு... அப்படியே இரு...’

என் கால்கள் நடுங்கத் தொடங்கின.

‘அவன் பேச்சைக் கேட்காதே கோபாலா... வா வா, ஜயலட்சுமி அங்கே இருக்கிறாளா... இல்லையா... ரெண்டு பேரும் தேடப் போறோம். வா! அவளைத்தான் கண்டுபிடிக்கவேண்டும்.’

‘யு ஃபூல்... யூ இடியட்’ என்று பீட்டர்சன் என்னை அப்படியே பின்னால் சரித்தான்.

‘மை காட்! இவ்வளவு தீவிரமான தற்கொலை விரும்பி என்று தெரியாமல் போயிற்று. இது ரொம்ப அபாயகரமானது!’ என்றான்.

உள்ளே இழுத்து, கட்டில் காலுடன் தன் பெல்ட்டை இணைத்து என் கையைக் கட்டிவிட்டு, பக்கத்து நாற்காலியில் புத்தகத்தை எடுத்து வைத்துக்கொண்டு படிக்கத் தொடங்கினான். ‘நான் ராத்திரி தூங்குவதாக உத்தேசமில்லை.’

‘பீட்டர், ஐ’ம் இன் ட்ரபிள்.’

‘எனக்குத் தெரியாதா...’

‘என்னைக் காப்பாற்றுவாயா?’

‘உன்னை நீதான் காப்பாற்றிக்கொள்ளவேண்டும்.’

‘இந்த எண்ணங்கள் எல்லாம் என்ன?’

‘நீ கிருஷ்ணமூர்த்தி படித்திருக்கிறாயா? யு.ஜி. கிருஷ்ணமூர்த்தி.’

‘நான் எந்தக் கிருஷ்ணமூர்த்தியையும் படித்ததில்லை.’

‘யுஜி சொல்கிறார்... ஒவ்வொரு முறையும் ஒரு எண்ணம் பிறக்கும்போது நீ பிறக்கிறாய். எண்ணம் விலகும்போது நீயும் விலகுகிறாய். ஆனால், இந்த ‘நீ’ உன் எண்ணங்களைச் செலுத்துவதில்லை. உனக்கு ஒரு தொடர்ச்சி வருவது இந்த எண்ணங்கள் மூலம்தான்!’

'கன்ஃப்யூஸிங்' என்றேன்.

'யோசித்தால் புரியும்.'

'இந்த மாதிரி எண்ணங்களையும் தத்துவங்களையும் கம்ப்யூட்டர் சமாசாரங்களுடன் பொருத்திப் பார்க்க முடியவில்லை.'

'அது பிழைப்புக்கு!'

'இது...'

'நிம்மதிக்கு.'

நான் படுத்துக்கொண்டாலும் பேச்சு கொடுத்துக்கொண்டே இருந்தான் அவன்.

'வால்டன், மலைகளின் இடையே போய் கித்தார் வாசித்து இரண்டு வருஷம் வெளி நாகரிகத்துடன் தொடர்பே இல்லாமல் இருந்துவிட்டு, பிழைப்புக்காகத் திரும்பவந்து கம்ப்யூட்டர் பண்ணியது, இரண்டுமே அமெரிக்க நாகரிகத்தின் அம்சங்கள் தான். பெரும்பாலான ஹிப்பிகள் முப்பதை அணுகும்போது கிராப் வெட்டிக்கொண்டு கம்ப்யூட்டர் பண்ணுகிறார்கள்.'

என்னிடம் சுவாரஸ்யமாகப் பேச்சு கொடுத்து, என்னைத் தூங்க விடாமல் செய்து, என்னை அடிக்கடி பார்த்துக்கொண்டு, எனக்கு ஹாட் சாக்லெட் ஆர்டர் செய்து என்னைப் பராமரித்தான்.

'தாங்க்ஸ் பீட்டர்.'

'இல்லையென்றால் தேவகி என்னைக் கொன்றுவிடுவாள். தேவகியை எப்படிக் கல்யாணம் செய்துகொண்டாய்? காதலித் தாயா?'

'இல்லை... ஒரே முறை பார்த்து ஒரே நாளில் தீர்மானித்தேன்.'

'ஆச்சரியம் இது. எங்கள் ஊரில் நடக்கவே நடக்காது.'

'கண்டதும் காதல், லவ் அட் ஃபர்ஸ்ட் சைட் என்று கிடையாதா?'

'ஏற்படலாம். ஆனால், மேரேஜ் அட் ஃபர்ஸ்ட் சைட் கிடையாது!'

'நான் தேவகியைப் பார்த்ததுமே இவள்தான் எனக்கு என்பது தோன்றிவிட்டது.'

'அப்படியா!' என்றான், பீட்டர் சற்று ஆழ்ந்த சிந்தனையுடன்.

'என்ன யோசிக்கிறாய்?'

அவன் முகத்தில் ஒரு ஞானோதயம் தென்பட்டது.

'ஒன்றுமில்லை... நாளைக் காலை பார்க்கலாம்.'

காலை எட்டு மணிக்கு லேசாகச் சாப்பிட்டுவிட்டு அவர் அறைக்குப் போனதுமே யோகி காத்திருந்தார். புதுசாகக் குளித்திருந்தார். அவர் கரிய கேசத்தில் நீர்த் திவலைகள் சொட்டிக் கொண்டிருக்க, என்னை உட்காரவைத்து ஜன்னல்களை மூடி சற்றே இருட்டு பண்ணிக்கொண்டார்.

பீட்டர் என்னை முதுகில் சிநேகமாகத் தட்டிவிட்டு, 'ஸீ யு லேட்டர்' என்று சொன்னான்.

யோகி, 'உட்காருங்கள்... இன்றைக்கு என்ன கிழமை?'

'வெள்ளி, சனி... என்ன கிழமையாக இருந்தால் என்ன?' என்றேன்.

'ரிலாக்ஸ்... ஏன் இறுக்கமாக இருக்கிறாய்? உட்கார்!'

எப்போது உட்கார்ந்தேன், எப்போது சாய்ந்தேன், எப்போது படுத்தேன் என்று தெரியவில்லை. கனமான திரைகள் வெளிச் சப்தங்களை மழுப்பியிருக்க, யோகி மேஜைமேல் தாளத்துக்கு உதவும் 'மீட்ரோனோம்' போன்ற வஸ்துவை வைக்க, 'டிக் டிக், டக் டிக்' என்று அது திரும்பச் சொல்ல, தங்க முலாம் பூசப்பட்ட சாவியை என் முன் தொங்கவிட்டார். அதன் பளபளப்பில் அறையின் நாற்காலிகள் தெரிந்தன. யோகியின் முகம் பூசணிக்காய் போலப் பெரிதாகித் தெரிந்தது.

'ராத்திரி சரியாகத் தூங்கினாயா?'

'இல்லை.'

'ஹைபர்ஸோம்னியா என்று ஒரு சக்தி இருக்கிறது. எல்லாருக்கும் இருக்கிறது தினேஷ். உன்னால் உன் ஆறாவது பிறந்த நாளை ஞாபகப்படுத்திக் கொள்ள முடியுமா?'

'ம். முடியும்.'

‘சொல்லு, பார்க்கலாம்... என்னென்ன நிகழ்ந்தது?’

நான் சுதாரித்துக்கொண்டு பேசினேன்.

‘அம்மா அன்று என்னை எழுப்பி ‘பள்ளிக்கூடம் போக வேண்டாம்’ என்றாள். எனக்குச் சந்தோஷமாக இருந்தது. அப்பாவும் அம்மாவும் ஒரு பொட்டலத்தில் இருந்து ஸ்வீட் எல்லாம் கொடுத்தார்கள். பக்கத்து வீடுகளிலிருந்து எட்டு பையன்களைக் கூப்பிட்டிருந்தேன். எல்லோரும் என் வகுப்பு.’

‘பெண்கள்?’

‘ஒரே ஒரு பெண் மட்டும் வந்திருந்தாள். ‘ஹாப்பி பர்த்டே’ சொல்லி விட்டு என் கையில் சாக்லெட் கொடுத்தாள்.’

‘அவள் பெயர் ஜயலட்சுமியா?’

‘இல்லை. ‘வ’வில் ஆரம்பிக்கும்... பெயர் வசந்தியோ என்னவோ! அப்புறம் பார்த்தசாரதி கோயிலுக்குப் போய்... அங்கே யானை இருந்தது. அதற்கு நிதானமாக நாமம் வரைந்து கொண்டிருக்க... செருப்பை மண்டபத்துக் காப்பகத்தில் தகரத் தேர்முட்டி அருகில் வைத்துவிட்டு... அதில் இரும்புச் சங்கிலிகூட இருக்கும்.’

‘தினேஷ்! எத்தனை ஞாபக சக்தி உனக்கு! எத்தனை விவரங்கள் சொல்கிறாய்! இன்னும் கொஞ்சம் முன்னே போகலாமா?’

‘ம்...’

‘ஆறு வருஷம் முன்னே!’

‘நான் பிறக்கவே இல்லையே!’

‘பிறக்கப் போகிறாய், வேர் யு ஸிஸேரியன்?’

‘ஆம்.’

‘ஆயுதம் போட்டபோது வலித்ததா?’ யோகி கேட்க...

நான் மௌனமாக இருக்க...

வலித்ததா?’

‘ஸ்ஸ்ஸ்... ஆ...!’

XIX

‘எப்போது பிறந்தாய் சொல்?’

‘ஆயிரத்துத் தொள்ளாயிரத்து அறுபத்து...’

‘அதற்கு முன், அதற்கு முன்...’

‘அதற்கு முன்?’என்றேன்.

‘யோசி... அதற்குமுன் எப்போது பிறந்தாய்? யார் உன் அப்பா? யார் அம்மா?’

‘தெரியவில்லை. பிறக்கவில்லை.’

‘யோசித்துப் பார். மெல்ல. நீ பிறந்தாய், தினேஷ் குமாராகப் பிறந்தாய். அதற்கு முன் உன் பெயர் என்ன?’

‘தெரியாது!’

‘சொல். முயற்சி செய். மெல்ல மெல்ல உன் மன மென்னும் மஞ்சள் புகை போல மறைப்புகளை நீக்கி விலக்கி வெளிச்சம் போடடுப் பார்.’

‘நான் கோபாலன்!’

‘கோபாலன்! கோபாலா... எந்த ஊரில்? சொல், திருச்சி... அதுதானே? எந்த ஊரில்.’

‘திருச்சி.’

'சொல்! திருச்சியில் என்ன?'

'காவிரி பதினெட்டாம் பெருக்குக்காக ஆடி மாதம் மேட்டூரில் தண்ணீர் விட்டுப் படித்துறையில் நிலாச் சாப்பாடு. தோப்பு. புள்ளியாக நிழல், நிலா, நான், ஜயலட்சுமி டீச்சர், சர்மா, பண்டரி... அந்த இருட்டில் டீச்சர் என்னைப் பார்த்துச் சிரிக்கிறாள். என்னைத் தன் அருகில் வைத்துக்கொண்டு, பண்டரியிடம் டீச்சர் பேச...

'அது யாரு ஜெய்யூ?' என்று கேட்டார் சர்மா.

'வந்து... பண்டரின்னு எங்க ஸ்கூல்ல ட்ராயிங் மாஸ்டர்... எனக்குக்கூட தூரத்து உறவு. கரூர்ல ஒரே ஸ்கூல்ல படிச்சோம். இவாளுக்கு மாந்தோப்பெல்லாம் இருக்கு.'

'அப்படியா? இங்க திருச்சிக்கு என்ன ஜோலில வந்தேள்!'

'திருச்சிலதான் சார் இருக்கேன். நாங்க ரெண்டு பேரும் ஒரே ஸ்கூல் சார்!'

'இவன் எங்க வந்தான்? டேய், உன்னை உங்க அப்பா தண்ணி தெளிச்சு விட்டுட்டாளா... தேட மாட்டாளா?'

'சொல்லிட்டுத்தான் வந்திருக்கேன் மாமா.'

'நிலாச் சாப்பாடு சாப்பிட வந்திருக்கான்.'

'ஏன் எப்பப் பார்த்தாலும் உன் முந்தானையைப் பிடிச்சுண்டு அலையறான் இந்த கோபாலன். அப்புறம் பண்டரி சார்... நீங்க என்ன பண்றீங்க, சாவகாசமா பகல்ல வாங்கோ... முகத்தைப் பார்த்துப் பேசிக்கலாம். என்ன? எனக்குச் சில பேர் முகத்தைப் பார்த்தே ஆகணும்.'

'கோபாலா...' நான் டீச்சரையே பார்த்துக்கொண்டிருக்க...

'ஆத்தில தேடுவா... போய்டு' என்றாள் டீச்சர்!

'இந்த வயசுப் பையனுங்க கில்லிதண்டா, பேய்பால் இப்படித் தான் விளையாடுவா... அப்படித்தான் நான் விளையாடிண்டு இருந்தேன். இவன் மாதிரி ஸ்கூல் டீச்சர் பொம்மனாட்டி பின்னால நான் அலையலை!' என்றார் சர்மா.

'அப்படிப் பேசாதீங்கோ...' ஜயலட்சுமி என்னைக் கலவரத்தோடு பார்க்கிறாள்.

‘போடான்னா... கொஞ்ச நேரம் தனியா விடமாட்டான். என்ன பிழைப்பு! ஆம்படையாளோட நிம்மதியாச் சரசமாட முடியாது’ என் முன்னால், அவளைத் தன்பால் வைத்துக்கொண்டு,

‘ஜெய்யூ... இங்கே பாரேன்...’ சர்மா.

‘விடுங்கோ... ஐயோ, என்ன இது அசிங்கம்?’

‘நல்லாப் பாருடா... இதெல்லாம் கத்துக்கத்தானே டீச்சர்கிட்ட வந்தே?’

‘கோபாலா!’

‘ஏன் சார்?’

‘எங்கே போறே?’

‘கடைக்குப் போறேன்!’

‘என்னா வாங்க?’

‘பீடி வாங்க?’

‘என்னா பீடி?’

‘ஆட்டின் பீடி!’

‘வாங்கிப் பார்!’

‘குடிச்சுப் பார்!’

‘குடிச்சவங்களை!’

‘கேட்டுப் பார்.’

நான் எழுந்து ஓடிப் போய்விட, ‘கோபால்... ஸ்கூல்ல வந்து என்னைப் பாரு’ என்கிறாள் ஜயலட்சுமி டீச்சர். எனக்குக் காவேரியைவிடப் பிரவாகமாக அழுகை வந்து, நான் அழுத கண்ணீர் என் சட்டையெல்லாம் நனைக்க...

கதவு திறந்தபோது பீட்டர்சனும் தேவகியும் உள்ளே வந்தார்கள்.

‘என்னது... இப்படி அழறார்?’ என்று தேவகி என்னருகில் வந்து துண்டால் கன்னத்தைத் துடைத்தாள்.

'இந்த செஷன் இதோடு போதும் பீட்டர்... ரொம்ப சுவாரஸ்ய மான விஷயங்கள் வெளிவருகின்றன' என்றார் யோகி.

நான் என்ன சொன்னேன் என்று யோகியைக் கேட்டேன்.

'எல்லாம் டேப்பில் இருக்கிறது! நீயே சமயம் வரும்போது போட்டுப் பார்... உனக்குத்தான் முக்கியம்.'

'அதில் ஏதாவது அர்த்தமிருக்கிறதா?'

'நான் முதலில் கேட்ட கேள்விகளுக்கெல்லாம் ஆங்கிலத்தில் பதில் சொன்னாய். அங்கே போனதும் ரிக்ரெஷன் தொடங்கிய தும் எல்லாம் தமிழில் உள்ளது.'

தேவகி என்னைக் கண் கொட்டாமல் பார்த்தாள். 'எதுக்கு இத்தனை வேர்த்துவிட்டிருக்கு?'

'எங்க போய்ட்ட தேவகி...'

'சொல்லிட்டுத்தானே போனேன். கரோல் பாக்ல அத்தை பொண்ணு ரேவதி இருக்கான்னு. ராத்திரி ஜன்னலைத் திறந்து குதிக்கப் பிரயத்தனமாமே? உங்களுக்கே நல்லா இருக்கா?'

'நான் என்ன பண்ணுவேன்!'

'இவர்ட்ட கையைக் காட்டினதில் ஏதாவது பலன் இருக்குமாமா? வந்து பார்த்தபோது சயனம் மாதிரி படுத்துண்டு என்னென்னவோ சொல்லி அழுதுட்டிருந்தீங்க... ஜயலட்சுமி யாராம்?'

யோகி எங்களை உள் அறைக்கு அழைத்தார். அங்கு க்றிஸ்டல் கிளாஸில் பச்சையாகத் திரவம். சாப்பிடவா அலங்காரத்துக்கா என்று தெரியவில்லை. யோகியின் கூட்டம் ஒன்று தேர்ந்த போட் டோக்காரரால் எடுக்கப்பட்டு அத்தனை உயிருடன் இருந்தது.

யோகி என் மனைவியிடம் பேசினார். 'உங்கள் கணவரின் போன ஜென்மத்துப் பெயர் கோபாலன்.'

'போன ஜென்மமா?'

'ஆம்!'

'அதிலெல்லாம் இவருக்கு நம்பிக்கையே கிடையாது. என் னங்க?' என்று என்னைக் கலவரத்துடன் பார்த்தாள்.

'மறு பிறவி என்கிறது மிகப் புராதனமான, மிகப் பரவலான கொள்கை. ஒவ்வொரு கலாசாரத்திலும் ஒவ்வொரு கால கட்டத்திலும் அது தொடர்ந்து போதிக்கப்பட்டிருக்கிறது. மானுடம் என்பது பரிணாமத்தில் ஒரு கட்டம். மனிதப் பிறவி என்பது தொடர்ச்சியான ஒன்று. ஒவ்வொரு மனிதனின் பின்னாலும் அளவிட முடியாத கடந்த காலம் இருக்கிறது. அவன் யாராயிருந்தாலும் சரி... அகால மரணத்தில் இறந்தவனாக இருந்தாலும் சரி, பிச்சைக்காரனாக இருந்தாலும் சரி... எந்த வாழ்க்கையும் விரயமாவதில்லை. மறுபிறவிக் கொள்கை நம் கர்மாக்களின் முழுமைக்கு வடிவம் கொடுக்கிறது. நாம் செய்யும் கர்மங்களின் மூலம் நம் எதிர்காலத்தை, அடுத்த பிறவியை நம்மால் கட்டுப்படுத்த முடியும். இந்தப் பிறவியில் காரணம் கேட்கும்போது ஏதோ முடிக்காத காரியம், சென்ற பிறவியில் சில வேளைகளில் சில பேரைப் பார்த்தமாதிரி இருக்கும். சிலரைப் பார்த்தால் உடனே பிடித்துப் போய்விடும். சில குரல்களைக் கேட்டமாதிரி இருக்கும். சில எண்ணங்கள் முன்பே எண்ணிய மாதிரி இருக்கும். தேஜாவூ என்று சொல்வார்கள். இதெல்லாம் தின வாழ்க்கையில் சென்ற பிறவியின் எதிரொலிகள். அந்த யுகத்து ஆசைகள்! காட்சிகள்!'

'இப்ப இவரைத் தொந்தரவு செய்யறது போன ஜென்மத்துக் கர்மாவா?'

'பீட்டர்! இதன் உண்மையை நீங்கள் முழுவதும் அறியவேண்டும் என்றால் என்னால் விவரங்கள் கண்டு சொல்ல முடியும். அத்தனை விவரங்களும்! கோபாலன் யார், ஜயலட்சுமி யார், எப்போது திருச்சியில் வாழ்ந்தார்கள் என்று சொல்ல முடியும். அதற்கு நிறைய முறை இவரை ஹிப்னாடிஸத் தூக்கத்தில் ஆழ்த்த வேண்டும்...'

'இவருக்குக் கேட்கும் குரல்கள், கோபாலனின் குரலா?'

'இல்லை. அதைக் கண்டுபிடிக்க மறுபடி இவரை ஹிப்னாட்டிக் ரிக்ரெஷனுக்கு உட்படுத்தவேண்டும். கொஞ்சம் பலவீனமாக இருக்கிறார். நாளைக் காலை வருகிறீர்களா? கொஞ்சம் ரெஸ்ட் எடுத்துக்கொள்ளுங்கள். எனக்கும் ஓய்வு தேவை. என்னையும் பலவீனப்படுத்துகிறது இந்தப் பயிற்சி...'

நாங்கள் எங்கள் அறைக்கு வந்தபோது, 'என்னங்க... என்னென்னவோ சொல்றார் சாமியார்?'

‘அவர் சாமியார் இல்லை...’

‘அவர் யாராயிருந்தா என்ன? இப்ப ஜயலட்சுமின்னு ஒரு மாமி இருக்காளா? பேரைப் பார்த்தா ஏதோ அப்பளம் இடறவ மாதிரி இருக்கு...’

‘மாமி இல்லை அது... கேலி பண்ணாதே!’

‘முகம் தெரியறதா?’

‘ ஜயலட்சுமிங்கறது தெரியறது...’

‘பேசறாளா?’

‘நிறைய...’

அந்த டேப்பைப் போட்டபோது, ‘ஏன் எப்பப் பார்த்தாலும் உன் முந்தானையைப் பிடிச்சுண்டு அலையறான்...’

‘இது உங்க குரல் மாதிரியே இல்லையே!’

‘சர்மா...’ என்றேன்.

‘சர்மா... யாரு அது எல்லாம்? எந்த ஊர்? யார் முந்தானை? ரெண்டு பேருக்கும் வயசு வித்தியாசமா? சின்ன வயசுல யாரை யாவது காதல் பண்ணீங்களா? சொல்லுங்க...’

‘என்னைப் போட்டுத் துளைக்காதே தேவகி... எனக்கு என்னமோ பனியில் ஏதோ உருவம் தெரியறமாதிரி புலப்படறது. தெளியவே இல்லை... ஆனா, இது சின்ன வயசு இல்லே... என் சின்ன வயசெல்லாம் திருவல்லிக்கேணி தேரடித் தெருவில் கிரிக்கெட் ஆடினதுதான். அது வேற ஆளு... வேற ஊரு... வேற மனுஷா... வேற யுகம்!’

‘என்னவோ இது விஷப் பரீட்சையாத் தோண்றது... எங்க கொண்டுபோய் விடும்னு தெரியலை. நாங்க இல்லாதபோது டேப்ல என்னென்னவோ யோகியே சொல்றார்னு தெரியறது...’

‘அவருக்குத் தமிழ் தெரியாது தேவகி!’

‘யார் கண்டா?’

‘பொறுமையா இரு... நீ வேற இதைப் போட்டுக் குழப்பாதே...’

‘ரேவதி சொன்னா. இங்க லோடி காலனில ராம் கோயில்ல பட்டப்பான்னு ஒருத்தர் ஆரூடம் சொல்றாராம். எல்லாம் பலிக்கிறதாம்.’

‘ஜோசியம், ஆரூடம் பார்த்தது எல்லாம் போதும்!’

‘தினேஷ்... ரொம்ப டயர்டா இருக்கா?’

‘யெஸ், பீட்டர்...’

‘இந்தப் பரிசோதனையைத் தொடரவேண்டுமா?’

‘ஆம்... இது ஒரு தேடல்போல்தான் இருக்கிறது எனக்கு. மறு பிறவியில் நம்பிக்கையில்லை என்றாலும், இந்தக் கதையை, கதாபாத்திரங்களை முழுமையாகத் தெரிந்துகொள்ள ஆசையாக இருக்கிறது. இந்த வினோத உறவில் ஒரு அழகான பள்ளி ஆசிரியை இருக்கிறாள். ஒரு சிறுவன்... அவளுடைய சக ஆசிரியர் ஒருத்தர்... திருச்சி காவேரிப் பாலம்... நிலா வெளிச்சம் எல்லாம் தென்படுகிறது. இந்தக் கதை என்னை மேலே படி... மேலே படி என்று ஆர்வத்தைக் கொடுக்கிறது. படித்தே ஆக வேண்டும். அதன் முடிவு என்னவென்று தெரிந்துகொண்டே ஆகவேண்டும்...’

பீட்டர், ‘அப்படியே இன்னொரு விஷயம்...’ என்றான்.

‘என்ன?’

‘சென்னை ஆபீஸுக்கு போன் பண்ணி, திருச்சிக்கு ரெண்டு டிக்கெட் புக் பண்ணும்படிச் சொல்லியிருக்கிறேன்...’

நான் பயத்துடன் அலறினேன்.

‘திருச்சியா... ஆ...!’

பீட்டர்சன் என்னைக் கண் கொட்டாமல் பார்த்தான். 'அந்தத் தேடல் தொடங்கவேண்டும்... திருச்சியில் தான் தொடங்கவேண்டும்.'

'எப்படித் தேடுவது, யாரை விசாரிப்பது?'

'திருச்சியும் வேண்டாம், ஒண்ணும் வேண்டாம். ஏற்கனவே பூதம் கிளம்பற மாதிரி என்ன என்னவோ விரீதங்கள்லாம் கிளம்பி இருக்கு. இப்போ திருச் சிக்குப் போய் அந்த ராஜலட்சுமியை அழைச்சுண்டு வரவேண்டாம்!' என்றாள் தேவகி.

'அது ஜயலட்சுமி! தேவகி... ஜயலட்சுமினு இன் னிக்கு யாரும் இல்லை. அது வந்து ஒரு ஞாபகம்...'

'எப்படித் தெரியும்?'

'தெரியும்.'

'இப்ப ஞாபகம்னு சொல்வீங்க... நாளைக்கு பெட்டி, படுக்கையோட அழைச்சுண்டு வந்துட்டு இவளுக்கும் காப்பி போடுன்னு...'

'என்ன உளர்றே தேவகி... எனக்குக் குணம் ஆக வேண்டாமா?'

'குணம்ங்கறது மத்த பொம்மனாட்டி பின்னால அலையறதுன்னா, வேண்டாம்!'

தமிழில் நடந்த இந்த சம்பாஷணை புரியாமல் பீட்டர்சன் இருவரையும் மாறி மாறிப் பார்த்துக்கொண்டிருந்தவன், 'என்ன பிரச்சனை...' என்றான்.

'ஜயலட்சுமியெல்லாம் தேட வேண்டாங்கிறா தேவகி...'

'நான் போய்த் தேடட்டுமா?' என்று பீட்டர்சன் கேட்க...

'நோ' என்றாள் தேவகி. 'இப்படியே இருந்துட்டு போனாலும் எனக்குப் பரவாயில்லை. மாத்திரை சாப்பிட்டுட்டுப் படுத்துண்டு கண்ட்ரோல் பண்ணலாம்! யாரையும் தேடவேண்டாம். மலையாள தேசத்துக்குப் போய் செருப்படி பட்டது போதும்.'

'தேவகி, இவர்கள் எல்லாம் யார் என்று கண்டுபிடித்து முழு உண்மையையும் அறிந்துகொண்டுவிட்டால் பிரச்னை தீர்ந்து விடும். குரல்கள் ஓய்ந்துவிடும்.'

'வேண்டாம்' என்றாள் தீர்மானமாக.

'ஏன் வேண்டாம்?'

'எனக்குப் பயமா இருக்கு.'

அன்றைய மத்தியானம் இரண்டு மணிக்கு மறுபடி யோகியைப் போய்ப் பார்த்தேன். அவர் என்னை ஹிப்னாடிஸத்துக்கு உட்படுத்தவில்லை. மாறாக, ரிக்ரெஷன் என்பதைப் பற்றி விளக்கினார். யோகி நிறைய படித்திருந்தார். சமஸ்கிருதத்திலிருந்தும் லத்தீனிலிருந்தும் சரமாரியாக மேற்கோள் காட்டினார். உலக கலாசாரத்தில் எங்கெங்கே மறுபிறவி இருக்கிறதோ அதையெல்லாம் சொன்னார்.

'முதல் பார்வையில் காதல், உடனே சில பேரைப் பிடித்துப் போவது, உடனே சில பேரை வெறுப்பது எல்லாமே முன் ஜென்மத்து உறவுகளின் தொடர்ச்சிகள்தான். இந்துக்களும், ஜைனர்களும், திபேத்திய பௌத்தர்களும் தந்த்ர சாஸ்திரத்தில் வேறு வடிவங்களை நம்பினாலும் மறு பிறவியில் அவர்கள் எல்லாருக்கும் நம்பிக்கை உள்ளது. பைபிளில் மறு பிறவி பற்றி நேரடியான குறிப்புகள் இல்லை. பழைய ஏற்பாட்டில் ஜோஷுவாவை உதாரணமாகச் சொல்வார்கள். ஆனால், எனக்கு அதில் உடன்பாடு இல்லை. அது நேரடியாகக் குறிப்பிடுவதாக

எனக்குத் தோன்றவில்லை. பௌத்தம் இதை ஒரு அழகான உவமையின்மூலம் சொல்கிறது. 'உன் ஒவ்வொரு பிறவியும் ஒரு முத்து மாலையின் ஒரு முத்துக்குச் சமானம். அவற்றை இணைக்கும் உள் கயிறுதான் ஆத்மா! மரணத்தின், மறு பிறவியின் மர்மத்தை அறிந்தவனே உண்மை பிராமணன். தன் முந்தைய பிறவிகளை அறிந்தவன், தெரிந்துகொண்டவன் அவன். தன் ஞாபகத்தைத் திசைப்படுத்தி வளைத்து தன் முந்தைய தாற்காலிக நிலைகளைத் தொடுகிறான். அவன் மனத்தில் தன் முந்தைய ஒரு பிறவியை இரண்டு பிறவியை அல்லது ஆயிரம் நூறாயிரம் பிறவிகளைக் கூப்பிடுகிறான்' என்ற தம்மபதத்திலும் ஸம்மன்ன பலஸுத்தத்திலும் சொல்லப்பட்டிருக்கிறது.'

'அப்படியென்றால் இவர்கள் எல்லாம்?'

'நீ அதிர்ஷ்டக்காரன். உன் மனக் கண் புத்த திருஷ்டி, முந்தைய பிறவி வரை விரிந்திருக்கிறது. அதற்கு முன்பும் உன்னால் சொல்ல முடியும். கொஞ்சம் பழக்கப்படுத்திக்கொண்டால் போதும்.'

'ஒரு பிறவி போதும்' என்றேன்.

யோகி அமைதியாக 'கேலி பண்ணாதே' என்றார். 'இப்போது நான் சில உண்மைச் சம்பவங்களை உனக்குச் சொல்கிறேன். நவம்பர் 1952-லிருந்து அக்டோபர் 1953 வரை பெர்ன்ஸ்டைன் என்கிற அமெச்சூர் ஹிப்னாடிஸக்காரர், வர்ஜினியா பர்ன்ஸ் என்கிற பெண்ணை ஹிப்னாடிஸத்துக்கு உள்ளாக்கி, அவளுடைய முந்தைய இரு பிறவிகளை ஞாபகப்படுத்தச் செய்தார். முதல் பிறவி அகால மரணம் அடைந்த சிறு குழந்தை. அதற்கு முந்தைய பிறவிதான் உலகத்தின் கவனத்தைக் கவர்ந்தது. அயர்லாந்தில் 1978-ல் பிறந்த ப்ரைடி ப்ரிஜெட் மர்ஃபி என்னும் பெண்ணின் வாழ்க்கையின் அத்தனை விவரங்களையும் இந்த அமெரிக்கப் பெண் நினைவுபடுத்திச் சொன்னாள். சிகாகோவை விட்டுத் தன் வாழ்நாள் முழுவதும் நகராத பெண், அயர்லாந்தில் அவள் வாழ்ந்த கிராமத்தின் தெருப் பெயர்கள், கடைகளின் பெயர்கள் எல்லாம் மிக மிக விவரமாக, வாழ்க்கையின் நுட்பமான தகவல்கள், ஏன் அயர்லாந்து உச்சரிப்புக்கூட விடாமல் பழைய ஐரிஷ் வார்த்தைகளைப் பிரயோகித்து எப்படி அவளால் அத்தனை விஸ்தாரமாகச் சொல்ல முடிந்தது என்று உலகமே வியந்தது. அவள் கதையைத் திரைப்படமாகக்கூட எடுத்திருக்கிறார்கள். அவளுக்கு அயர்லாந்துபோல உனக்குத்

திருச்சி. எப்படி உன்னால் திருச்சி நகரின் பல்வேறு தெருக்களை நினைவுகொள்ள முடியும்? இதுவே ஆச்சரியமில்லையா? இம் மாதிரி பல உதாரணங்கள் இருக்கின்றன. என் அனுபவத்திலேயே ஒரு பார்ஸிப் பெண், பம்பாயில் வாழ்ந்தவளை, ரிக்ரெஸ் பண்ணும்போது புரியாத ஒரு பாஷையில் பேசினாள். அதை நாடாவில் பதிவித்து அலசியபோது அது நாகாலாந்தில் அங்காமி நாகாக்கள் பேசும் மொழி என்று தெரிந்தது. முற்பிறவி இருப்பதில் சந்தேகமே இல்லை. உன்னை மீண்டும் மீண்டும் தூக்கத்தில் ஆழ்த்த முடிந்தால் ஒவ்வொரு முறைக்கும் கிடைக்கும் உன் அந்த ஜென்ம வாழ்க்கையின் பல்வேறு துண்டங் களைப் பொருத்திப் பார்த்து முழுசாக்க முடியும். அதற்கு உன் ஒத்துழைப்பு வேண்டும்.

'என் மனைவி பயப்படுகிறாள்.'

'நான் அவளிடம் பேசுகிறேன்.'

'வேண்டாம். இருக்கும் விவரங்களை வைத்துக்கொண்டு திருச்சி யில் தேடலாமா என்று யோசிக்கிறேன்.'

'ஹிப்னாடிஸத்துக்கு பயமா?'

'இல்லை. எண்ணங்கள் என் மனத்தை மிகவும் பாதிக்கின்றன. அழுகை வருகிறது. ஒரு சிறுவன் போல விக்கி விக்கி அழத் தோன்றுகிறது. ஜயலட்சுமியின் உருவம் என் சிந்தைக்குள் சிறைப்பட மறுக்கிறது. பார்த்த முகம்போலவும் இருக்கிறது. காவேரிப் பாலம், மணல், பௌர்ணமி என்று அத்தனை விவரங்கள் எப்படி அடுக்கடுக்காக வருகின்றன என்று வியப்பாக இருக்கிறது.'

'அப்படியெனில் ஒன்று செய். திருச்சியில் போய் விசாரித்து விவரங்கள் கிடைக்கவில்லை எனில் மறுபடி உன்னை ஹிப்னா டிஸத்துக்கு உட்படுத்தலாம். உன்னிடம் இப்போது அதன் பயம் இருக்கும்போது உன்னை வற்புறுத்த விரும்பவில்லை. நான் அடுத்த மாதம் சென்னைக்கு வருகிறேன். சோழாவில், சொற் பொழிவுகளுக்காக. அப்போது மறுபடியும் தேவைப்பட்டால் என்னை வந்து பார்' என்றார் யோகி.

யோகியின் "Awe' இயக்கத்துக்குச் செக் எழுதிக் கொடுத்துவிட்டு, மத்தியானம் ப்ளேனில் புறப்பட்டோம். எல்.எக்ஸ்.ஐ. டெண்டர் தேதி ஒத்திப்போடப்பட்டிருந்தால், பீட்டரும் எங்களுடன் வந்து விட்டான். தேவகி மிகவும் ஆறுதல் அடைந்தவள்போலத்

தோன்றினாள். 'இனி எதுவும் வேண்டாம். உங்களுக்குத் தானாகவே சரியாய்ப் போய் விடும்' என்றாள். லோடி காலனி ராமர் கோயிலுக்கு அவசரமாகப் போயிருந்தபோது பூட்டியிருந் ததில் அவளுக்கு வருத்தம்தான்.

சென்னைக்கு வந்தபோது எனக்குக் கொஞ்சம் தேவலை. 'டீம் ஒர்க்' என்னும் புதிய சாஃப்ட்வேர் உபயோகித்து ஒரு டாகுமெண்ட் தயாரிப்பதில் சுவாரஸ்யமாக இருந்துவிட்டேன். சமயத்தில் தூங்கி, சரியாக எழுந்து சாயங்காலம் நடை பழகி, விட்டமின் மாத் திரைகள் முழுங்கி, எதற்கும் இருக்கட்டுமே என்று குரல் வராம லிருக்க டாக்டர் தந்த அந்த மாத்திரைகளையும் உட்கொண்டு ஒரு முறை பீச்சுக்குப் போயிருந்தபோது எனக்கு நிவாரணமாகி விட்ட தென்றே எண்ணினேன். யோகியுடன் அந்த நாட்களை மறுபடி வாழ்ந்ததில் ஒரு விதத்தில் மனசு துல்லியப்பட்டுவிட்டதுபோலச் சுத்தமாக உணர்ந்தேன். நெஞ்சில் எப்போதும் கனமாக இருந்த பயம் சற்று விலகிப்போய் அவ்வப்போது... 'பழைய அபஸ்வர மான பாட்டையெல்லாம் பாத்ரூம்ல ஆரம்பிச்சீட்டீங்க... உங்களுக்குச் சரியாப் போச்சுன்னு அர்த்தம்' என்றாள் தேவகி.

'ஐ'ம் நாட் டேக்கிங் சான்ஸஸ்.'

'திருச்சி ஆசை விட்டுப் போச்சோல்லியோ?'

'ஆமாம்' என்றேன்.

எல்லாமே சரியாக இருந்தது. எனக்கு ஒருவிதத்தில் நம்பிக்கை இல்லாமல்கூட இருந்தது. புயலுக்கு முன்னால் அமைதி போலத் தான் தோன்றியது. ஏதாவது பெரிசாக நடக்கப்போவதன் அறி குறியோ என்றதற்கு, 'அந்த ராமருக்கு வேண்டிண்டதோட பலன்' என்றாள் தேவகி.

'ராமர் கோவிச்சுக்க மாட்டாரா, நான் பார்க்கலையே அவரை!'

'நான் அர்ச்சனை பண்ணி எல்லாம் வேண்டிண்டாச்சு. இருந்தா லும் ஜாக்கிரதையாவே இருக்கணும்.'

பிற்பட்ட பிரதேசம் என்று சொல்லக்கூடிய இடத்தில் விருத்தா சலத்துக்கு அருகில் பெரிஃபரல் தொழிற்சாலை அமைப்பதைப் பற்றிப் பேச்சு வார்த்தை நடத்துவதற்காக என் முதலாளி போக வேண்டியிருந்தது. காரில் போவதாகத்தான் இருந்தது. கடைசி

நிமிஷத்தில் ஏதோ ஒரு கலகம் என்று ரயிலுக்கு மாறவேண்டியிருந்தது. அவசரமாக ஒரு கேள்வித்தாளை அவரிடம் கொடுக்க வேண்டியிருந்தது. அதை எழும்பூர் ரயில் நிலையத்தில் கொண்டு கொடுத்தபோது ரயில் புறப்பட இருந்தது. ஓடிப் போய் அந்த முதல் வகுப்புப் பெட்டியைத் தேடி அவரிடம் அந்தக் காகிதத்தைக் கொடுக்க, 'எப்பவும் போல கொட்டுவாயில்தான் எதையும் செய்வாய்' என்றார். 'இப்போது அந்தப் பழைய உபாதையெல்லாம் இல்லையே?'

'இல்லை.'

'எனக்கு சந்தோஷம். சேகர், நரேந்தர் எல்லாருக்கும் சொல்லி வைத்திருக்கிறேன். உன்மேல் எப்போதும் ஒரு கண் வைத்திருக்கும்படி.'

'தேவையில்லை.'

'பீட்டர் சொன்னான்... முந்தைய பிறவி, ரீ இன்கார்னேஷன் என்றெல்லாம்!'

'ஆமாம்.'

'நம்பாதே! எல்லாம் நான்ஸென்ஸ்.'

சிக்னல் விளக்கு ஆரஞ்சுக்கு மாறி ஒலிபெருக்கியில் 'உங்கள் பயணம் நலம் அடைய' வாழ்த்தியபின் வண்டி புறப்பட்டது. மெல்ல மெல்ல ஜன்னல் ஜன்னலாக என்முன் நகர்ந்தது. அந்த ஜன்னல்கள் கொஞ்சம் கொஞ்சமாக ஒன்றுடன் ஒன்று சேர்ந்துகொண்டு ஒரே தீற்றலாக மாறும் சமயம் அவர்களை நான் பார்த்தேன். சர்மா, ஜயலட்சுமி டீச்சர், பண்டரி, கோபாலன் எல்லாரையும் ஒரு கணம் பார்த்தமாதிரி இருந்தது. வண்டியின் மண்டையில் பொருத்தியிருந்த மஞ்சள் போர்டில் 'ராக்ஃபோர்ட் எக்ஸ்பிரஸ்' என்று எழுதியிருந்தது. 'சென்னை-திருச்சி!'

நான் அதனுடன் இரைக்க இரைக்க ஓடி அதில் ஏறிக் கொண்டேன்.

'டிக்கெட் ப்... ப்... ளீஸ்...'

எதிரே டிக்கெட் பரிசோதகர்.

'ஓ...ஓடற வண்டியிலே ஏ... ஏர்றியே உங்கிட்ட டிக்கெட் இருக்... ஆ...?'

திருச்சி ரயிலில் எதற்காக ஏறினேன் என்று எனக்குத் தெரியாது. 'டிக்கெட் இருக்கிறதா?' என்று கேட்ட பரிசோதகரிடம் என்ன பதில் சொல்வது என்றும் தெரியவில்லை. பிரமித்து நின்றேன்.

'என்ன...ய்...ய்...யா...பேஜாரு... பார்த்தா... படிச்சவன் மாதிரி இரு...க்...க்க! வண்டியில டிக்கெட் இல்லாம... ஏ... றிட்ட... பிளாட்பாரம் டிக்கெட்டாவது இருக்கா...?'

'ஜயலட்சுமி' என்றேன்.

டி.டி.யின் அருகில் இருந்தவர் தலையைக் காட்டி, திருகுவது போல் சமிக்ஞை செய்து, எனக்குப் புத்தி சுவாதீனமில்லை என்று குறிப்பிட, டி.டி. 'இரு... மத்த... பாசஞ்சர்களை விசாரிச்சுட்டு வர்ர்றேன்' என்று நகர்ந்தார்.

அது மூணு அடுக்கு தூக்கப் பெட்டி... சிலர் பிஸ்லேரி பாட்டில்களில் நீர் நிரப்பி வைத்துக் கொண்டு, பொட்டலங்களைத் திறந்துகொண்டு சாப்பாட்டுக்கு ஆயத்தம் பண்ணிக்கொண்டிருந்தார்கள். எனக்கு முன்னே ஏதோ ஒரு கம்பார்ட்மெண்டில் ஜயலட்சுமி இருக்கிறாள் என்கிற எண்ணம் ஒன்றுதான் என் மனத்தில் இருந்தது. டிக்கெட் இல்லாததோ, திருச்சி செல்வதோ ஏதும்

புனிதமாகப் படவில்லை. பையில் கிரெடிட் கார்டும் முப்பது ரூபாயும் சில்லறையும் இருந்தன. போதாது. வண்டி அதிக சத்தம் போட்டுக்கொண்டு சென்றது. அருகில் ஒரு மின்சார ரயில் போட்டி போட்டுக்கொண்டு ஓடி... வென்று, தோற்று விலகி நின்றது. எங்கள் வண்டி இன்னும் சூடு பிடித்து வேகம் எடுக்க, சென்னை நகரின் அரிப்பு மருந்து, தையல் பள்ளி விளம்பரங்கள், சுவர்களில் கடந்தன. வண்டி பல்லை நறநறவென்று கடிப்பது போல் ஓசைப்படுத்திச் சென்றது.

நான் வண்டியை விட்டுத் தாவி அடுத்த பெட்டிக்குச் செல்லும் உத்தேசத்துடன் கதவைத் திறக்க, டிக்கெட் பரிசோதகர் என் காலரைப் பிடித்தார்.

'எத்தனைக்... காசு வெச்சிருக்க...க்க?'

'முப்பது. கிரெடிட் கார்டு இருக்கு.'

அதை முன்னும் பின்னும் புரட்டிப் பார்த்து, 'இது ரயில்வேல செல்லாது...' என்றார் டி.டி.

'எனக்குத் தெரிஞ்சவங்க இந்த வண்டில வராங்க. அவங்ககிட்ட காசு வாங்கிக் கொடுத்துர்றேன். எனக்குத் திருச்சிக்குப் போயே ஆகணும்.'

'எங்க இருக்கா... ஆங்க?'

'ஏ.ஸி. கம்பார்ட்மெண்ட்ல...'

'பொய் சொல்றான். ஆர்.பி.எஃப்ல ஹாண்ட் ஓவர் செய் துருங்க...' என்றார் அருகில் இருந்தவர்.

'முப்பது ரூபாய் வாங்கிட்டு அடுத்த ஸ்டேஷன்ல இறக்கி விட்டுருங்க!'

இருப்புப் பாதையில் வேலைக்காரர்கள் 'எச்சரிக்கை' போட் டிருந்த இடத்தில் வண்டி மிக மெல்ல பத்து கிலோ மீட்டருக்கும் குறைவாகச் சென்று ஒரு கணம் நின்றபோது... என்னை ரயிலி லிருந்து உதிர்த்துவிட்டார்கள்.

'போ! உங்க அப்பன் வீட்டு ரயில் இல்லை இது.'

நான் நடந்தேன். சரளைக் கற்களை விட்டு களிமண் வரப்பில் நடந்து சாலைக்கு வந்தேன். ஒரு லாரியில் லிஃப்ட் வாங்கிக்

கொண்டு நகரை அடைந்தேன். மறு நாள் கனரா பாங்க்கைத் தேடிப் போய் என் கிரெடிட் கார்டில் ரூபாய் ஆயிரம் மாற்றிக் கொண்டேன். இந்த விவரங்கள் எல்லாம் எதற்கு உங்களுக்குத் தருகிறேன் என்றால், மனம் இன்னும் முழுவதும் சிதைய வில்லை என்பதைக் காட்டவே. ஏதோ ஒரு சக்தி என்னைத் திருச்சி நோக்கி வினோதமாக அழைத்தாலும், அதற்கான ஆயத்தங் களில், நடைமுறைப் பழக்க வழக்கங்களில் வினோதம் ஏதும் இல்லை. ஆனால், திருச்சிக்குச் செல்வது என்பது எனக்கு அசைக்க முடியாத தீர்மானமாகி விட்டது. மறுநாள் அதே ராக்ஃபோர்ட்டில் திருச்சி சென்று ஜங்ஷனில் இறங்கி நின்று காப்பி சாப்பிட்டேன்.

வெளியே வந்த போது சைக்கிள் ரிக்ஷாக்காரர் 'எங்கே போகணுங்க?'

'சிந்தாமணி' என்றேன்.

அவர் என்னை ஏற இறங்கப் பார்த்து 'சிந்தாமணி ரொம்ப தூரங்க. ஆட்டோவில் போயிரலாம்... இல்லே, சீரங்கம் போற ஒண்ணாம் நம்பர் பஸ்ஸைப் புடிச்சு கரூர் டர்னிங்கில எறங்கிக்கிட்டு...'

நான் ஆட்டோவில் உட்கார்ந்துகொண்டு 'சிந்தாமணி' என்றேன்.

'சிந்தாமணியில எங்கே?'

'பள்ளிக்கூடம். நீங்க போங்க... சொல்றேன்...'

ஆட்டோ ரிக்ஷாக்காரர், 'முதல் முறை சவாரி போவுது பார்த்துக் குடுங்க. இந்த ஊர்ல மீட்டர் கிடையாது. சார் மெட்ராஸா? லாட்ஜ் போயிட்டு போயிரலாமுங்களா?'

'சிந்தாமணி' என்றேன்.

'சிந்தாமணிங்கறது பெரிய இடங்க. எங்கிட்டுப் போவணும்னு சொன்னீங்கன்னா... விசாரிச்சுட்டு...'

'பள்ளிக்கூடம்.'

'இ.ஆர். இஸ்கோலுங்களா?'

'பார்த்தா தெரியும்.'

ரிக்ஷாக்காரர் ஒரு முறை திரும்பி என்னை ஏறிட்டு நோக்கிவிட்டு முணுமுணுத்துக்கொண்டு சென்றார்.

மிக மிகக் கலகலப்பாக இருந்த ஒரு பஸ் ஸ்டாண்டைக் கடந்து இரண்டு ரோடுகள் சேருமிடத்தில் நிறுத்தி, 'விலாசம் சொல் லுங்க... கேட்டுக்கிடலாம்.'

'சிந்தாமணி.'

'இதாங்க சிந்தாமணி. இங்க யாரைப் பார்க்கணும்... பேராவது தெரியுமா?'

'ஜயலட்சுமி, சர்மா, பண்டரி...'

'இருங்க, காப்பி கிளப்ல விசாரிக்கலாம். ஸ்கூல் பேரு என்ன சொன்னீங்க?'

அங்கிருந்து எங்கள் தேடல் தொடங்கியது. ஆட்டோ ரிக்ஷாக்க ாரர் என்னை விடுவதாக இல்லை. முதலில் இ.ஆர். ஹைஸ்கூலில் ஆரம்பித்தோம். அங்கிருந்து மலைக்கோட்டை நோக்கிவந்து ஆண்டார் தெரு, பட்டர்வொர்த் தெரு, தெப்பக் குளம் என்று நாள் முழுவதும் அலைந்தபின், அவரிடம் நூறு ரூபாயைக் கொடுத்து 'நீங்க போங்க' என்றேன்.

'ஆளு அட்ரஸூ இன்னும் கிடைக்கலீங்களே... என்ன செய்வீங்க?'

'நான் தேடிக்கிறேன். நீங்க போங்க.'

அவர் வருத்தத்துடன்தான் 'அப்ப போயிரலாங்களா? எனக்குக் கொஞ்சம் ஆதங்கமாகத்தான் இருக்குது. உங்களை இப்படி விட்டுட்டுப் போறதில. மேல் விலாசம் சரியா இருந்தா லாச்சும்...' என்று தயங்க...

அப்போது என்னிடம் ஒருவர் வந்து 'என்ன வேணும் ஐயாவுக்கு?' என்றார்.

'ரெண்டு மூணு பேத்தைச் சிந்தாமணியில தேடிக்கிட்டு இருக்காரு' என்று ஆட்டோ ரிக்ஷாக்காரர் பதில் சென்னார்.

'யாரு, பேரு?'

நான் தயக்கத்துடன், 'ஜயலட்சுமி, சர்மா... பண்டரி. ஸ்கூல் டீச்சர்ங்க...'

'எந்த ஸ்கூல்?'

'ஸ்கூல் பேரு சொல்ல மாட்டேங்கறாரு...'

'வாங்க போஸ்ட் ஆபீஸ்ல விசாரிக்கலாம்' என்று கையைப் பிடித்த இழுக்காத குறையாக அவர் அழைத்துச் சென்றார். முதலில் தெப்பக் குளம் போஸ்ட் ஆபீஸுக்குச் சென்றோம். மெயின் கார்டு கேட்டுக்கு வெளியே இருந்தது. அங்கே போஸ்ட் மாஸ்டர் அறைக்குச் சென்றபோது, 'சிந்தாமணி போஸ்ட் ஆபீஸ்ல போய்க் கேளுங்க... இது தெப்பக்குளம் போஸ்ட் ஆபீஸ்' என்றார்.

'சர்மான்னா எந்த சர்மா? கிருஷ்ணசாமி சர்மாவா? சமஸ்கிருத வாத்தியார்?'

நான் திரும்பிப் பார்த்தபோது, அவருக்கு சுமார் எண்பத்தைந்து வயது இருக்கலாம். நாற்காலியில் போஸ்ட்மாஸ்டருக்கு எதிரில் உட்கார்ந்திருந்தார். கையில் பாஸ் புக் வைத்திருந்தார். கண்கள் ஒரு திசையாகப் பார்த்தன. அருகில் பேரன். 'வாங்க தாத்தா' என்று அவரைக் கட்டாயமாக இழுத்துக்கொண்டிருந்தான்.

இவரிடம் ஒரு வேளை அடையாளம் கிடைக்குமோ என்று, 'சார், எனக்குச் சிந்தாமணில ஏதோ ஸ்கூல், சர்மா, ஜயலட்சுமி, பண்டரி, கோபாலன் இந்த மாதிரி பேர்கள்தான் தெரியும். இத்தனை பெரிய ஊர்ல...'

'எனக்குத் தெரிஞ்சவர் ஒருத்தர் சர்மான்னு சம்ஸ்க்ருத பண்டிதரைப் பற்றிச் சொல்வார். ஜயலட்சுமி... இஸ் ஷி எ டீச்சர்?'

'ஆமாம்' என்றேன் ஆவலுடன்.

'அவ செத்துப் போயிட்டா இல்லியோ?' தாத்தா சந்தேகமாகக் கேட்க...

'தெரியலை சார்' என்றேன்.

'நான் சொல்றது ஃபிப்டீஸ்ல...'

'அப்ப கெயிட்டி டாக்கீஸ்னு இருந்ததா சார்?'

'இப்பக்கூட இருக்கே. ஆமா... அவர் பேர் கோபால் சர்மாவா?'

'சர்மா மட்டும்தான் தெரியும்.'

'சர்மான்னு ஒருத்தர் டென்னிஸ் ஆடுவார்.'

தாத்தாவும் பேரனும் பஸ் ஏற, நானும் அதே பஸ்ஸில் ஏறிக் கொண்டு அருகில் உட்கார்ந்தேன். 'நீங்க யாரோ தெரியும்னு சொன்னீங்களே. அவர்கிட்ட என்னை அறிமுகப்படுத்தி வைக்க முடியுமா?'

'நீங்க போகலியா இன்னும்?'

'இல்லை சார். அவங்களைத் தேடிக்கிட்டுத்தான் வந்திருக்கேன்.'

'நான் சொல்ற பேர்வழிகள் எல்லாம்... தே ஆர் ஆல் டெட்!'

'அவங்களைத்தான் தேடி வந்திருக்கேன்.'

'ஏதாவது சொத்து கித்து?'

'இல்லை சார்.'

'திஸ் சர்மா... அவருக்கு நிறையச் சொத்து இருந்தது... லிட்டிகேஷன்... வெய்ட் எ மினிட்... திஸ் ஜயலட்சுமி... ஒரு மர்டர் கேஸ்ல இன்வால்வ் ஆகி அனந்தாச்சாரின்னு ஒரு வக்கீல்கூட வாதாடினாரே...'

'தெரியாது சார்.'

'நான் உங்களை பார்த்தசாரதியோட ஒருத்தர்கிட்ட அனுப்பறேன். அவரை வேணும்னா விசாரிச்சுப் பாருங்கோ...'

சிந்தாமணியில்தான் மறுபடி இறங்கிக்கொண்டோம். அந்தப் பேரன் பார்த்தசாரதி வெறுப்புடன் என்னை அழைத்துச் சென்றான்.

மிக நெருக்கமான சந்து. அதன் முனையில் 'முரளி குளிர்பானம்! வீடியோ காஸெட் லைப்ரரி' என்று பேர் எழுதி, வெயிலில் காயப் போட்டிருந்தார்கள். புகைக்கறை படிந்த சின்ன ஜன்னல்கள். சுருள் ஓட்டு வீடுகள். எருமை மாடுகள் படுத்திருக்கும் சந்து. அவை அடைத்து மிச்சமிருந்த பாதையில் ஸ்கூட்டர்களும் சைக்கிள்களும் கடக்க... ஒரு கிரிக்கெட் மாட்ச் வேறு நடந்து கொண்டிருந்தது.

'யாரு?'

'பார்த்தசாரதி மாமா... தாத்தா இவரை உங்ககிட்ட அனுப்பிச்சார்.'

'கிராமபோன் ரிப்பேரா?'

'இல்லை சார்?' என்றேன்.

'என்ன வேணும்... யார்றா?'

'சார்... சர்மா, ஜயலட்சுமி, பண்டரி இவங்களைத் தேடி விசாரிச்சுக்கிட்டு நான் வந்திருக்கேன்.'

அவர் என்னை நிதானமாகப் பார்த்தார்.

'உன்னைத்தான் எதிர்பார்த்தேன். வாப்பா... வா... வா... கோபாலா...'

அந்த நேரத்தில் தெருவிலிருந்து பறந்து வந்த கிரிக்கெட் பந்து என் காலைப் பதம் பார்க்க...

'ஆ...!'

அந்தப் பந்து காலில் பட்டதில் உடனே வீக்கம் ஏற்பட்டு 'விண்'ணென்று வலி... வெளியே வந்து பார்த்தசாரதி, 'காலிப் பசங்களா... தெருவில் பந்தாடறீங்களா! அதுவும் நிஜ கிரிக்கெட் பந்து வெச்சு...' என்று கத்தியவன், என் காலைப் பார்த்து, 'பந்து மாதிரியே வீங்கிடுத்தே... நடக்க முடியுமா?' என்று கேட்டான்.

'பரவால்லை... பந்து முக்கியமில்லை. வீக்கம் முக்கியமில்லை. எதுக்காக என்னை அவரு, 'கோபாலா'ன்னு கூப்பிட்டாரு? என் பேரு கோபாலன் இல்லையே!' என்றேன்.

அப்போது எனக்குச் சென்னையைப் பற்றியோ, தேவகியைப் பற்றியோ, கம்ப்யூட்டர் வேலை பற்றியோ எந்தச் சிந்தனையும் இருக்கவில்லை. அதையெல்லாம் பற்றிக் கவலைப்பட வேண்டும் என்று மூளையில் ஓர் உறுத்தல்தான் இருந்தது. ஆனால், அந்த ஆசாமி சொல்லப்போவதின் வசீகரமும் பயமும் முழுவதும் ஆக்கிரமித்துக்கொண்டிருந்தது.

பார்த்தசாரதி அந்தப் பெரியவரைப் பார்த்து, 'எப்படி இருக்கு உடம்பெல்லாம்?' என்று விசாரித்தான்.

'காத்துண்டிருக்கேன்... பகவான் எப்ப வந்து அழைச்சுண்டு போவார்னு... வெத்தலை கொண்டு வந்தியா பார்த்தசாரதி?'

‘ஜயலட்சுமி, சர்மா இவாளையெல்லாம் தேடிண்டு இவர் வந்திருக்கார்... நீங்க அடிக்கடிச் சொல்வேளே...’

‘அவாள்லாம் போயிட்டாளே...’

‘என்னவோ விசாரிக்கிறார்...’ என்றான் பார்த்தசாரதி.

‘பணம் கொடுப்பாரா?’

‘பாத்தா, செயலாத்தான் இருக்கார்...’

என்னைக் கலங்கிய கண்களால் பார்த்தவருக்கு எண்பது வயது இருக்கும்போலத் தோன்றியது. கனமாகக் கண்ணாடி போட்டிருந்தார். ‘ஜயலட்சுமிக்கு என்ன ஆகணும் நீங்க?’ என்றார்.

‘எனக்கே தெரியாது. அவங்க யாருன்னு தெரிஞ்சுக்கத்தான் பட்டணத்தில் இருந்து வந்திருக்கேன்...’ என்றேன்.

‘சுவாமி உக்காருங்கோ... காப்பி வாங்கிண்டு வரச் சொல்லட்டுமா? நான் ஒரு காலத்துல சர்க்கிள் இன்ஸ்பெக்டரா இருந்து ரிடையர் ஆனவன்... பார்த்தசாரதியைக் கேட்டா சொல்லுவான்...’

‘காப்பி வேண்டாம்...’

‘அறையில் பலதரப்பட்ட புத்தகங்கள் இறைந்துகிடந்தன. ஒரு நாய்க் குட்டி வாலாட்டிக் கொண்டிருக்க, கிராமபோன் பிளேட்டுகள் அடுக்கிவைக்கப்பட்டிருந்தன. கரு ரத்த கலரில் கிராமபோன் பெட்டியும் இருந்தது.

‘நன்னு பாலிம்ப கேக்கறேளா... அரியக்குடி...’

‘ஜயலட்சுமியைப் பத்திச் சொன்னாப் போதும்...’ என்று அவர் காதருகே சொன்னான் பார்த்தசாரதி.

‘ஒரு பக்கம் காது கொஞ்சம் மந்தம்... கிட்ட இருந்துண்டு இறைஞ்சு பேசினா நல்லது...’ என்றான் பார்த்தசாரதி.

பெரியவர் தன் பெட்டியைக் குடைந்து ஒரு போட்டோவை எடுத்தார். பழுப்பாக இருந்த போட்டோவில் பலர் உட்கார்ந்திருந்தார்கள், வரிசையாக நாற்காலி போட்டு. ‘இதுல ஜயலட்சுமி இருக்கா... பண்டரி இருக்கான்... சர்மாவும் இருக்கான்...’ என்றார்.

அது ஒரு அணைக்கட்டு போல, பின்புறத்தில் அவர்கள் உட்கார்ந் திருக்க, ஜயலட்சுமியைச் சரியாக அடையாளம் கண்டுகொள்ள முடியாமல் பூசலாக இருந்தது போட்டோ. அவர் இன்னும் பட்டுத் துணியில் அடுக்கிவைத்திருந்த போட்டோக்களை ஒவ்வொன்றாக எடுத்து வைத்து, 'இதோ பாரு, இதுதான் ஜயலட்சுமி... கல்யாணத்துக்கு முந்தி எடுத்தது. இதைப் பார்த்துத்தான் சர்மா மயங்கிப் போய்...' அதைப் பார்த்ததும் என்னுள் மின்சாரம் பாய்வதுபோல ஒரு அலை ஓடியது. இவள்தான்... இவளைப் பார்த்திருக்கிறேன் சமீபத்தில்!

'இந்த போட்டோ எனக்கு வேணும்...'

'தரேன், தரேன்... எல்லாம் சொல்லி முடிச்சப்புறம் தரேன். இதை எத்தனை வருஷமாப் பாதுகாத்து வெச்சிருக்கேன்...'

'சர்மாவுக்கும் ஜயலட்சுமிக்கும் சரியா பதினெட்டு வயசு வித்தியாசம். கல்யாணம் பண்ணிக்கவே மாட்டேன்னான். அனுமார் மாதிரி பிரம்மச்சரியம்... வாம சாஸ்திரங்கள், தந்த்ரம், உபநிஷத்துகள்னு என்னென்னவோ செய்துண்டிருந்தான். ஆனா, ஜயலட்சுமியைப் பார்த்ததும், ஜெய்யூன்னு மோகமாயிட்டான். அந்தப் பொண்ணு கரூர்ல டீச்சர் டிரெயிங் பாஸ் பண்ணி, அப்பாவுக்கு ஒரே பொண்ணு. முதல்ல ட்யூஷன் எல்லாம் சொல்லிக் கொடுத்திண்டிருந்தது. ஸ்கூல்ல வேலை பார்த்தது. மாநிறமா இருந்தாலும் செதுக்கி வெச்சாப்பல இருப்பா. சிந்தாமணி ஸ்கூல்ல வேலை போட்டுக் கொடுத்ததும் சர்மாதான். அதுல அவர் டிரஸ்டியா இருந்தார். அவளைப் பார்த்ததும் அவருக்கு இளமை திரும்பிடுத்து. காளிதாசனோட குமார சம்பவம் படிக்க ஆரம்பிச்சுட்டார். ஜிப்பா போட்டுக்க ஆரம்பிச்சார். ஜயலட்சுமிக்காக உயிரை விட்டார்.

'ஆனா, வயசு வித்தியாசம் பாருங்கோ... அதும் ஜயலட்சுமி தளதளன்னு, பார்த்தாலே எல்லாருக்கும் பரவசம் ஊட்டறாமாதிரி கோண வகிடும் ப்ரூச்சுமா இருப்பா... ட்யூஷன் சொல்லிக் கறதுக்குக் கோபாலன்னு ஒரு பையன் வருவான். ஆத்துக்கே போக மாட்டான்... அவளையே பார்த்துண்டு கறிகாய், விளக்குத் திரி, சேப்டி பின் எல்லாம் வாங்கித் தருவான். அவளுக்குத் துணி தோச்சுக்கூடப் போட்டிருக்கான். பக்தி மாதிரி. அந்தப் பொண்ணு அறியாத பொண்ணா, எல்லாம் தெரிஞ்ச அமுக்குணிப் பொண்ணானு கடைசிவரைக்கும் கண்டுபிடிக்க முடியலை.

‘ஆனா, வாழ்க்கைல ரொம்ப அழகா இருந்தாக் கஷ்டம் அதிகம். கண்ணீர் அதிகம். கல்யாணம் நடந்து ரெண்டு வருஷமாகியும் ஜயலட்சுமி உண்டாகலைன்னு சர்மாவுக்குப் பெரிய வருத்தம். பண்டரின்னு அவா ஊர் வாத்தியார் ஒருத்தன் இருந்தான். ட்ராயிங் நன்னாப் போடுவான். இங்க மாத்திண்டு வந்துட்டான். இவனைச் சின்ன வயசுல இருந்தே ஜயலட்சுமிக்குத் தெரியுமாம். என்னவோ உறவுக்காரன், ஒண்ணு விட்ட அண்ணா முறை அப்படி இப்படின்னு முதல்ல சொன்னா. ஆனா, லெட்டர்லாம் எழுதிண்டதைப் பார்த்தா... புதுமைப்பித்தன், கு.ப. ராஜ கோபாலன்னு ஏதும் சரியில்லை. குளத்தங்கரை அரச மரம்னு வ.வே.சு. ஐயர் கதையை நீர் படிச்சிருக்கீரா? அதைப் பத்தி ரெண்டு பேரும் சர்ச்சிக்கிறதைப் பார்த்திருக்கேன். இந்த கோபா லன்ங்கற பையனை அவா தூது போறதுக்குப் பயன்படுத்தினா. அதுவும் பேக்கு மாதிரி, ஜயலட்சுமிமேல ஊமைக் காதல் மாதிரி, அவ என்ன சொன்னாலும் அலையும். அந்த மாதிரிப் பைத்தியமா இருந்து அது ஸ்கூலுக்கே போகலை. ஜயலட்சுமி முதல் தடவை உண்டானதும்தான் சர்மாவுக்கும் வந்தது சந்தேகம்.

ஏன்னா அவர் ஜாதகத்தின்படி புத்திர பாக்கியமே கிடையாதுன்னு யாரோ ஒரு ஜோசியர் எப்பவோ சொன்னது ஞாபகத்துக்கு வந்தது. கோபாலனைத் தத்து எடுத்துக்கலாம்னு அவன் அப்பாவைக்கூடக் கேட்டுண்டிருந்தார். இந்தச் சமயத்துல ஜய லட்சுமி உண்டானவுடன், பண்டரிமேல சந்தேகம் வந்துடுத்து. எல்லாரும் எவ்வளவோ சொல்லிப் பார்த்தும் சமாதானம் ஆகலை. ஒரு பிள்ளைக் குழந்தை பொறந்தது. அதை ஏன் கேக்கறே... சர்மா ‘அதும் மூக்கைப் பாரு. கண்ணைப் பாரு’ன்னு கொஞ்சினார். பச்சைக் குழந்தை. பத்து, பதினஞ்சு நாள்தான் ஆகியிருக்கும். அந்த சர்மாங்கறவர் என்ன பண்ணினார் தெரியுமா? குழந்தையை ‘கை தவறி விழுந்துடுத்து’ன்னு கீழே போட்டுட்டார். சிசு ஹத்தின்னா அதுதான். மண்டை உடைஞ்சு நிமிஷமாப் பிராணனை விட்டுடுத்து அது. அந்த ஷாக்ல இருந்து ஜயலட்சுமி மீளவே இல்லை. திக்பிரமை மாதிரி பக்கமாப் பார்த்துண்டு நிக்கறா. எதைக் கண்டாலும் அழறா... ரொம்ப சோகம் போங்கோ. எல்லாத்தையும் எழுதி வெச்சிருக்கா, காட்டறேன். பண்டரிங்கறவன் என்ன பண்ணான்? திரும்ப கரூர் போயிட்டான். அவளையும் அழைச்சுண்டு போனானா இல்லை, இவ தனியா பொறந்தாத்துக்கு ரெஸ்ட் எடுத்துக்கன்னு போனா ளான்னு சரியாத் தெரியலை. ஆக மொத்தம் சர்மாங்கறவரை

விட்டு உதறித் தள்ளிட்டுத்தான் போயிட்டான்னு எல்லாரும் பேசிக்க, கரூர்ல அவ பண்டரியை கல்யாணம் பண்ணிண்டுட்டாள்னு பேச்சு வந்தது. சரியாத் தெரியலை.

‘ஆனா, சர்மா ஒரு நாள் காணாமப் போயிட்டார். எங்கேயோ பத்ரிகாசிரமம் போறேன்னு சொல்லிட்டுக் கிளம்பிப்போனவர், கரூருக்குத்தான் போயிருக்கார்... என்ன மாயமோ? அங்கே போய் அவாளைத் தேடி விசாரிச்சுண்டு போயிருக்காப்ல தோண்றது. அங்கே போய் அவாளை இம்சை பண்ணிருக்காரோ என்னவோ தெரியலை. கரூர் போனதென்னவோ நிச்சயம்னுதான் தோண்றது. ஏன்னா, அங்கே போய் அவா ரெண்டு பேரையும் பயமுறுத்தியிருக்கார். சரியாத் தெரியலை. ஆனால் ஒரு நாள் ராத்திரி நிலா வெளிச்சத்தில், இது நடந்தது. எம்.கே. நாராயணய்யர்னு ஒருத்தர். ரிடையர்டு ஸ்டேஷன் மாஸ்டர், பெண்ணாடத்துல இருந்தார். பூர்வீகம் கரூர். அவர்தான் பார்த்ததாச் சொன்னார் என்கிட்டே. நான் பாக்கலே...’

நான் தயக்கத்துடன் ‘என்னது?’ என்றேன்.

அவர் அவசரப்படாமல் தன் தகரப் பெட்டிக்குள் கைவிட்டு, கொத்தாக இரண்டு மூன்று காகிதக் கட்டுகளை எடுத்து வைத்தார். இதுல அத்தனை லெட்டரும் இருக்கு. பண்டரிக்கு ஜயலட்சுமி எழுதினது. அவன் பதில் போட்டது... ரெண்டு பேரும் கட்டுரை எழுதினது... டிஸ்ட்ரிக்ட் போர்டு போட்டியில் தமிழ் கவிதைக்கு பிரைஸ் வாங்கினது... சர்மா எழுதின சோடாக்ஷர உபசார மந்திரம்... வினோத ரசமஞ்சரி. அப்புறம் டீச்சர் பத்தி கோபாலன் நோட்டுப் புஸ்தகத்துல எழுதி வெச்சது. அத்தனையும் இருக்கு... சாவகாசமாப் படிச்சப் பாரும்...’

‘அவா என்ன ஆனான்னு நீங்க சொல்லலையே...’

‘யாரு?’

‘ஜயலட்சுமி, பண்டரி, சர்மா, கோபாலன்...’

‘அதைச் சொல்லணுங்கறீங்களா?’ என்று அந்தப் பெரியவர் கேட்க...

உடனே பார்த்தசாரதி என்னிடம், ‘அந்தக் காலத்துல சர்க்கிள் இன்ஸ்பெக்டரா இருந்தபோது இவர்தான் அந்த கேஸை விசாரிச்சவர்... சர்மாவுக்கு ஆப்தர்...’

‘கரூர்ல இருந்தவா எதுக்காக நாலு பேரும் திருச்சினாப்பள்ளிக்கு வரணும்?’ என்றேன் நான்.

சர்மாவுக்குப் பொண்டாட்டி விட்டுட்டுப் போனாளேன்னு விரோதம். பண்டரிக்கு ஜயலட்சுமியைக் கொடுமைப்படுத்தின விரோதம். கோபாலனுக்கு ஒரு விதமான ‘காஃப் லவ்’ அந்தப் பொம்பளை மேல... அதனால... கோபாலன் எஸ்.எஸ்.எல்.சி படிச்சுண்டு இருக்கான். சர்மா எங்கேயோ பத்ரிகாசிரமம் போணுங்கறார்... நாலு பேரும் காவேரிக் கரையில மணல்ல திருச்சினாப்பள்ளிக்கு வந்து...’ என்ற பெரியவர் கதையை அந்த இடத்தில் நிறுத்த...

எப்படி அவர்கள் என் வாழ்க்கையிலேயே... மிக வினோத மானது... இனி வரப் போவது முழுக்க எனக்குள் தெரிந்திருந் ததுபோல் இருந்தது.

‘சொல்லாதீங்க சார்...’ என்றேன்.

அவர் அந்தக் காகிதக் கட்டை என்னிடம் நீட்டினார். ‘சுதேச மித்திரன்’ பத்திரிகையில் கொட்டை எழுத்துக்களுடன் ‘பாலத் தடியில் நான்கு பேர் மரணம்!’

‘பாலத்தடியில் சவமாக் கிடந்தா நாலு பேரும்... ஏதோ எக்ஸிபிஷனுக்கு, இன்ஸ்பெக்ஷனுக்கு வெச்சிருக்காப்பல வரிசையாப் படுத்துண்டு இருந்தா மணல்ல... நிலாவில் நாலு பேரும்... யார் யாரைக் கொன்னா? எப்படிச் செத்துப் போனா?’

அந்தச் சமயம் கிராமபோன் பெட்டியிலிருந்து அரியக்குடி பாட ஆரம்பித்தார்.

‘*நிதிசால சுகமா... ஆ...!*’

XIX

பெரியவர் தொடர்ந்து சொல்ல ஆரம்பித்தார்.

'எனக்கு ஏதோ அமானுஷ்யமான காரியமாத்தான் பட்டது. எப்படி அவா நாலு பேரும் ஒரே இடத்துல ஒரே சமயத்துல வரிசையாச் செத்துப் போக முடியும்? உலகத்தில் எத்தனையோ மிஸ்டரிங் கறாளே, ஏதோ தென் அமெரிக்காவிலே ஒரு பட்ட ணமே ஒரே நாள்ல காணாமப் போயிடுத்துன்னோ, இல்லை காலி பண்ணிண்டு போயிட்டான்னோ சொல்லுவாளே, அது போல ஒரு மிஸ்டரி...

'போலீஸ்ல இதை நாங்க விசாரிச்சப்போ, ஒரு வேளை அவர்களுக்குள் ஒரு ஒப்பந்தம் செஞ்சு தற்கொலை பண்ணிண்டா மாதிரி இருக்குமோன்னு பார்த்தோம். அதுக்கான ஜில்லா போர்டு ஆஸ்பத் திரி அப்பல்லாம் புத்தூர்ல இல்லை. சர்ஜன் வந்து பிரேதப் பரிசோதனை பண்ணி வயிற்றிலேருந்து திரவம் எடுத்து மெட்றாஸ் கிங் இன்ஸ்டியூட்டுக்கு அனுப்பணும்னா. எனக்கு ஏதோ அது பாய்ஸனிங் கேஸ் போலத்தான் தோணித்து. ஆனால், அதை ஊர்ஜிதம் பண்ண முடியலை. கொஞ்ச நாள் பரபரப்பா பேப்பர்ல போட்டா எல்லாரும்...

'ஒப்பந்தமா தற்கொலை பண்ணிண்டுட்டான்னு தான் கேஸை முடிக்க வேண்டியிருந்தது. ஆனா, அது என்னவோ எனக்குச் சரிப்பட்டு வரலை. யார்

ஒப்பந்தம் பண்ணினது? விஷம் சாப்பிட்டுட்டு நாலு பேரும் செத்துப் போயிட்டதா வெச்சுண்டாக்கூட விஷம் கொடுத்தது யாரு, சர்மாவா? அவன் எதுக்குச் செத்துப் போகணும்? பண்டரியா கொடுத்தான் விஷத்தை? இந்தப் பையன் எப்படிச் சம்மதிச்சான்? எஸ்.எஸ்.எல்.சி பரீட்சை பாக்கியிருக்கு அவனுக்கு. டீச்சர் பின்னால போயிருக்கானா? எப்படிச் செத்துப் போனான்? நானும் எத்தனையோ விதத்துல யோசிச்சுப் பார்த்தேன். விடை கிடைக்கலை. இப்பவும் சிந்தாமணி போலீஸ் ஸ்டேஷன் பழைய ரெக்கார்டுல பார்த்தா 'எஃப்.ஐ.ஆர் இருக்கும்... கேஸ் பதிவாகியிருக்கும். ஆனால், கேஸ் ஃபைல்லே 'ரீஸன் ஃபார் டெத் அன்னோன்'னுதான் இருக்கும்.

'வாழ்க்கை முழுக்க அந்த கேஸைப் பல விதங்கள்ல அனலைஸ் பண்ணிப் பார்த்துட்டேன். கணவன், மனைவி, காதலன், மாணவன்கிற அந்த உறவை ஒரு வினோதமான நாற்கோணம்னு சொல்லலாம். அவங்க எல்லாரும் ஒரே நாள்ல செத்துப் போகணும்னு விதியா, ஒப்பந்தமா... இல்லை வெளியாள் செய்ததா... இல்லை யட்சிணி வேலையா? எதுவுமே புரியலை. கரூர்ல இருந்த டீச்சரும் அவள் காதலனும். பரீட்சை எழுதப் போன மாணவன் கோபாலன். ரொம்ப வருஷம் கழிச்சுத் திரும்பி வந்த சர்மா... இவா எல்லோரும் காவேரிப் பாலத்துக்குக் கீழே எப்படி ஒண்ணு சேர்ந்தா? இதுக்கு விடை கிடைக்காம என் வாழ்நாள் முழுக்கத் தலைமுடியைப் பிய்ச்சுண்டு சொட்டை யாவே போயிட்டேன்... இந்தாங்க, இதுல எல்லா ரெக்கார்டும் இருக்கு...' என்று முடித்தார்.

நான் உறைந்துபோய்க் கேட்டுக்கொண்டிருந்தவன், அந்தக் காகிதங்களை இயந்திரம்போல் பெற்றுக்கொண்டேன். பெரிய வர் ஏதோ என்னிடத்தில் ஒரு பொறுப்பை ஒப்படைப்பது போல, ஒரு பாரத்தை மாற்றுவதுபோலத்தான் அதைக் கொடுத்தார்.

'அவங்க வீடு எங்கே?' என்றேன்.

நேராப் போனா தோப்புக்குள்ள ரைஸ் மில் இருக்கு பாரும்... அதுக்கு அடுத்தது அந்த வீடு...'

'அதுல யார் இருக்கா?'

'யாரும் இல்லை... பாத்துப் போம்... பாம்பு புடுங்கும். சர்மா உயில் எழுதி வைக்காமச் செத்ததால் க்ளெய்ம் யாரும் இல்லாம

சர்க்காருக்குப் போய்ச் சேரணும் அந்த வீடு... ஆனால், அங்கே யாரும் போறதில்லை! அவா நாலு பேரும் அடிக்கடி வந்துட்டுப் போறாளாம்!'

'என்னது?'

'ஆமாம். பல பேர் சொல்லிக்கறா, அவா நாலு பேரு பேசிக்கிறது எல்லாம் நன்னா ஸ்பஷ்டமாக் கேக்கறதாம் ராத்திரி வேளைல... அதுவும் சித்ரா பௌர்ணமியின்போது கட்டாயம் வருவாளாம்... என்னென்னவோ கதை கட்டி விட்டிருக்கா!'

பார்த்தசாரதி 'நீங்க என்ன பண்ணப் போறேள்?' என்றான், என்னைப் பார்த்து.

'அவாளைச் சந்திக்கப் போறேன்' என்று சொல்ல விருப்பம் இல்லாமல், 'முதல்ல வீட்டைக் காட்டறீங்களா?' என்றேன்.

'நிஜமாவே பார்க்கணுமா?'

நான் மௌனமாக இருக்க, 'பார்த்தசாரதி, இவரை அழைச்சுண்டு போ... பகல் வேளையில் பயமில்லை...' என்றார்.

அவருக்கு வந்து பணம் கொடுப்பதாகக் கூறிவிட்டு அங்கிருந்து புறப்பட்டேன்.

'இடத்தைக் காட்டிட்டுப் போயிடறேன்... உள்ளே வர மாட்டேன்... இன்னிக்குப் பண்டிகை...' என்றான் பார்த்தசாரதி.

மறுபடியும் தென்னந்தோப்பைத் தாண்டி கொஞ்ச தூரம் போனதும் அம்மன் கோயிலைத் தாண்டி... அரச மரத்தடியில் சிலர் தூங்கிக்கொண்டிருந்தார்கள். ஆட்டுக்கார சிறுமி ஒருத்தி என்னிடம் வந்து, 'காசு தர்றியா?' என்றாள்.

அந்த வீடு முன் பக்கம் ஓடு வேய்ந்து, நீளமான வராந்தாபோல இருந்தது. முனிசிபாலிட்டி விளக்குக் கம்பத்துக்குப் பக்கத்தில் இலைச் சருகு குப்பையாக, கும்பலாக இருந்தது. வீட்டின் மேல் பக்கத்தில் ஜன்னல் உடைந்து, உள்ளே எட்டிப் பார்க்கக் கூடியதாக இருந்தது. அதன் இடது பக்கத்தில், தகரத்தில் ஷெட் போல இருந்தது. அதில் ஒரு வண்டிச் சக்கரம் இருந்தது. துளசி மாடம் காய்ந்திருந்தது. உலர்ந்த சருகுகள் அவ்வப்போது காற்றில் சலசலத்துக்கொண்டிருக்க, பின் பக்கத்தில் வாய்க்

காலில் பச்சையாகத் தண்ணீர் தெரிந்தது. குச்சிப் பூச்சிகள் அம்பு போல நேர்க் கோடுகளில் நீந்திக்கொண்டிருந்தன.

'உள்ளே போகணுமா?' என்றான் பார்த்தசாரதி.

'ஆமாம்...' என்றேன்.

'நான் வரலை...' என்றான்.

வாசல் பிறையில் வருஷக் கணக்கான எண்ணெய்க் கறை தெரிந்தது. மரக் கதவு தொட்டால் சரிந்துவிடும் போலிருக்க கரையான் பயங்கரமாகப் புற்றுநோய்போல சுவரெல்லாம் பரவியிருந்தது. மேலே வெளிச்சத்துக்காக உயர்த்திக் கட்டப் பட்ட ஜன்னல் வழியாக மழை அடித்து அடித்துத் தரையை அம்மைத் தழும்புபோலச் சிதிலமாக்கி இருந்தது. நடுக்கூடத்தில் கள்ளிச் செடி முளைத்திருந்தது. சுவரின் பிளவில் எல்லாம் செடி பீறிட்டிருந்தது.

'கொஞ்ச நாள்ல தானாவே அப்படியே இலை மூடிடும்...' பார்த்தசாரதி தைரியம் பெற்று என் பின்னால் வந்திருக்கிறான். 'நானும் இந்த வீட்ல நுழைஞ்சதே இல்லை...' என்றான்.

'வந்துட்டியா? நினைச்சேன்...'

நான் திடுக்கிட்டேன். கொஞ்ச நாள் கேட்காமல் இருந்த என் மனக் குரல் இப்போது உற்சாகமாக ஒலிக்க, 'நீ இங்கே வர வேண்டியது உன் விதி... முன்னே நாங்க வந்து சேர்ந்தோம் பாரு. நாலு பேரும்... அந்த மாதிரி அவளையும் அழைச்சுண்டு வந் திருக்கலாம் இல்லையா? காரியத்தை இங்கேயே முடிக்கலாம்...'

'யாரை?'

'ஜெய்யூவையும்...'

'அவ எங்கே இருக்கா?'

'பாரு கோபாலா... விதண்டாவாதம் பண்ணாம எனக்கு இடம் கொடுத்துடு. போதும்... என் குறையைத் தீர்த்துட்டேன்னா, நான் உன்னை விட்டு ஓடிப் போயிடறேன். சொல்லு, கோபாலா!'

'என்ன சுவாமி, ஒரு மாதிரிப் பார்க்கறேள்?' என்றான் பார்த்த சாரதி.

'ஏதாவது தெரியறதா கண்ணுக்கு...' என்றேன்.

'ஷ்ஷ்ஷ்.'

'நான் வெளியில போய் நிக்கறேன். விபரீதமாயிருக்கு... முதல்ல வந்திருக்கவே கூடாது' என்றான் பார்த்தசாரதி.

'உனக்கு என்ன வேணும், நீ யார்?'

'இன்னுமா தெரியலை? நான் சர்மா! அதே சர்மா... இத்தனை வருஷம் காத்துண்டிருந்த சர்மா... இத்தனை வருஷம் நிழல்லயும், பனிலயும், புகைலயும் ஒளிஞ்சுண்டு, யாராவது என் தாகத்தைத் தணிக்கமாட்டாளான்னு காத்துண்டிருக்கேன் கோபாலா!'

'என்னை ஏன் கோபாலான்னு கூப்பிடுறே? நான் கோபாலன் இல்லை!'

'கோபாலன்தான் நீ... ஜயலட்சுமி மேல உனக்குப் பிரியம்தானே?'

'ஆமாம்!'

'அப்ப நீ கோபாலன்தான்... கோபாலா, ஒழிக்க முடியாத உறவு இது... யுகங்களைக் கடந்த உறவு... நான், நீ, ஜெய்யூ, பண்டரி எல்லாரும் மறுபடி மறுபடி வேற வேற அவதாரத்துல வந்திருந்தாலும், எனக்கு அந்த ஜெய்யூவைக் கழுத்தை நெரிச்சுக் கொன்னு போடற ஆசை இன்னும் யுகாந்தரங்கள்ல அப்படியே நிறைவேறாமத் தொங்கறதுடா... அது முடிஞ்சப்புறம்தான் எனக்குத் தெளிவு வரும். அதுக்கப்புறம்தான் நான் எங்கயாவது சுடுகாட்டுல போய் வேக முடியும். என் தாகம் தணியும். அவளைக் கழுத்தை நெரிச்சுக் கொல்லணும்.

'அதுக்காகத்தானே உன்னைக் கெஞ்சிக் கேட்டுண்டு இருக்கேன். எனக்கு ஜயலட்சுமியைக் கொல்லணும் கோபாலா... பண்டரியை, ஜயலட்சுமியை... அவா என்ன பண்ணா தெரியுமான்னு சர்க்கிள் இன்ஸ்பெக்டர் ரொம்ப விசாரிச்சானே, நடந்தது என்னன்னு சொன்னானா?'

'இல்லை!'

'நான் சொல்றேன்... என்னை அவா ரெண்டு பேரும் ஏமாத்திட்டா. நிலாச் சாப்பாட்டுக்குக் கூப்பிட்டுட்டு ஏமாத்திட்டா. எனக்கு அந்தத் துரோகம் இன்னும் விலகலை. துரோகம்,

துரோகம்னு நான் எத்தனை துடிச்சேன் தெரியுமா? கோபாலா? எதுக்கு உனக்கு அதெல்லாம்? எனக்காகக் கொஞ்சம் விட்டுக் கொடுத்துடு... மறுபடி நாம எல்லாரும் சேர்ந்துரலாம்!'

'எங்கே?'

'இங்கதான்... நாம ரெண்டு பேரும் வந்தாச்சு... பண்டரியும் ஜய லட்சுமியும் வந்தாப் போதும். பழையபடி நிலாச் சாப்பாட்டுக்குப் போலாம். கோபாலா, உன்னை என்ன கேக்கறேன்... ஒரே ஒரு தற்கொலை. அவ்வளவுதானே... இதுக்குப் போய்... பாரு. இதோ நேராப் போனா ரயில்வே லைன் வருது. பத்து நிமிஷத்துல நெடுக எக்ஸ்பிரஸ் போகும்.'

நான் அவசரமாக, 'பார்த்தசாரதி! எனக்கு மெடிக்கல் ஷாப் போகணும். என்னைப் பிடிச்சுக்குங்க. என்னை எங்கேயும் தனியா விடாதீங்க. நான் ஒரு மருந்து சாப்டணும். உடனே டாக்டரைப் பார்க்கணும்...' என்றேன்.

'அப்பவே வேண்டாம்னேன்... என்ன, குரல் கேட்டுதா? பார்த்தா, திருட்டு முழி முழிச்சுண்டு இருந்தேள்...' என்றான் பார்த்தசாரதி.

'இந்த இடத்துல நடமாடறா...' என்றேன்.

நான் பார்த்தசாரதியின் புஜத்தை இறுகப் பிடித்துக்கொண்டேன்.

'கோபாலா... கோபாலா... சொன்னதைக் கேளுப்பா... ரொம்ப சுலபம்... எனக்கு ஒரு சான்ஸ் கொடுத்துட்டா கஷ்டமே இல்லை... வந்துருப்பா, வந்துருப்பா... எத்தனை வருஷமா காத்துண்டிருக்கேன். தாகம் அடங்கலைப்பா... ஜயலட்சுமியை நான் கொல்லலையே. அவ மருந்து வெச்சுக் கொன்னுட்டாளே! அதானே எனக்கு ஆதங்கம் இப்ப!'

'பார்த்தசாரதி, நான் உடனே டாக்டரைப் பார்க்கணும்...'

'கரூர் டர்னிங்குல பாலி க்ளினிக் இருக்கு. போகலாமா?'

ஆட்டோ ரிக்ஷா நல்லவேளையாக வந்தபோது, அதில் பாய்ந்து ஏறிக்கொண்டேன். சர்மாவின் குரலும் என்னுடன் ஏறிக் கொண்டது.

இன்றைய திருச்சியின் மூன்று தியேட்டர் கட்டடத்தின் பக்க வாட்டுப் பகுதியில் இருந்தது அந்த நவீனமான பாலி க்ளினிக்.

‘டாக்டர், எனக்கு தோராஸின் வேணும்...’ என்றேன்.

‘நீங்க டாக்டரா?’என்று கேட்டார் டாக்டர்.

‘இல்லை... நான் மெட்ராஸ்லேருந்து வர்றேன். எனக்கு தோராஸின் வேணும். ஆடிட்டரி ஹலுஸினேஷன் உண்டு. தாங்க முடியலை. நீங்க வேணா என் டாக்டருக்குப் போன் பண்ணிக் கேட்டுக்குங்க. ஹியர் இஸ் மை கார்டு...’ என்றேன்.

‘உட்காருங்க... காலையில வெளிப் பக்கம் போனீங்களா?’

‘மை காட்! எனக்கு உதவி வேணும்... நான் செத்துண்டு இருக்கேன் டாக்டர்!’

‘என்ன பண்றது உங்களுக்கு?’ என்றார், அவர் அசையாமல்.

‘செத்தவன் ஒருத்தன் என் மேல இப்பப் பேசிக்கிட்டு இருக்கான் டாக்டர்... இதப் பாருங்க. இந்தக் கத்தியை எடுங்கறான். அதை எடுத்துக் கழுத்துல கீறிக்கங்கறான்... கீறிக்கவா? நான் கீறிக்கவா?’ என்றேன் கத்தியைக் கையில் எடுத்து.

‘ஆ...!’

XIX

அலறியபடி டாக்டர் என் கையிலிருந்து கத்தியைப் பிடுங்கினார். 'என்னங்க இது, இந்த மாதிரி பேஷண்டுன்னு முன்னமேயே சொல்லியிருக்கக் கூடாதா?' என்று பார்த்தசாரதியைப் பார்த்தார்.

'எனக்குத் தெரியாது சார். பழைய ஆசாமிங்களைப் பத்தி எல்லாம் விசாரிச்சுண்டு ஜங்ஷனிலிருந்து வந்தார். ஏதாவது சில்லறை புரளும்னு கூட்டி வந்தேன். சிதிலமான வீட்டையெல்லாம் பார்த்தார். சர்க்கிள் சாமிநாதய்யர்ட்ட அழைச்சுண்டு போயிருந்தேன். அது பைத்தியம்... பழைய கேஸ் கட்டெல்லாம் கொடுத்தது. இங்கு அவசரமா டாக்டரைப் பார்க்கணும்னு இவர் சொன்னார். இந்த மாதிரி கத்தியைத் தூக்கிண்டு சண்டி பண்ணும்னு யார் கண்டாங்க? மிஸ்டர் தினேஷ்குமார், இப்ப என்ன ஆய்டுத்துன்னு கத்தியை எடுத்துண்டீங்க?' என்றான் பார்த்தசாரதி.

'டாக்டர் மேகநாத்தை இந்த நம்பர்ல கூப்பிடுங்க டாக்டர். நான் சுயக் கட்டுப்பாட்டை வேகமா இழந்துண்டு இருக்கேன். அதனால் எனக்கு உடனே தோராஸின் தேவை' என்றேன்.

மருந்துச் சீட்டை எழுதிக் கொடுத்து, 'சார் வழில எங்கேயாவது பாஞ்சுறப் போறார்' என்றார் டாக்டர்.

‘பார்த்தசாரதி, கூட வாங்கோ. நான் ஏதாவது எக்குத்தப்பா செய்தா தடுக்கவேண்டியது உங்க பொறுப்பு’ என்றேன்.

‘என்னடாது வம்பாப் போச்சு... சரியான...’ என்று அலுத்துக் கொண்டுதான் என்னுடன் வந்தான். என்மேல் படாமல் ஆட்டோ வின் ஓரத்தில் உட்கார்ந்துகொண்டு வந்தான். அடிக்கடி என்னைப் பார்த்தான். அவன் கண்களில் பயம் தெரிந்தது. நான் கிழவனார் கொடுத்த அத்தனை காகிதக் கட்டுகளையும் சொத்துபோல் மார்புடன் அணைத்துக்கொண்டிருந்தேன். அவற்றைப் படிப் பதற்குள் இந்தக் குரலை ஒழித்துக் கட்டியாக வேண்டும்.

‘எத்தனை சான்ஸ் இருக்கு பாரு உனக்கு... இப்படியே போய் இந்த லைட்டுக் கம்பத்தில் ஏறக் கூடாதா? காக்கா மாதிரி சொத்துன்னு விழலாமே... ஷாக் அடிச்சு.’

‘பஸ் எத்தனை வருது பாரு... பேயாப் பறக்கறது பாரு. அதுல ஒரு பாய் பாஞ்சா போதுமே. மண்டை தேங்கா உடையறாப்பல உடைஞ்சு க்ஷண காலத்தில ப்ராணன் போய்டாதா? கோபாலா, வாப்பா!’

‘போ... இப்ப ஒழியப் போறயா இல்லையா நீ’ என்று கத்தினேன்.

‘யாரு, என்னையா சாமி?’

‘உங்களை இல்லை.’

‘கைல சாவி வேணாக் கொடுக்கட்டுமா... தணியுமா?’

பார்த்தசாரதி, ‘வலிப்பு இல்லைங்க, இது குரல்கள்.’

‘யார் குரல்?’

‘உங்களுக்குச் சொன்னாப் புரியாது!’

தெப்பக் குளத்துக்கு வந்து மாத்திரை வாங்கி வாயில் போட்டுக் கொண்டு தண்ணீரை விழுங்கியதும் எனக்கு அது தந்த பத்திரத் திலேயே குரல் கொஞ்சம் தணிந்ததுபோல இருந்தது. கொஞ்சம் கொஞ்சமாகப் புகை மறைவதுபோல அந்தக் குரல் சற்றுச் சற்றாக தூரத்தில் ஒலித்துவிட்டு முழுவதும் மறைந்து போக ‘அப்பாடா’ என்றேன்.

‘இப்ப சரியாப் போச்சா? நான் ரொம்பப் பயந்துட்டேன். சுவாமி, என்னை விட்டுரும்... எனக்குச் சில்லறை ஏதும் வேணாம். ஆளை

விட்டால் பஸ் பிடிச்சி மணச்சநல்லூர்ல ஒரு நல்ல காரியம் இருக்கு' என்றான் பார்த்தசாரதி.

அவனை ஓட்டல் அறைக்கு அழைத்தேன். என் கார்டைக் கொடுத் தேன். என்னை வந்து சென்னையில் பார்க்கச் சொன்னேன். அவன் மிக வேகமாக, விலகிச் செல்வதில் ஆர்வமாக இருந் தான். நான் ஓட்டல் அறைக்கு வந்தபோது பசித்தது. ரூமிலேயே உணவு கொடுக்க ஆர்டர் செய்துவிட்டு, அந்தத் தாத்தா கொடுத்த காகிதங்களைப் புரட்டினேன்.

திரைகளால் ரூமில் பகலிலும் மெலிதாக இருட்டு. வெளியே பஸ் போக்குவரத்தின் சப்தம் குறைக்கப்பட்டு கொஞ்சம் அமைதி யாகவே இருந்தது.

பெரும்பாலும் செய்தித்தாள்களாக இருந்தன. 'புலன் விசாரணை செய்துவரும் சர்க்கிள் இன்ஸ்பெக்டர் சாமிநாதன் கூறியதாவது... சாமிநாதன் என்று வரும் இடம் எல்லாம் அடிக் கோடிட் டிருந்தது.

'நான்கு பேரும் ஒரே சமயத்தில் ஒரே இடத்தில் இறந்து போவதற்குக் காரணம் இதை ஒப்பந்தத் தற்கொலை என்று நம்ப வைக்கிறது. ஆனால், பிணங்களின் உடைகளில் காகிதங்கள் ஏதும் இல்லை. நிலாச் சாப்பாட்டுக்கான தயார்களும் தெரிய வில்லை. பாத்திரங்கள் ஏதும் இல்லை. இவர்கள் எவ்வாறு இந்த இடத்துக்கு, எந்தக் காரணத்துக்கு வந்திருக்கக் கூடும் என்பது வியப்பாகவே இருக்கிறது. ஆனால், இவர்கள் நால்வரும் ஒருவரை ஒருவர் அறிந்தவர் என்பதில் சந்தேகமே இல்லை. சென்னையில் உள்ள ஃபாரன்ஸிக் பரிசோதனைச் சாலையி லிருந்து ரிப்போர்ட் வந்தால் அவர்கள் இறந்து போனதன் காரணம் தெரியும்...'

கட்டுக் கட்டாக கடிதங்கள் இருந்தன.

அன்புள்ள பண்டரி,

உங்கள் கடிதம் ரொம்பக் கஷ்டத்துக்குப் பின்தான் எனக்கு வந்து சேர்ந்தது. இனிமேல் இவ்வாறு கடிதம் அனுப்ப முயற்சி செய் யாதீர்கள். ஸ்கூலில் எல்லோரும் நம் கடிதங்களைப் பிரித்துப் படித்துவிடுகிறார்கள். கோபாலன் மூலம் அனுப்புவதுதான் பத்திரம். கோபாலன் பிரித்துப் பார்க்க மாட்டான். கோபாலன்

என்மேல் வைத்திருக்கும் அன்பை எந்த விதத்தில் சேர்ப்பது என்று தெரியவில்லை. நிச்சயமாக அதில் சகோதரத் தன்மை எதுவும் இல்லை. ஏதோ உபாசனை போலத்தான் தோன்றுகிறது. அவனுக்குத் தாயன்பு தேவையோ என்று எண்ணினேன். அதுவும் இல்லை. என்னைப் பார்த்துக் கொண்டிருந்தால் போதும். சினிமாவுக்குப் போனால் சினிமாவைப் பார்க்க மாட்டான். என்னையேதான் பார்த்துக் கொண்டிருப்பான். அவன் தொட்ட இடங்கள் எல்லாம் நன்றாக இல்லை. சில வேளை ரொம்ப ஆச்சரியமாக ஏதாவது செய்வான். மத்யான சாப்பாட்டு வேளையில் கதம்பம் வாங்கி வருவான். ராத்திரி பன்னிரண்டு மணிக்குக் கதவை இடித்து ஏதாவது ரொம்ப எளிமையாகப் பாடத்தில் சந்தேகம் கேட்பான். 'பாடம் கேக்க வரலைதானே' என்றால் தலையாட்டுவான். இந்தப் பையனை வைத்துக்கொண்டு என்ன செய்வது என்று தயக்கமாக, ஏன் கொஞ்சம் பயமாகக்கூட இருக்கிறது.

மனித உறவுகளில் இருக்கும் விசித்திரங்கள் எத்தனை வகை! எனக்கும் இவருக்கும் இருக்கிற வெறுப்பும் விருப்பமும் கலந்த உறவு... உனக்கும் எனக்கும் இருக்கும் உடலையும் மனசையும் ஆக்கிரமிக்கும் உறவு... என் வாழ்க்கையிலேயே எத்தனை வகை! பள்ளிக்கூட வாத்தியார்களிடையே... பக்கத்து வீட்டுக் காரர்களிடையே.

பண்டரி... விஸ்தாரமாகக் கடிதம் எழுத பள்ளியில் எனக்கு அவகாசம் கொடுப்பதில்லை. வீட்டில் பேனாவைப் பூட்டி வைத்துவிடுகிறார். காகிதம் அலமாரியில் பூட்டியிருக்கிறது. கோபாலனிடம் சொல்லி ரகசியமாக ஒளித்து ஒளித்து எழுதினது இது. அவர் என்னைப் படுத்தும் கொடுமையை விவரிக்க வார்த்தைகள் இல்லை. என்னென்னவோ உபாசனை என்று உடம்பில் சூடு போட ஆயத்தமாகிறார். விதவிதமான சக்கரங்கள், சாஸ்திரங்களை எல்லாம் படிக்கிறார். தங்கத்தால் தகடு பண்ணி அதில் ஆணியால் எழுதச் சொல்கிறார். காலை, ராத்திரி, 'இள நீரைக் குடி... கோமியத்தைக் குடி' என்று ரொம்ப இம்சை பண்ணு கிறார். 'குழந்தை பிறந்ததுபோல மேல் புடைவை இல்லாமல் கும்மாளம் போடு, சந்தோஷப்படு... 'கண்ணன் பிறந்தான், கண்ணன் பிறந்தான்' என்று குதித்து ஆரவாரம் செய்' என்கிறார்.

பண்டரி, எனக்குப் பயமாக இருக்கிறது. டாக்டரிடம் காட்டி மருந்து சாப்பிட்டால் பலன் இருக்கும் என்று யார் எடுத்துச்

சொல்வது? ஒவ்வொரு முறையும் எனக்கு அந்நாள் வரும்போது அவருக்குக் கோபம் வருவதைப் பார்க்க வேண்டுமே... ஏதோ நான்தான் தப்பு பண்ணிவிட்டதுபோல! பெண்கள் குழந்தை பெற்றுக் கொடுத்துவிட்டால், எல்லாக் கடமையும் தீர்ந்துபோய் விட்டதா? நீ எப்போது கரூருக்குப் போவாய்? அம்மாவிடம் கதையெல்லாம் சொல்லவேண்டாம். அவளுக்குக் கவலைகள் போதும். நான் இவர் சம்மதித்தால்தான் கரூர் எல்லாம் வர முடியும். பள்ளிக்கூடத்தை நிறுத்து நிறுத்து என்று தினம் இருமுறை சொல்லிக்கொண்டிருக்கிறார்.

கிணற்றில் குதித்து பிராணனை விடலாமோ என்று தோன்றும் போது உன்னை நினைத்துக்கொள்வேன். நான் கொஞ்சமாவது உயிர் வாழ நீதான் காரணம். நம் இன்றைய உறவில் ஏதும் களங்கம் இல்லைதான். உன் தயக்கம் புரிகிறது. உன் அப்பா அம்மாவுக்கு விரோதமாக இருக்கவேண்டும் என்பது எனக்குப் பிடித்தமில்லை. கோபாலன் வந்தால் எனக்கு பால்கோவா வாங்கி அனுப்பு. தின்னவேண்டும்போல இருக்கிறது. ஒரு சமயம் என்ன போச்சு என்று ஓடி உன்னிடம் ஆஸ்டலுக்கு வந்து விடலாமா என்று தோன்றுகிறது. வந்து விடட்டுமா?

பண்டரி எழுதிய கடிதங்களும் இருந்தன. கரு மசியில் பாதியாக மடித்த கால் கடுதாசியில் அழுத்தமான எழுத்து.

ஜெய்யூ, பத்தாம் தேதி வெள்ளிக்கிழமை ஃபோர்ட் ஸ்டேஷனில் காத்துக்கொண்டிருக்கிறேன். மாலை நாலரைக்கு வண்டி. டிக்கெட்டெல்லாம் வாங்கி ரெடியாக இருப்பேன். இந்தத் தீர்மானம் நீ செய்தே ஆகவேண்டும். ஒரு பச்சைக் குழந்தையைக் கொல்லக்கூடிய அளவுக்குத் துணியும் கிராதகன் யாரை வேண்டுமானாலும் கொல்லத் தயங்க மாட்டான். அவனை விட்டு வரவேண்டியதுதான் உசிதம். நான் உன்னைக் காப்பாற்றுகிறேன். சில சமயம் வாழ்க்கையில் தப்புகள் நேர்ந்து விடும். அதனை விதியின் பேரைச் சொல்லிக்கொண்டு திருத்தாமல் இருந்தால் அடுத்த வாழ்க்கையில்தான் ஒன்று சேர முடியும். உடனே வந்து விடு. இந்தக் கடிதம் கண்டவுடன் கிழித்துப் போட்டு விடு...

இந்தக் கடிதத்தை ஏன் கிழிக்கவிலலை என்பது தெரியவில்லை.

அந்தக் கடிதங்கள் தேதிவாரியாக இல்லை. அவற்றை முதலில் தேதிப்படி அடுக்கி வைத்தேன். ஒவ்வொன்றாகப் படிக்கத்

தொடங்கினேன். குறிப்புகள் எடுத்துக்கொண்டேன். அந்தக் குறிப்புகளிலிருந்து மிகத் தெளிவாக அந்த உணர்ச்சிபூர்வமான சோகக் கதை விரிந்தது.

சர்மா நிறையப் படித்தவர், சம்ஸ்க்ருதம் படித்தவர். சிந்தாமணி பள்ளியின் கரஸ்பாண்டெண்டாக, கவர்னிங் போர்டு மெம்பராக இருந்திருக்கிறார் என்பது தெரிந்தது. கதை நடந்தது அந்தக் காலக்கட்டத்தில் (1955 முதல் 1958 வரை) என்று தோன்றியது. அப்போது அவருக்கு நாற்பதுக்குமேல் வயசு இருக்கும் என்று தோன்றியது. ஜயலட்சுமியின் மனுவில் அவள் பிறந்தது 1928-ல் என்று இருந்தது. அவள் எஸ்.எஸ்.எல்.சி முடித்து டீச்சர் டிரெயினிங் முடித்ததற்கான சர்டிபிகேட்டும் இருந்தது. சர்மா அவளுக்கு சிந்தாமணி பள்ளியில் வேலை போட்டுக் கொடுக்க சிபாரிசு செய்திருக்கிறார். ஜயலட்சுமியின் அப்பா சர்மாவுக்கு நன்றி சொல்லி எழுதிய கடிதம் தாக்கல் ஆகியிருந்தது.

அதற்குப் பதிலாக, 'நன்றி என்ன சொல்வது. நான் உங்கள் உறவினர் ஆகப்போகிறேன்' என்று சர்மா எழுதியிருந்தார். ஜயலட்சுமியின் முழு போட்டோ ஒன்று இருந்தது. திருச்சி ரத்னா ஸ்டூடியோவில் எடுத்திருந்த போட்டோ... பக்கத்தில் உயரமான பெஞ்சில் பூச்செண்டு. தோளில் ப்ரூச் குத்தி படிய தலை வாரிக்கொண்டு, நெற்றியில் பெரிய பொட்டு இட்டுக்கொண்டு, முதன் முறையாக ஜயலட்சுமியைத் தெளிவாகப் பார்க்க முடிந்தது. என்னைப் பார்த்து சிரிக்கிறாப்போல. அத்தனை உயிர் இருந்த அந்த முகத்தை எங்கே பார்த்திருக்கிறேன்? எங்கே பார்த் திருக்கிறேன்.

சட்டென்று மின்னல் அடித்தது போல அடையாளம் கிடைத்தது.

'ஐயோ இவளா... ஆ...!'

XIX

சட்டென்று எல்லாமே ஒரு ஒழுங்கான வடிவத்துக்குள் வந்து விழுந்துவிட்டது போல உணர்ந்தேன். என் கல்யாணத் தீர்மானத்தின் அவசரம். வந்தேன், பார்த்தேன், மணந்தேன்... யோகி ஐவனேவ் டில்லியில் 'சில பேரைப் பார்த்தவுடனே பிடித்துப் போவது பூர்வ ஜன்மத் தொடர்பு' என்று சொன்னபோது எனக்கு ஒருமாதிரி நெருடலாக இருந்ததும்... அப்போது பீட்டர்சன் யோசனையில் ஆழ்ந்து என்ன என்று விவரமாகச் சொல்லாததும்... எல்லாம் ஒரு ஒழுங்குக்கு வந்துவிட்டது.

ஜயலட்சுமியின் முழு உருவ போட்டோவைப் பார்த்ததும் ஜயலட்சுமி, தேவகியைப்போல இருந்தாள். இல்லை... தேவகி, ஜயலட்சுமியைப்போல இருந்தாள். 'என்னடா இது. இவளை எங்கேயோ பார்த்த ஞாபகமாக இருக்கிறதே எங்கே... எங்கே?' என்று மண்டையைப் போட்டு குழப்பிக்கொண்டிருந்தது தீர்ந்து விட்டது. ஜயலட்சுமி, தேவகி... அந்த முக அமைப்புக்கும் சாயலுக்கும் இருந்த ஒற்றுமையால்தான் தேவகியைப் பார்த்தவுடன் கல்யாணத்துக்கு சம்மதித்திருக்கிறேன்.

அப்படியென்றால் நான் யார்?

கோபாலனா?

சே! மூட நம்பிக்கை. கம்ப்யூட்டர் விற்பன்னன்... சாஃப்வேர் சரளன்... நான் போய் முன் ஜன்மம், மறு பிறவி என்றெல்லாம் நம்புவதா? அபத்தம்!

பின் திருச்சி சிந்தாமணி சர்மாவின் குரல் எப்படி என் மண்டைக் குள் கேட்கிறது?

அதைவிட இப்போது என் பயம் திசை திரும்பி விட்டது. சர்மா என்னுள் வரப் போகிறான். என்னை ஆக்கிரமிக்கப் போகிறான். எதற்கு? ஜயலட்சுமியைப் பழி வாங்குவதற்கு...

'கரெக்ட்! இது உனக்குப் புரிய இத்தனை நாளாச்சா கோபாலா? உன் மனைவி தேவகிதான் ஜெய்யூ. அவளை நான் கொன்னே ஆகணும்டா பிள்ளையாண்டானே! அவ வாழைத் தண்டுக் கழுத்தை கட்டை விரலால நிரடி, விண்ட் பைப் இருக்கு பாரு... சுவாசக் குழல். அதை நெரிச்சுட்டம்னா, என்ன ஆகும்? முழி பிதுங்கும். அப்படியே... கறுப்பு முழி, பாப்பா உள்ள போய் ரெண்டு கண்ணும் வெள்ளையாயிடும்! வாய் ஓரம் இருக்கு பாரு... அங்கு எச்சில் வழியும். நுரை தள்ளும். நாக்கைக் கடிச்சுக் கொஞ்சம் ரத்தம் வழியும்... அத நாம பார்க்கவேண்டாமா? ஜயலட்சுமி உன்னையும் ஏமாத்தினா, என்னையும் ஏமாத்தினா! நம்ம ரெண்டு பேரையும் நிலாச் சாப்பாட்டுக்கு வரச் சொல்லிட்டு என்ன பண்ணா தெரியுமா கோபாலா...'

'வேண்டாம், வேண்டாம்... தெரிய வேண்டாம்.'

'தெரிஞ்சுக்கோ. அப்பத்தான் நாம் ரெண்டு பேரும் சேர்ந்துண்டு பழி வாங்க முடியும். நீ கொன்னா போறாது, நானும் கொல்லணும் அந்தக் கிராதகியை! எப்படித் துடிச்சேன் தெரியுமா? பண்டரி தயங்கறான். இவ தயங்க மாட்டேங்கறா!'

நான் அவசர அவசரமாக மாத்திரைகளை விழுங்கித் தண்ணீரால் துரத்தினேன். 'போ... போ... பேசாதே போ!'

'கோபாலா! வேளை வந்தாச்சு, இன்னும் ஒரே ஒரு படிதான் தாண்டணும். நான் காத்திருக்கேன் கோபாலா! நான் உள்ள வந்துடறேன்... அதில இருக்கிற சுகம் எதிலும் கிடையாது கோபாலா, அதான்... பழி வாங்கறது... என்னுடைய தாகம் அது. என்னுடைய தீராத ஆசை... தீராத கோபம்... தண்டனை தரப் படாத துரோகம் அது... புகைலயும் சுடுகாட்டு வரட்டி முட்டைத்

தணல்லயும், மஞ்சிலயும், பஞ்சிலயும்... பச்சை மண்ணில குழந்தைகளைப் புதைச்ச பிற்பாடு ஏற்படுமே லேசான ஒரு கதகதப்பு... அதுல, கண்ணீர்ல, வலிகள்ல, கூக்குரல்ல. அடிபட்ட ஓலங்கள்ல, ஆஸ்பத்திரி துடிப்புகள்ல, நிராகரிப்புகள்ல... உலகத்தினுடைய ஒவ்வொரு ஊர்லயும் நடக்கிற ஒவ்வொரு துரோகத்தோட மொத்தமான வடிவத்தில... நாங்கள்லாம் இதில தான் ரெண்டும்கெட்டான் வாழ்க்கை நடத்திண்டிருக்கோம். எனக்கு மேலே போக, நிம்மதி கிடைக்க இந்த ஒரே ஒரு காரியம் செய்தாகணும். நிறைவேறாத இந்தத் தாகம் தீர்ந்தாகணும்.'

'மாத்திரை சாப்பிட்டு, கொஞ்ச நேரத்துக்கு என்னைத் துரத்தலாம் நீ. ஆனால், மறுபடி வந்துருவேன். கொஞ்சம் கொஞ்சமா மாத்திரையோட விளைவு கம்மியாகும். அப்புறம் நூறு மாத்திரை முழுங்கினாலும் என்கிட்டேயிருந்து தப்பிக்க முடியாது...'

நான் பாத்ரூம் சென்று வாளித் தண்ணீரைத் தலையில் கொட்டிக் கொண்டேன். சர்மாவின் குரல் அடங்க அரை மணி ஆயிற்று. அதுவரை கோர்வையில்லாமல் விதவிதமான வாக்கியங்கள் கேட்டுக்கொண்டிருந்தன.

இந்திரன் தந்த உயிர்
சந்திரன் தந்த உயிர்
கதிர்முகன் தந்த உயிர்
காளி தந்த உயிர்
அம்பு பட்டது
அரிவாள் பட்டது
கொம்பு பட்டது
கொடுவாள் பட்டது...
கண்டச் சிலந்தி
நாக்குச் சிலந்தி
நரம்புச் சிலந்தி
மூக்குச் சிலந்தி
மூளைச் சிலந்தி
பக்கப் பிளவை
தொண்டை நோவு
கருப்பன் கருங்கரத்தி செங்கரத்தி...

'ஸ்டாப் இட்...!' என்று காதைப் பொத்திக்கொண்டு அலறினேன். மௌனம்!

முகத்தை நனைத்திருந்த வியர்வையைத் துடைத்துக்கொண்டு உடனே ஓட்டல் வாசலில் இருந்த டெலிபோனை நாடி பீட்டர்சனுக்கு போன் செய்தேன்.

'தினேஷ், வேர் ஆர் யு!'

'திருச்சியில், பீட்டர், ஐம் இன் ட்ரபிள்... நீ உடனே... உடனே வந்து என்னைக் கூட்டிச் செல்லவேண்டும். நான் என்ன நிலை யில் இருந்தாலும் எப்படிப் பேசினாலும் அது கோர்வையாக இருந்தாலும் அபத்தமாக இருந்தாலும் உடனே காரை எடுத்துக் கொண்டு வா! ஐந்து மணி நேரம்கூடத் தாங்க மாட்டேன்' என்று ஓட்டல் விலாசத்தைத் தந்தேன்.

'ஏதாவது தெரிந்ததா?'

'ஏறக்குறைய முழுவதும் தெரிகிறது... நான் அடையாளம் அழிய இருக்கிறேன். நான் கொல்ல இருக்கிறேன்...'

'யாரை?'

'தேவகியை!'

'மை காட். இஸ் ஷி வித் யூ?'

'இல்லை.'

'உடனே வருகிறேன்... தினேஷ் ஏதாவது ட்ராங்குவிலைஸர் போட்டுக்கொண்டு தூங்கிவிடு... அது முக்கியம்.'

'பீட்டர்... ப்ளீஸ்... எனக்கு உபதேசம் தேவையில்லை. உதவி! பீட்டர் ப்ளீஸ் ஹெல்ப் மீ!' என்று அழுதேன்.

'என்ன சார், உடம்பு சரியில்லையா?' என்றார் ட்ரங்க் காலுக்காக பணம் வாங்கிக் கொண்டு ரசீது தந்தவர். 'ஏன் அழறீங்க?'

'உடம்பு, மனசு ஒண்ணும் சரியில்லை சார்...'

'ஒரு நடை சமயபுரம், குணசீலம் போயிட்டு வந்துடுங்கோ.... பதினஞ்சு நிமிஷத்துக்கு ஒரு பஸ் போறது...'

‘தாங்க்ஸ்’ என்று அவரை நோக்கிச் சோகையாகச் சிரித்துவிட்டுப் புறப்பட்டேன்.

என்ன செய்வது? ஓட்டல் அறைக்குப் போய் படுத்துவிடலாமா. ஸெர்னேஸ், இக்வானில் ஏதாவது கிடைத்தால் விழுங்கி விட்டு...

படுத்துத் தூங்கிவிட்டால், தூங்கும் சமயம் சர்மா வந்து என்னை ஆக்கிரமித்து விட்டால்?

மெல்ல நடந்தேன். ஒரு ஓட்டல் முன் வாசலில் காப்பிக்காக க்யூ நின்றுகொண்டிருந்தார்கள். எதிர்த்தாற்போல ஐஸ்கிரீம், பழ ரசங்கள், ஃபர்னிச்சர் நாற்காலிகள், ட்ராவல் ஏஜெண்ட், லாட்டரிச் சீட்டு, டெம்போ வாடகை, பத்தமடைப் பாய் என்று கலந்துகட்டியாக என் மனம் போல் குழப்பமக வியாபாரம் நடந்து கொண்டிருந்தது. திருச்சியின் வினோத இயக்கத்தில் தியானம் செலுத்தி என்னை நானே மறக்க முற்பட்டேன். மெயின் கார்டு கேட் என்று சொல்லப்படும் பழைய கோட்டை வாசலுக்கு நடந்தேன். அங்கிருந்து பர்மா பஜார் கிட்டத்தில் இருந்தது. வெளிநாட்டுக் குப்பைகளை விற்றுக்கொண்டிருந்தார்கள். தெப்பக் குளத்தின் பச்சையில் ப்ளாட்பாரத்து ஜோஸ்யர்கள் பூதக் கண்ணாடி மூலம் கிராமத்துக் கைகளை ஆராய்ந்து கொண்டிருந் தார்கள். நான் கடிகாரத்தைப் பார்த்தேன். இந்நேரம் அவர்கள் புறப்பட்டிருப்பார்கள். ஆபீஸிலிருந்து காண்டெஸா காரை எடுத்துக்கொண்டு புறப்பட்டால் சுமார் மூன்றரை மணி நேரத்தில் வந்து விடலாம். அதுவரை எப்படியாவது வெளி உலகத்தை விட்டு விலகாமல் ‘அதை’ப் பற்றி நினைக்காமல் சமாளித்து விடணும். இது முக்கியம்... முக்கியம்.

பிஷப் ஹீபர் மைதானத்தில் கால்பந்து ஆட்டம் நடந்து கொண்டி ருந்தது. கேட் அருகில் டிக்கெட் வாங்கிக்கொண்டு உள்ளே போய் காலரியில் உட்கார்ந்தேன். மந்தகதியில் சென்று கொண்டிருந்தது ஆட்டம். ஒவ்வொருத்தரும் பந்தைச் சுதந்தரமாகக் கையாண்டு (அல்லது காலாண்டு) தக்க சமயத்தில் எதிராளிக்கு இழந்தார்கள். கோல் கீப்பர் கைக்குப் பந்து வந்த போதெல்லாம் தன் கட்சிக் காரர்களை அதிகாரம் பண்ணி, ‘இங்கே போ, அங்கே போ’ என்று கை காட்டிக் கொண்டிருந்தான். இரண்டும் லோக்கல் கட்சிகளாக இல்லாததால் யார் ஜெயித்தால் என்ன என்கிற மன நிலையில் பார்வையாளர்கள் இருந்தார்கள். என்னருகில் இருந்தவர்கள் பேசிக் கொண்டிருந்தார்கள்.

'என்ன போயிருந்தியா?'

'போனேன்... ஆளு இல்லை. திருநாக்கா போயிட்டான். தோப்புக்கு வரச் சொன்னான். பஸ்ஸு எடுத்து அங்கிட்டுப் போறதுக்குள்ள ஆளு பொறப்பட்டுட்டான்...'

'பணம் தாரானா இல்லியா?'

'தாராங்கறான். ஆனா, தண்ணி காட்டறான்...'

'கெயிட்டில இந்திப் படம்னாங்க.'

'கெயிட்டி தியேட்டர் எங்கு இருக்குதுங்க?' என்றேன்.

'இங்கதான் சிங்காரத் தோப்புல...'

சிங்காரத் தோப்பு... அந்தப் பெயரே என்னை வசீகரித்தது.

ஏதோ ஒரு கட்சி கோல் போடுகிற தறுவாயில் கூட்டம் கொஞ்சம் உஷ்ணம் பெற்றுக் கூச்சலிடத் தொடங்க, நான் எழுந்து வெளியே வந்துவிட்டேன்.

'சிங்காரத் தோப்பு, கெயிட்டி தியேட்டருக்குப் போவணுங்க' என்றேன் ஆட்டோ ரிக்ஷாக்காரரிடம்.

அவர் என்னை ஏற இறங்கப் பார்த்து, 'நடந்து போங்க... கிட்டத்திலதான் இருக்கு...' என்றார்.

பத்து ஆளுக்கு ஒருவராக விசாரித்துக்கொண்டு கெயிட்டி தியேட்டரை அணுகினேன். அதன் முகமே தெரியாமல் கடைகள் மறைக்க, ஏறக்குறைய ஒளித்துவைக்கப்பட்டிருந்த அந்தத் தியேட்டருக்கு டிக்கெட் வாங்கி உள்ளுக்குள் நுழைந்தேன்.

இருட்டின் சல்மான் கான் பாடிக்கொண்டிருந்தார். உஷ்ணம் என்னைப் போர்த்தியது. முதுகுப் பக்கம் செங்குத்தாக இருந்த நாற்காலியில் உட்கார்ந்தேன். இங்கே நான் வந்திருக்கிறேன். இந்த ஷேப், வடிவம், இந்த நெருக்கம் பரிச்சயமானது. ஜய லட்சுமியுடன் வந்திருக்கிறேன். ராஜ்கபூரின் படம் பார்க்க... என்ன படம்? 'ஆ' படத்தைவிட அவள் முகத்தைத்தான் அதிகம் பார்த்துக்கொண்டிருந்தேன். இருட்டில் திரை வெளிச்சத்தின் ஏற்ற இறக்கத்துக்கு ஏற்ப, அவள் மூக்கு வைரம் பளிச்சிட, நெற்றிப் புருவம், தாடைக்குக் கீழே சற்று அழுத்தம்...

ஒரு முறை ஜயலட்சுமி டீச்சர் என்னைத் திரும்பிப் பார்த்தாள்...

'என்னைப் பார்க்காதே, சினிமாவைப் பாரு!'

'டீச்சர் எதுக்காக என் கையை எடுத்து உங்க கைல வெச்சுப் பத்திரப்படுத்தினீங்க?'

'ரெண்டு பேரையும் கொன்னா! உன்னையும் கொன்னா, என்னையும் கொன்னா...தெரியுமா? எப்படிக் கொன்னா, சொல்லட்டுமா! உன்னை எதுக்குக் கொல்லணும்...?'

'பண்டரி என்னைப் பிடிச்சுண்டபோது நீ என்ன பண்ணே? நீயும்தான் என்னைப் பிடிச்சுண்டே. ரெண்டு பேரும் என்னை...'

நான் சட்டென்று எழுந்து நின்றேன்.

'உக்காரு... உக்காரு...' என்று விசிலுடன் அதட்டல் கேட்க...

'உடம்பு சரியில்லைங்க' என்று பல கால்களை மிதித்துக்கொண்டு வெளியே வந்தேன்.

ஆட்டோ ரிக்ஷாவில் 'என்ன ஓட்டல்ங்க... பேரு சொல்லுங்க...' என்று கேட்டார் டிரைவர்...

'வந்து... வந்து... இங்கதாம்பா கிட்டக்க...'

ஓட்டல் பெயர் மறந்து விட்டது!

'பேர் சொன்னாத்தானே!'

'நீங்க போங்க... ஓட்டல் முகப்பு அடையாளம் ஞாபகம் இருக்கு. டெலிபோன் பூத் இருக்கும். இது என்ன ஊர், திருச்சிதானே?'

'தங்கற ஓட்டல்ங்களா?'

'ஆமாங்க... இன்னிக்கு என்ன தேதி?'

அந்த வட்டாரத்தை மூன்று முறை சுற்றியும் ஓட்டல் தென்படவில்லை. பெயர் ஞாபகமில்லை. என் வயிற்றில் கலக்கம் அதிகமாகியது. ஏதோ ஒரு தீர்மான கணத்தை நோக்கி விரைவாகச் சென்றுகொண்டிருக்கிற அச்சம், பரபரப்பு, ஐஸ் கிரீம்போல என் நினைவுகள் மண்டைக்குள்ளிருந்து கரைந்து வழிந்துகொண்டிருக்க...

‘ஓட்டல் பில்லு, கில்லு... எதாச்சியும் பைல இருக்குதா பாருங்க...’

நான் பைக்குள் துழாவ, எஸ்.டீ.டிக்குக் கொடுத்த ரசீது இருந்தது. ‘இந்த அட்ரஸ், ஓட்டல் வாசல்ல இருந்த டெலிபோன் பூத்து!’

அவன் அதைப் பார்த்து, ‘ஜயலட்சுமி விலாஸ்... முன்னேயே சொல்லக் கூடாதா’ என்று ஆட்டோவைத் திருப்பினான்.

ஓட்டலை அடையும்போது வாசலில் நின்றுகொண்டிருந்த ஒரு வெள்ளைக்காரன், ‘தினேஷ் நான் வந்துவிட்டேன். எங்கே போனே?’ என்றான்.

‘நான் தினேஷ் இல்லை, சர்மா...ஆ...!’

அந்த வெள்ளைக்காரன் என்னை ஏற இறங்கப் பார்த்து, 'கமான் தினேஷ்... டோண்ட் பி ஸில்லி' என்றான்.

'நான் சர்மா' என்றேன்.

வெள்ளைக்காரன், ஓட்டல்காரருடன் பேசினான்.

'திருச்சி நகரமா இது' என்று பிரமிப்பாக இருந்தது எனக்கு. எவ்வளவு மாறிப் போச்சு! 'இவர்கள் எல்லாம் யார்... நான் எப்படி இங்கு வந்தேன்' என்பது ஓரத்தில் வியப்பாக இருந்தது. அந்த வெள்ளைக்காரன் தன்னை பீட்டர்சன் என்று சொல்லிக் கொண்டான். என்னை தினேஷ் தினேஷ் என்று கூப்பிட்டது எனக்கு உறுத்தியது.

'நான் தினேஷ் இல்லை... சர்மா' என்று மூன்று தடவை சொல்லிப் பார்த்துவிட்டேன். எனக்கு ஜய லட்சுமியைப் பார்க்க ஆசையாக இருந்தது. எங்கே அவள்? ஜயலட்சுமி எங்கே?' என்று கேட்டேன். டாக்டரைக் கூப்பிட்டுவந்தான் பீட்டர்சன். எல்லோரும் சேர்ந்து என்னைப் பிடித்துக் கொண்டார்கள். நான் திமிறினேன். பிரயோசனப் படவில்லை. பீட்டர்சன், காவல்காரன், டாக்டர்கூட வந்தவன் என எல்லோரும் சேர்ந்து என்னைப் பிடித்துக்கொள்ள... டாக்டர் ஊசி போட்டார்.

‘தினேஷ், ஜஸ்ட் ரிலாக்ஸ். வி ஆர் கோயிங் ஹோம்’ என்றான் பீட்டர்சன் சாந்தமாக.

‘ஜயலட்சுமி’ என்றேன்.

அந்த மருந்தின் தாக்கத்தால் தூக்கம் கண்ணைச் சுழற்றியது. ‘மெட்ராஸுக்கு உடனே கூட்டிட்டுப் போயிரலாம் டாக்டர்!’ என்று கூறினான் பீட்டர்சன்.

அவர்கள் என்னைப் பெரிய கப்பல் போன்ற காரில் அழைத்துக் கொண்டு போனது லேசாக ஞாபகம் இருக்கிறது. கண் முழித்துப் பார்த்தபோது ஜயலட்சுமி ‘எப்படி இருக்கு?’ என்றாள். ஆஸ்பத்திரி போல இருந்தது. ஜயலட்சுமி கதவோரத்தில் இருந்து என்னைப் பார்த்துக்கொண்டிருந்தாள்.

‘ஜெய்யூ, எப்டி இருக்கே நீ?’

‘நான் தேவகி’ என்றாள்.

‘ஜெய்யூ வந்துட்டியா! கிட்ட வா... இது என்ன இடம்?’

‘ஆஸ்பத்திரி!’

‘கிட்ட வா ஜெய்யூ.’

அருகில் இருந்த டாக்டர், ‘கிட்ட போகாதீங்க’ என்றார் தேவகியிடம். எனக்குக் கோபம் வந்தது. எழுந்திருக்க முயற்சி பண்ணினேன். அவர்கள் என்னைத் தடுத்தார்கள். ஜெய்யூவைத் தொட்டுப் பார்க்கவேண்டும்போல் இருந்தது. அந்த ராட்சசி என்னை விஷம் வைத்துக் கொன்றவள் என்பது எனக்குத் தெரியும். இருந்தாலும் அவளைத் தொட்டுப் பார்க்கவேண்டும் போல ஆசை ஏற்பட்டது. தொட்டுப் பார்த்துவிட்டு, பிறகு கொல்லலாம் என்று உத்தேசித்தேன்.

‘ஜாக்கிரதை... நிதி கிடைத்தாற்போல் வாய்ப்பு கிடைத்திருக்கிறது. எல்லாரும் நான் தினேஷ் என்றுதான் எண்ணிக்கொண்டிருக்கிறார்கள். நான் தினேஷ் இல்லை, சர்மா என்று சொன்னால், யாரும் நம்பப் போவதில்லை. ஆனால், தினேஷ் போலவே இருந்துவிடலாம். என் வேலை என்ன? இந்தச் சண்டாளியைக் கொல்ல வேண்டியது. அவ்வளவுதானே!’

‘டாக்டர், இவர் இப்ப தன்னை சர்மா சர்மாங்கறார். என்னை ஜெய்யூங்கறார்...’

'அது வந்து ஒரு வித ஹலுஸினேஷன்... பாதி இங்கயும் பாதி அங்கயுமா இருந்தவர் இப்ப முழுசாவே அந்த நிலைக்கு மாறிட் டார்ம்மா, எதுக்காக அவரைத் திருச்சி போக அனுமதிச்சீங்க? மை காட்! எல்லாரும் ரொம்ப கேர்லஸ்ஸா இருந்திருக்கீங்க.'

டாக்டர் என்னைப் பார்த்து 'ஹாய்! ஐ'ம் டாக்டர் மேகநாத்' என்றார்.

நான், 'என் பேர் சர்மா, சிந்தாமணி ஸ்கூல்ல சம்ஸ்க்ருத வாத்தியார். இவ ஜெய்யூ, என் ஆம்படையாள்' என்றேன்.

அவர் புன்னகையுடன், 'அப்படியா! நீங்க இப்ப தினேஷ் இல்லையா?'

'இல்லைன்னு எத்தனை தடவை சொல்லிப் பாத்தாச்சு. யாரும் நம்ப மாட்டேங்கறா.'

'உங்களுக்குக் கம்ப்யூட்டர் எல்லாம் ஞாபகம் இல்லை?'

'அப்படின்னா?'

'சம்ஸ்க்ருதம் ஏதாவது சொல்லுங்களேன்?'

'ஸர்வதர்மான் பரித்யஜ்ய மாமேகம் சரணம வ்ரஜ அஹம் த்வாஸர்வபாபேப்யோ மோக்ஷயீஷ்யாமி மா சுச: எல்லா தர்மங்களையும் விட்டுட்டு எங்கிட்ட மட்டும் சரணமடைஞ்சா நான் உன்னை எல்லாப் பாவங்களிலிருந்தும் விடுதலை பண் ணிடறேன், வருத்தப்படாதேன்னு பகவத் கீதையில் பகவான் சொல்றார். இந்தக் காரியத்தை மட்டும் முடிச்சிட்டு பகவான் கிட்ட நிச்சிந்தையாப் போய்டலாம்னு இருக்கேன்.'

அவர்கள் ஒருவரை ஒருவர் பார்த்துக்கொண்டார்கள். தேவகி அழுதாள். 'என்ன டாக்டர்... என்ன என்னவோ பேசறாரே. என்னைப் பேர் சொல்லிக் கூப்பட மாட்டேங்கறாரே?'

'கூப்பிடறேனே ஜெய்யூ. ஜெய்யூ இது எந்த ஊர்? திருச்சி இல்லையா?'

'நான் ஜெய்யூ இல்லை' என்று அலறினாள் பயத்தோடு.

'நீ ஜெய்யூதான்' என்றேன். ஞாபகம் இருக்கா பாலத்தடியில்... எனக்குப் புகட்டினியே. நீயும் பண்டரியும் சேர்ந்து ட்ரிக் பண்ணி

கரூர்லருந்து வந்து... என்னை மணல்மேட்டில் மல்லாக்கப் படுக்க வெச்சியே... மறக்க முடியுமா?'

'ஐயோ, என்ன சொல்றீங்க?' என்றாள் தேவகி.

'தேவகி, நீங்க வீட்டுக்குப் போங்க. இது எங்களுக்கே குழப்பமா இருக்கு!'

'தினேஷ்! நீங்க என்ன பண்றீங்க... கொஞ்ச நேரம் ரிலாக்ஸ் பண்ணிக்குங்க... அதுக்கு இந்த ஊசி போட்டுக்கிட்டா...'

'எனக்கு ஊசி வேண்டாம்' என்று சொல்லுமுன்னேயே ஒரு பெண் வந்து என் புஜத்தைத் தடவி, சுருக்கென்று போட்டு விட்டாள். எனக்கு வலித்தாலும் முழித்துக்கொண்டிருக்க விரும்பினேன். கண்ணைச் சுழற்றுவதற்குள் டாக்டர்கள் பேசுவது கேட்டது.

'நான் அப்பவே சொன்னேனே. என்.எம்.ஆர். ரெஸனன்ஸ் இமேஜிங் எடுத்தாகணும்னு... சில வேளையில் லீஷன்ஸ் எல்லாம் சிடி ஸ்கான்ல தெரியறதில்லை... அதையும் எடுத்துடலாம்.

'ரொம்ப முக்கியம். இந்த ஆளை இனிமே தனியாவே விடக் கூடாது. இவர் கிட்ட இந்த நிலைல என்னென்ன வயலன்ஸ் இருக்கும்னு சொல்லவே முடியாது. பெரிய ஆபத்து. அவரைப் படுக்கையோட கட்டிப் போட்டுர்றது பெட்டர்' என்றார்.

நான் அதற்குள் தூங்கிப் போய்விட்டேன்.

லேசான குரல் கேட்டது.

'சர்மா மாமா, கொஞ்சம் இடம் கொடுக்கறீங்களா?'

'யாருப்பா?'

'நான்தான் தினேஷ்... தினேஷ்.'

'சே... நான் ஜெய்யூவைப் பழி வாங்கிட்டு வந்துர்றேனே... கவலையே படாதே. கொஞ்ச நாள் மிதந்துண்டு இரு' என்றேன்.

'ப்ளீஸ் மாமா! அவளைக் கொன்னுடாதீங்க.'

'யாரை?'

'தேவகியை!'

‘தேவகியை யாருப்பா கொல்லப் போறா? கொல்லப் போறது ஜெய்ஹூவை! பார்த்துண்டே இரு. எல்லாம் நல்லபடியாத்தான் நடக்கும். தெரியுமோல்யோ! இப்ப வந்து தொந்தரவு பண்ணாதே!’

‘குளூர்றது மாமா.’

‘பழகிப் போய்டும். நான் படாத குளிரா? பாம்பு பல்லு பட்டாப்பல குளிர்!’

‘எனக்குத் தாகமா இருக்கு. குளூர்றது... அசைக்க முடியலை. எப்பப் பார்த்தாலும் மயிர் எரியற வாசனை.’

‘எல்லாம் சரியாப் போய்டும். துரோகமில்லாத, உபத்திரவ மில்லாத லோகம் அது. வந்துர்றேன். உன்னைப் பழையபடிக்குக் கொண்டுவந்துடறேன்.’

‘ஐயோ! ஏதாவது எசக்கேடா சொல்லிட்டா நம்ம ரெண்டு பேரையும் சேர்த்துக் கொன்னுடுவா மாமா.’

‘மாட்டாப்பா!’

‘தேவகி! தேவகி!’

‘அவளுக்குக் கேக்காது... சும்மா கத்தாதே.’

அவன் குரல் சோகமாக அழுகை கலந்து கேட்டது.

‘என்னை யாரும் காப்பாத்தறவா இல்லையா?’

‘இல்லை. நான் தீர்மானிக்கிறவரைக்கும் அவன் அங்கதான் தொங்கணும். அங்கதான் உலாத்திண்டு இருக்கணும். அமானுஷ் யமா, காத்தா... நான் எத்தனை வருஷம் இருந்தாச்சு. ஸ்திரீ சம்போகம், சிரசாசனம் ஏதும் இல்லாம வெத்துக் குரலா எத்தனை வருஷம் இருந்தேன். சந்தர்ப்பத்தைத் தவறவிடக் கூடாது...’

அதுக்கப்புறம் ஏதும் ஞாபகமில்லாமல் தூங்கிப்போய் கொஞ்ச நேரம் அல்லது கொஞ்ச நாள் கழிச்சு எழுந்தேன். ராத்திரி வேளையா இருக்கும்போலத் தெரிந்தது. என்னை ரூம்ல கட்டிப் போட்டிருந்தார்கள். அந்த ரூம் கதவு சார்த்தியிருந்தது. ஒரு கதவில் கண்ணாடி பேர்ந்திருந்தது. அதைத் தட்டிப் பார்த்தேன். விழுந்தது. கதவைத் திறந்துட்டேன். மெதுவா வெளில வந்துட்டேன். மெல்ல நடந்தேன். கொஞ்சம் போனதும் நெடுக

வந்தா மாதிரி தெரிஞ்சது. இங்கயும் அங்கயும் எல்லா ரூம் கதவுகளும் சார்த்தியிருந்தன. மெல்லப் பார்த்துண்டே வந்தேன். ஒரு ரூம்ல ஜெய்யூ உட்கார்ந்தவாக்கில் தூங்கிண்டு இருக்கா... சாத்துக்குடி, பழம், டம்ளர்ல ஜலம் எல்லாம் பக்கத்தில வெச்சிருந்தது. அடுத்த ரூம்ல நான் இருக்கேன்னு இந்த ரூம்ல இளைப்பாறிண்டு இருக்காள்னு தெரிஞ்சது. ஜெய்யூவைப் பார்த்தும் எனக்கு அத்தனை ஞாபகமும் வந்தது. இவளை முதல்ல ஸ்கூல்ல நியமிக்க கரஸ்பாண்டண்ட்டுக்கு ரெகமண்டேஷன் கொடுத்தது. அவ என்கிட்ட நன்றி சொல்ல வந்தது. பலாப் பழத்தை எடுத்துண்டு அவ அப்பாவைக் கரூர்ல போய்ப் பார்த் தது. அவருக்கு நஞ்சை நிலமா, நாலு ஏக்கரா எழுதித் தர்றேன்னு நான் சொன்னது. அவர் கல்யாணத்துக்குச் சம்மதிச்சது. புகளூர்ல கல்யாணம். ஜெய்யூவைத் திருச்சினாப்பள்ளில கொண்டு வந்து குடித்தனம் வெச்சது... ஸ்கூலுக்குப் போற வேலையை விட் டுருன்னு நான் சொன்னப்போ முதல்ல அவ முரண்டு பண்ணது. அப்புறம் அந்தப் பையன் கோபாலன்... இப்ப 'தினேஷ் தினேஷ்'ங்கறாளே கோபாலன்தான். அவன்கிட்ட எத்தனை வேலை வாங்கியிருக்கா. 'இங்க போ... இதைப் பண்ணு... அதைப் பண்ணு'ன்னு எத்தனை வேலை... எத்தனை வேலை! அப்புறம் பண்டரி கடன்காரன்! முதல்ல அவன் எங்க இருக் கான்னு பார்க்கணும். அதுக்குள்ள இவ... என் மனைவி, என் அழகான ராட்சசி... இவளை நான் ஜாக்கிரதை... ஜாக்கிரதை... தேவகின்னுதான் கூப்பிடணும்.'

'தேவகி'ன்னேன்.

அவ திடுக்கிட்டு முழிச்சிண்டு 'நீங்க எப்படி வெளில வந்தீங்க, கதவு சார்த்தியிருந்ததே' என்றாள்.

'உன்னைப் பார்க்கணும்னு தோணித்து... வந்துட்டேன்.'

'எப்படி இருக்கு உங்களுக்கு?'

'சரியாப் போச்சு தேவகி. இனி அந்த சர்மா தொந்தரவு இருக்காது. தேவகி, நான் தினேஷ்தான். தினேஷ்தான். எங்கிட்ட இனிமே நீ பயப்பட வேண்டாம். தேவ... தேவகி! நாம பிரிஞ்சிருந்து எத்தனை நாள் ஆச்சு?'

தேவகி இன்னும் என்னைச் சந்தேகமாகத்தான் பார்த்தாள்.

‘மூணு நாள்தானே ஆறது!’

‘அதுவே எனக்கு ஒரு யுகம்போல இருக்கு. தேவகி, இங்க உக்காரட்டுமா? பயம் தெளிஞ்சுதா?’

‘உக்காருங்கோ... உங்ககிட்ட எனக்குப் பயம் இல்லை. மெல்லப் பேசுங்கோ... அம்மா எழுந்துடுவா!’

‘இதான் அம்மாவா? சரியா கவனிக்கலை!’

‘வா, தேவகி! அந்தப் பக்கம் படுக்கை காலியா இருக்கு.’

திரைக்குப் பின்னால் இருந்த படுக்கையில் போய் தேவகி உட்கார, நான் அவள் பக்கத்தில் உடகார்ந்து அவள் கையைப் பற்றினேன். தடுக்கவில்லை. மெல்ல அவள் கழுத்தை வருடினேன்.

‘யாராவது எழுந்துரப் போறா... அழுத்தாதீங்க... வலிக்கறது... ஆ...!’

XIX

என் விரல்கள் அவள் கழுத்தை வருடி மெல்ல மெல்ல இறுக்கத் தொடங்கின.

'என்ன பண்றீங்க... ஆ... அம்மா! எழுந்திருங் களேன்!'

'பயப்படாதே தேவகி. வலிக்கவே வலிக்காது. நீ என்கிட்டே வந்து அழுத்தமா முத்தம் கொடு. எழுப்பாதே, அம்மாவை எழுப்பாதே.'

அவள் என் கையை விலக்கிப் பார்த்தாள். அதனால் அவள் மார் மேல் பட்ட கையை எடுக்காமல் தொட்டுப் பார்த்தேன். மறுபடி கழுத்துக்குக் கொண்டு போனேன். வெளியே ஆளரவம் கேட்டது. இரண்டு மூன்று ஜோடிக் கால்கள் ஓடி வரும் சப்தம் கேட்டது.

'எங்கே அவரு?... எங்கே அவரு? ஏம்மா இப்படிக் கோட்டை விட்டுட்டியே... சீஃப் கேட்டா வேலை போயிரும்!'

நான் என் இறுக்கத்தைத் தளர்த்திக்கொண்டு ஜெய்யூ வின் மேல் சாய்ந்தேன்.

'பாரு, இங்க இருக்காரு. எப்படி இங்க வந்தாரு? கதவு தாப்பா போட்டுத்தானே இருந்தது?'

'அதானே, எனக்கும் தெரியலை.'

ஜெய்யூவிடமிருந்து அவர்கள் இருவரும் என்னை விலக்கினார்கள்.

'பாரும்மா, இந்தாளைக் கிட்ட சேர்க்கக் கூடாது, ஆபத்தான வர்னு டாக்டர் சொல்லியிருக்காருல்லே...'

'இவர் என் கணவர்!'

'இருந்தாலும் எங்களுக்கு உத்தரவு. எப்ப எது செய்வார்னு தெரியாது. ஏதாவது ஒண்ணு கிடக்க ஒண்ணு ஆயிருச்சுன்னா? யோவ், வாய்யா பேசாம!'

'இல்லைப்பா... அவர் சாதாரணமாகத்தான் பேசிண்டிருந்தார். அவருக்கு எல்லாம் சரியாப் போச்சு!'

'சரியாப் போச்சு, இல்லைங்கறதைத் தீர்மானிக்கவேண்டிது டாக்டர். நாளைக்கு அப்போலோ கூட்டிட்டுப் போறாங்க. என்.எம்.ஆர்.னு இன்னும் ஒஸ்தியா ஸ்கான் எடுப்பாங்க!'

'தேவகி... என்னைக் காப்பாத்து தேவகி. எனக்கு ஏதும் வேண்டாம். உங்கிட்ட இருந்தாப் போறும் தேவகி... தேவகி.'

ஜெய்யூ கண்களில் நீருடன், 'அவரை விட்டுருங்க... அவர் ஏதும் செய்ய மாட்டார்' என்றாள்.

'சொல்லு, தேவகி.'

அவர்கள் சம்மதிக்கவில்லை.

'நான் நாளைக்கு டாக்டர்கிட்ட பேசறேன். டெஸ்ட் ஏதும் வேண்டாம். நீங்க போய்ப் படுத்துத்தூங்குங்கோ' என்றாள் ஜெய்யூ.

'அம்மா, தொடாதீங்க! திடீர்னு பிறாண்டிடுவாரு' என்றான் ஆஸ்பத்திரி ஆள்.

'சும்மாயிருப்பா, என் பிள்ளை, நான் வளர்த்த பிள்ளை. பெத்த தாயை என்ன செஞ்சுருவான்?'

'சொல்லுங்கம்மா' என்றேன், ஏறக்குறைய அழுகையுடன்.

'இருந்துட்டுப் போகட்டும்பா...'

'அதென்னவோ எனக்கு அதிகாரம் இல்லை. டாக்டர் மேக நாத்துக்கு போன் பண்ணிக் கேட்டுக்கங்க... அவர் சொன்னா

அனுமதிக்கிறோம். அதுவரை இவர் தனியாதான் இருக்கணும்... படிச்சுப் படிச்சு சொல்லிட்டுப் போயிருக்காரு.'

'அம்மா! தேவகி!'

'சரியாப் போய்டும் தீனு.'

என்னை அவர்கள் லேசான கட்டாயத்துடன் இழுத்துக்கொண்டு அடுத்த அறைக்குப் போனார்கள். ஜன்னலை ஆராய்ந்து, 'இந்த வழியாத்தான் தப்பிச்சிருக்காரு. டாக்டருக்கு போன் பண்ணிச் சொல்லிருப்பா' ஆஸ்பத்திரி நடையில் பேசிக்கொண்டு வந்தார்கள்.

'ஏம்பா! சொந்த பொண்டாட்டி, அம்மா, இவங்ககிட்ட போய்ப் பேச அனுமதிக்கிறதில என்னப்பா தயக்கம்?'

'ஒனக்குத் தெரியாது பாலு. இந்த ஆளு ரெண்டு ஆளுங்கறாங்க.'

பாலு என்பவன் என்னை ஏற இறங்கப் பார்த்து, 'ரெண்டு ஆளா... அப்படின்னா? பாத்தா ஒத்தை நாடியாத்தானே இருக்காரு.'

'மனசுக்குள்ள இன்னோர் உசிரு உலாத்துதாம். யோவ், உம் பேர் என்ன?'

'தினேஷ் சர்மா' என்றேன்.

அந்தச் சந்தர்ப்பத்தைத் தவறவிட்டதில் எனக்கு ஆதங்கம்தான். தயக்கமே இல்லாமல் கழுத்தை நெரித்திருக்கவேண்டும். ஆனால், ஜெய்யூவை அவ்வளவு கிட்டத்தில் பார்த்தபோது எனக்குப் பழைய ஆசைகள் அலை மோதிவிட்டன. எத்தனை நாளாச்சு ஒரு மென்மையான பெண்ணுடலைத் தொட்டு... தாகக் காட்டில் அலைந்தவனுக்குத் தேன் சுனை போல என் மனைவி மட்டும் தொடக் கிடைத்தபோது உடனே கொல்லத் தோன்றவில்லை. அடுத்த முறை தயங்கக்கூடாது. ராட்சசியைக் கொன்றே ஆக வேண்டும். அதற்குத்தானே இத்தனை அல்லாட்டம். இத்தனை நாள் திரிந்தது! இங்கேயும் இல்லாமல் அங்கேயும் போகாமல் பழி வாங்கும் இச்சை நிறைவேறாமல் நான் சாந்தி பெற மாட்டேன். எத்தனை எத்தனை துரோகம்! என் பிரபஞ்சத்தை முழுவதும் வியாபித்த வெறுப்பு!

அவள் மட்டும்தான் வந்தாள். எனக்கு என் கண்களை நம்ப முடியவில்லை. வாசலில் நாற்காலி போட்டு வெளிச்சத்தில்

பகவத் கீதை எட்டாவது அத்தியாயம் படித்துக் கொண்டிருக் கிறேன். அவள் வந்தாள்.

'யாரு? பாத்தா ஜெய்யூ மாதிரி ரூபம் தெரியறதே? யாரு?'

'...'

'எங்க வந்தே? கரூர்ல எல்லாரும் சௌக்யமா? அப்பா, அம்மா, புதுப் புருஷன்?'

என் கால்ல விழுந்து, 'என்னை மன்னிச்சுருங்கோ' என்றாள்.

'மன்னிப்பா, எதுக்கு?'

'உங்களை இத்தனை நாள் பிரிஞ்சிருந்ததுக்கு.'

'அவ்வளவுதானா?'

'எனக்குக் குழந்தை போனதும் புத்தி பேதலிச்சுப் போய்டுத்து. ஸ்வாதீனமில்லை. அம்மா, அப்பா ரெண்டு பேரும் படிச்சுப் படிச்சுச் சொன்னா. 'அவரை விட்டுட்டு வராதே. அவர் மகான்' அப்படின்னு.'

'அப்படியா சொன்னா?'

'என்னை மன்னிச்சேன்னு ஒரு வார்த்தை சொல்லிடுங்கோ...'

முன்னால் தரையில் உட்கார்ந்திருந்த இடத்திலேயே காலால் அவளை எட்டி உதைச்சிருக்கணும். முடியலை. பாழாப் போன மோகம். கழுத்திலே நகை ஏதும் இல்லை. ஊக்கு குத்திண்டி ருக்கா ரவிக்கையில. மேகம் சந்திரனை மறைக்கிற மாதிரி கேசம் மறைக்கிறது முகத்தை. அதைக் கோதிண்டு நிஜமா அழறா...

'என்ன வேணும் உனக்கு?'

'துளியூண்டு இடம். ஒரு வாய் சோறு.'

பண்டரியைப் பத்தி நான் ஏதும் கேக்கலை. அவளும் சொல்லலை. கட்டின புடைவையோடு போனா... கட்டின புடைவையோட வந்தா! ஒரு அட்சரம் அதைப் பத்திப் பேசலை. கௌதமர் மாதிரி ஆயிரம் வருஷம்கூட சபிச்சிருப்பேன். சபிக்க முடியலை. அத்தனை லாவண்யம் பாழாப் போற ஜயலட்சுமி!

எனக்கு சம்ஸ்கிருதத்தில் மனசு ஓடலை. உள்ள அவ பாத்திரங் களை எடுத்துவைக்கிறது, பூ தொடுக்கறதுதான் கவனமா இருக்கு. ஒரு மாசம் பேசாம இருக்கலாம்னு தோணுத்து. ஒரு மணி நேரம்கூட வைராக்கியம் தாங்கலை!

'எதுக்குத் திரும்பி வந்தே? சொல்லு ஜெய்யூ.'

'செஞ்சது தப்புன்னு புரிஞ்சு உடனே வந்துட்டேன். நீங்க எனக்கு எந்தத் தண்டனை வேணும்னாலும் கொடுங்கோ.'

'உன்னை அப்படியே கடிச்சுச் சாப்பிடணும். அதான் தண்டனை.'

'சாப்டுங்கோ.'

'உன் நாவப் பழக் கண்ணைத் தோண்டி எடுக்கணும்.'

'எடுங்கோ.'

'முடியலையே! கோபத்தைவிட மோகம் அதிகமா இருக்கே!'

'கோபம், மோகம் எதுக்குமே சம்மதம். எனக்கு இங்கதான், இங்கதான் புகல்... இங்கதான் வாழ்க்கை... இங்கதான் என் வீடு. நீங்கதான் புருஷன்!'

'ஜெய்யூ... என்னை மன்னிச்சுரும்மா!'

'எதுக்கு?'

'குழந்தையைக் கீழே போட்டதுக்கு!'

'போனாப் போறது, இன்னொன்னைப் பெத்துக்கலாம்!'

'அந்தக் குழந்தை என்னுதுதானே ஜெய்யூ?'

அவள் நிமிர்ந்து பார்த்து, 'அதைப் பத்தி இப்ப என்ன பேச்சு? அதான் போய்டுத்தே!' என்றாள்.

'ஜெய்யூ, என்னை மன்னிச்சுரு. அந்த ஜீவன் என்ன துடி துடிச் சிருக்கும்?'

'துடிக்கவும் இல்லை... கிடிக்கவும் இல்லை... கீழே போட்ட மாத்திரத்தில பிராணனை விட்டுடுத்து, அல்பாயுசு... என்னவோ பேர் வெச்சமே...'

‘ஜெய்யூ, நீ என்னைப் பழி வாங்க வந்திருக்கியா?’

‘இல்லைன்னா!’

பழிவாங்கத்தான் வந்திருக்காள்னு அப்புறம் ஒரு சமயம் தெரிஞ்சப்ப என்னால் ஏதும் செய்ய முடியலை. வாயெல்லாம் நீலம் பாரிச்சுடுத்து. ஆனா, ஆனா... அந்தப் பௌர்ணமில நடந்தது, யுகம் யுகமாத் தாண்டி வந்தாலும் மறக்க முடியாது.

‘தினேஷ் எப்படி இருக்கீங்க? ராத்திரி ரூமை விட்டு தப்பிச்சுக்கிட்டு வந்துட்டீங்களாமே?’

மேகநாத் என்று சொல்லப்பட்ட அதே டாக்டர்தான்.

‘எனக்கு சரியாப் போச்சு டாக்டர்!’

‘அப்படியா! இந்தக் குரல் இப்ப கேக்கறதில்லையா? சர்மாங்கற அடையாளம் டாமினேட் பண்றதில்லையா?’

‘இல்லை!’

‘நீங்க யாரு?’

‘நான் தினேஷ்!’

‘என்ன வேலை சொல்லுங்க?’

‘வேலை வந்து... வேலை வந்து... என்ன அதுக்குப் பேரு? கொஞ்சம் குழப்பமா இருக்கு!’ என்று மண்டையைத் தடவிக் கொண்டேன்.

‘இன்னும் பழைய நிலை முழுக்க வரலை உங்களுக்கு. இன்னிக்கு மற்றொரு ஸ்கான் ஏற்பாடு பண்ணிருக்கு...’

‘வலிக்குமா?’

‘வலிக்காது!’

‘பயமா இருக்கு!’

‘பயப்படாதீங்க... முன்ன ஒரு ஸ்கான் எடுத்தமில்லே... அதைப் போலத்தான். அது சிடி ஸ்கான். இது மேக்னட்டிக் ரெஸனன்ஸ் இமேஜிங்னு.’

'டாக்டர்! நான் தேவகிகூடக் கொஞ்ச நேரம் தனியாப் பேசணும்!'

'பேசலாம், பேசலாம்... ஸ்கான் முடியட்டும்!'

'அதுக்கு முன்னாலே...'

டாக்டர் யோசித்தார். 'பேசலாம். ஆனா, தனியா இல்லை. நாங்க ரெண்டு பேர் கூட இருப்போம். மிஸ்டர் தினேஷ், இன்னும், வி ஆர் நாட் ஷ்யூர், எந்த மட்டில உங்க உடல்ல சர்மா எலிமண்ட் பாக்கியிருக்குன்னு!'

'ஏன் அப்படிச் சொல்றிங்க?'

'உங்களுக்குத் தெரியாது. நேத்திக்கு சம்ஸ்க்ருதத்தில எல்லாம் ஏதோ சொல்லிட்டு இருந்திங்க. சம்ஸ்க்ருதம் தெரியுமா?'

அப்போது ஜெய்யூ வந்தாள்.

'தேவகி, நாம் தனியா இருக்கக் கூடாதுங்கறார் டாக்டர்!'

'ஏன் டாக்டர்?'

'பேசுங்க பேசுங்க... பேசட்டும்.'

'தேவகி, பக்கத்தில உட்காரு...' என்றேன்.

பௌர்ணமி நிலவில் மணல்மேட்டில் ஜெய்யூ என் பக்கத்தில்...

'உக்காருங்கோ... எதுக்கு இப்படி வெக்கப்படறீங்க?'

உட்கார்ந்தேன்.

'எங்கே, வாயைத் திறங்கோ பார்க்கலாம். இந்தப் பாயசம் சாப்ட்டே ஆகணும் நீங்க.'

'ஆ...!'

நிலா வெளிச்சத்தில் அவங்க மூணு பேரும் வந்திருக்கிறது அப்பத்தான் தெரிஞ்சது.

'பண்டரி, நீ எங்க வந்தே?'ன்னு அவனைக் கேக்கறேன்.

'சர்மா, நீ பண்ணின பாவத்துக்குத் தண்டனை வாங்கறதை நாங்கள்லாம் பார்க்க வேண்டாமா?'

'அந்தக் குழந்தை என்ன துடிதுடிச்சிருக்கும் சர்மா...'

பக்கத்தில் கோபாலனைப் பார்த்தேன். சிலை போல நிக்கறான்.

'கோபாலா, நீயுமா?'ன்னேன்.

பேசாம இருந்தான். எனக்கோ வயத்தைப் பிரட்டறது. நாக்கெல்லாம் வறண்டு ஒலர்ந்து போய்க் கசக்கறது. வயத்துல எரிச்சல் தாங்க முடியலை. 'தண்ணி தண்ணி'ங்கறேன்.

'தண்ணிதானே வேணும் என் கணவா... தரேன் தரேன்'னு கூஜாவிலிருந்து தண்ணிய வேணும்னுட்டே மண்ணுல கொட்டறா. தலையை இடி இடிக்கிற மாதிரி வலிக்கிறது. என்னத்தைக் கலந்து கொடுத்தாளோ கால் மணிகூட ஆகலை. அதுக்குள்ள உடம்பெல்லாம் தணல் மாதிரி கொதிக்கிறது.

கண் மங்கறது. பிம்பங்கள் சரியாத் தெரியாம குழப்பமா இருக்கு. ‘ஜெய்யூ... ஜெய்யூ... இப்படி மோசம் பண்ணலாமா?’

‘இப்படி என் பிள்ளையைக் கொல்லலாமா?’

‘வேணும்னுட்டே செஞ்சனா? கை தவறி விழுந்துடுத்து! ஜெய்யூ... எனக்குத் தண்ணி தாயேன். யாராவது டாக்டர்கிட்ட என்னை அழைச்சுண்டு போங்களேன்.’

கோபாலன்தான் என்னைப் பார்த்துத் துடிச்சுப்போய், ‘பாவம்... பாவம்’ங்கறான்...

‘சும்மாயிரு கோபாலா. இந்தக் கிழம் செய்தது உனக்குத் தெரியாது. பச்சைக் குழந்தையை மண்ணுல புதைச்சேனே, எனக்கு மட்டும் அப்ப வயிறு எரியாதா?’

எனக்கு எரிச்சலா எரியறது. நூத்து பத்து டிகிரி இருக்கும்போல இருக்கு ஜுரம்.

‘சீக்கிரமே போய்ட்டா நல்லது... ரொம்ப இழுத்தடிக்குமோ பண்டரி?’ங்கறா.

‘இல்லை. அரை மணிக்குள்ள போய்டும்’னான் பண்டரி.

‘அது என்ன அரளி விதையா?’

‘இல்லை. சிவசேகரம்னுட்டு கரு நீலத்தில் பூவை வெச்சுண்டு, இமாலயத்துலதான் கிடைக்குமாம். முந்நூறு ரூபாய் கொடுத்தேன். பழம் முள் முள்ளாயிருந்தது.’

‘ரொம்ப வலிக்குமோ?’

‘வலிக்கணும்! சர்மா வலிக்கிறதா?’

‘கோபாலா, கோபாலா... என்னைக் காப்பாத்துடா’ன்னு கதர்றேன். பையன் முகத்துல பயமும் பீதியும் பச்சாதாபமும் தெரியறது.

‘டீச்சர் டீச்சர்... என்னது இது டீச்சர்... இது தப்பில்லையா டீச்சர்? பண்டரி... பண்டரி சார் என்ன இப்படி?’

‘கோபாலா உனக்குத் தெரியாது. இவர் செய்த அக்ரமத்துக்கு இது போதாது. கரூர்ல வந்து என்னவெல்லாம் ட்ரபிள் கொடுத்தார்

தெரியுமா. வீட்டை விட்டுத் துரத்த வெச்சார். வேலையை விட்டு நீக்க வெச்சார். கோபாலா, இவரை உனக்குத் தெரியாது.'

'மாமா எழுந்திருங்கோ. உங்களுக்கு என்ன பண்றது?'

'கண்ணு மங்கறது கோபாலா... தண்ணி கொடேன் கோபாலா' எனக்கு அந்த விஷம் வேலை செய்ய ஆரம்பிச்சுடுத்து. பத்து நிமிஷத்தில பத்தாயிரம் வருஷத்துக்குண்டான கஷ்டங்கள் பட்டேன். எழுந்திருக்கலாம்போல இருக்கு. எழுந்திருக்க முடியலை. விரல் நுனியில் எல்லாம் நஞ்சு ஒட்டிண்டிருக்கிற மாதிரி தோணி அதைப் பிச்சுப் பிச்சுப் போடப் பிரயத்தனம் பண்றேன். பழுப்பும் கறுப்புமா கண்ணுக்குள்ள கூச்சலும் கக்கலும் கரைசலும் தெரிய றது. உடனே மலம் கழிஞ்சா மாதிரி நதி கண்ணுக்குள்ள ஓடறது. ஸ்லேட்டில ஆணி கிழிக்கிறமாதிரி காதில் சப்தம் கேக்கறது. அப்புறம் அவா பேசிக்கிறதெல்லாம் தவளைக் குரல்ல கேக்கறது.

உடனே செத்திருந்தா தேவலாம் ஸ்வாமி. துடிச்சி துடிச்சுத்தான் செத்துப் போனேன்.

இந்தப் படுபாவிகளைப் பழி வாங்கணுங்கற தீர்மானம்தான் என்னை அத்தனை வலியையும் தாங்க வெச்சுது. அரை மயக்கத்தி லயும் துரோகம் ஏற்படுத்திய மூர்க்கம், கோபம் அப்படியே எங்கிட்ட மிஞ்சிப் போய் உயிர் உடலை விட்டுப் பிரியறப்போ அதுகூட மிதந்தது. சர்மா... நீ இவாளைப் பழி வாங்காம மேலே போகக் கூடாது!

ரெண்டு பேரும் என்னை நாடி பிடிச்சுப் பார்க்கறா.

'பயப்படாதே, இதில நாம் இறங்கியாச்சு... கொன்னாச்சு... இனி பயம் இல்லை...'

'யாராவது வரப் போறா பண்டரி...'

'வரட்டும்... நிலாவில் தூங்கறார்னு சொல்லலாம். கோபாலா... பயமா இருந்ததா கோபாலா? நீ வாழ்க்கையில் எதையும் பார்க் கலை. சந்தேகத்தைப் பார்க்கலை. துரோகத்தைப் பார்க்கலை!'

'அவன் பார்த்தது டீச்சர் புடைவை மட்டும்தான். இல் லையா?'ன்னு அவனைத் தன் மேல் வெச்சு அணைச்சுக்கறா.

அவன் கண்கள்ல நீர் மின்னறது நிலா வெளிச்சத்துல தெரியறது.

‘டீச்சர், நீங்க இப்படிப் பண்ணுவீங்கன்னு…’

‘இங்கேயே விட்டுட்டுப் போய்டலாமா… வா…’

‘இல்லை. மண்ணுல புதைச்சாகணும். கோபாலா, கொஞ்சம் ஒத்தாசை பண்றியா?’

‘எனக்குப் பசிக்கிறது’ன்னான் கோபாலன்.

‘எனக்கும்தான் பசி. சரி ஜெய்யூ… நிலாச் சாப்பாடு சாப்பிட லாமா?’

பக்கத்தில் நான் அசையாமக் கிடக்கறேன். மூணு பேரும் நிலா சாப்பாடு சாப்பிடறா.

வலியெல்லாம் போய்டுத்து. காற்றோடு கலந்தாப்பல ரொம்ப லேசா இருக்கு. இங்கேருந்துல்லாம் பார்க்க முடியறது.

இவாளை எப்படிக் கொல்ல? பேசிப் பார்க்கறேன்… குரல் எழும்பலை.

மூணு பேரும் மௌனமாச் சாப்பிட, ஜெய்யூ இருமறா. பண்டரி தலைல தட்டறான்.

‘சாம்பார் கெட்டுப் போய்டுத்துன்னு நினைக்கறேன். கசக்கறது. பாகக்கா போட்டிருக்கியா?’

‘இல்லையே.’

‘தண்ணி தாகமா இருக்கு. கோபாலா, தண்ணி கொண்டுவாயேன் இந்த கூஜாவில.’

‘கோபாலா… என்ன ஒரு மாதிரி பார்க்கிற?’

‘டீச்சர்! பண்டரி சார்! நாம செய்தது ரொம்ப தப்பு…’

‘வெய்ட் எ மினிட்! கோபாலா, நீ என்ன பண்ணே? ஏதாவது…’ பதறினான் பண்டரி.

‘அந்தத் துகையல் மிச்சத்த சாம்பார் சாதத்தில கலந்துட்டேன்.’

‘மிஸ்டர் தினேஷ் ரெடியா?’

‘டாக்டர், நான் அப்பலேர்ந்தே தயார்!’

'இந்த ஸ்கான் பண்ணிட்டா எங்க ஒரு சந்தேகம் தீர்ந்து போய்டும். அதுக்கப்புறம் சர்ஜரி பண்ணணுமா. இல்லை மெடிசின் மூலமாவே ட்ரீட் பண்ணணுமான்னு தீர்மானிப்போம்.'

'எனக்கு இப்ப சரியாப் போச்சு. ஜயலட்சுமி சொல்லலையா!'

'ஜயலட்சுமியா?'

'தேவகி...தேவகி?'

'பாருங்க, இந்த மாதிரி பெயர்க் குழப்பம் இன்னும் இருக்கு.'

'இது நீங்க கொடுக்கற மருந்தினாலே...'

'கொஞ்ச கொஞ்சமாத்தானே மருந்து டோஸைக் குறைக்க முடியும்! கவலைப்படாதீங்க, எல்லாம் சரியாப் போய்டும்.'

'கவலையே இல்லை சார்... நான் சேரவேண்டிய இடத்தில சேர்ந்துட்டேன். செய்யவேண்டிய கார்யத்தைச் செய்துட் டேன்னா எல்லாம் சரியாப் போய்டும். எம் பாட்டுக்குப் போய்ண்டே இருப்பேன்.'

'இந்த மாதிரி புதிராப் பேசறீங்க பாருங்க, அதுதான் கொஞ்சம் டிஸ்டர்பிங்கா இருக்கு. இப்ப அந்த ஆடிட்டரி ஹலுஸினேஷன் வருதா?'

'அப்படின்னா?'

'குரல்கள் கேக்குதா மண்டைக்குள்ள?'

'இல்லை, சாந்தமா இருக்கு.'

டாக்டர் பக்கத்து டாக்டரிடம் பெருமையுடன், 'சொன்னேன் பார்த்தியா' என்றார்.

'ஸ்கான் பண்ணிட்டா எல்லாம் பளிங்குமாதிரி தெரிஞ்சு போய்டும்.'

நான் சிரித்துக்கொண்டேன். இவர்கள் என்ன செய்தாலும் கட்டின பசுபோல் அடிபணியவேண்டும்னு தீர்மானிச்சுட்டேன். அப்பத் தான் எனக்கு நிம்மதி, அவகாசம் கிடைக்கும். உடனே கொல் றதில அர்த்தமில்லை. நான் எத்தனை துடிச்சேனோ அந்த அளவுக்கு அவளும் துடிக்கலைன்னு சொல்ல முடியாது. ஆனா,

அந்தப் பழி... நான் வாங்கலையே! நான்னா ஒவ்வொரு யுகமா இவளைத் தேடிப் பிடிச்சு வந்து கொல்லணும். அதுக்காகத்தான் யுகம் தாண்டி வந்திருக்கேன்!

பெருசா ஒரு கட்டடத்துக்கு என்னை மோட்டார்ல அழைச்சுண்டு போனா. வாசல்ல எல்லாக் கதவும் கண்ணாடில இருந்தது. ஜயலட்சுமியும் அம்மாவும் கூடவே வந்தா. டாக்டருங்கறவர் காத்திருந்தார். மாடிப்படி ஏர்றதுக்குப் பதிலா சின்னதா ரூம் மாதிரி வெச்சிருந்தா. அது தானா திறக்கறது. தானா மூடறது. வெள்ளை வெளேர்னு பொம்மனாட்டி வந்து என்னைத் தொட்டுப் பேசினா. கறுப்பா படம் மாதிரி இருக்கு. உடையெல்லாம் கழட்டிட்டு, நீலமா ஆஸ்பத்திரி சட்டை போட்டுவிட்டு சக்கர வண்டில தள்ளிண்டு உள்ள கொண்டுபோனா. அங்க என்னென் னவோ விநோதமான ஜந்துக்கள் போலவும், கண்ணாடி போலவும், குகை போலவும் இருந்தது. ஜன்னலுக்கு வெளில இருட்டில் இருந்தவர் உள்ளுக்குள்ள வந்து படுக்க வெச்சார். 'இன்ஜெக்ஷன் போடப் போறேன். வலிக்கவே வலிக்காது.'

என்ன வேணா நடக்கட்டும்னு நான் படுத்துண்டு இருக்கறப்போ கொஞ்சம் தொந்தரவா தினேஷ் குரல் கேட்டது.

'சர்மா... சர்மா... வேணாம் சர்மா. விட்டுரு சர்மா... நான், என்னால இந்த இடத்தில தங்க முடியலை சர்மா...'

'என்ன இன்னும் ஒரு நாளோ ரெண்டு நாளோ... இந்த டாக்டர் சமாசாரம் எல்லாம் முடிஞ்சப்புறம், எல்லாம் சரியாப் போச்சுன்னு அவா எழுதிக் கொடுத்துருவா. வீட்டுக்கு வந்துடு வேன். பக்கத்தில படுத்துண்டு ஜயலட்சுமி எனக்கு சிசுருஷை பண்ணுவா. அப்பத்தான்...'

'ஐயோ வேண்டாம் ப்ளீஸ்! அவ தேவகி! ஜயலட்சுமி இல்லை.'

'ஜயலட்சுமிதான் தேவகியாப் பிறந்திருக்கா. அவ பிறந்த தேதியைப் பாரு. முகத்தைப் பாரு!'

'சில பேருக்கு அந்த மாதிரி ஒரே சாயல் இருக்கக் கூடும்.'

'இல்லை. நான் விசாரிச்சாச்சு! கோபாலன் தினேஷாகவும் ஜய லட்சுமி தேவகியாகவும் பொறந்திருக்கா. பண்டரிதான் எங்க போனான்னு கண்டுபிடிக்க முடியலை. இங்கதான் எங்கயாவது சுத்திண்டு இருப்பான்னு தோணறது.

‘கொஞ்சம் பொறுமையா இரு தினேஷா... உனக்கும் டீச்சரைக் கொல்லணும்னு ஆசை உள்ளூர இருக்குதானே? என்ன தண்ணி காட்டினா... உன் கண் முன்னாலயே சரசம் ஆடினாளா இல்லையா? கண் முன்னாலேயே உன்னை பேக்கு மாதிரி... காதல் கடுதாசி எல்லாம் கொண்டு கொடுத்தியா இல்லையா?’

‘சொல்லாதீங்க.’

‘என்னோட சேர்ந்து பழி வாங்கணுமா, வேண்டாமா... ஆ...!’

XX

நானேந்தான் சர்மா, அவன்தான் தினேஷ். அவன் நானாகவும், நான் அவனாகவும் மாறிட்டேன். என்ன கொஞ்ச நாளைக்கு... இந்த ஜயலட்சுமியைப் பழி வாங்கறவரைக்கும்தான்னு எத்தனையோ முறை படிச்சுப் படிச்சுச் சொன்னாலும் அழறான்...

'சர்மா, வேண்டாம்... தூக்குல போட்டுருவா.'

'யாரை?'

'என்னை. நீ விட்டுட்டுப்போற என்னை.'

'தூக்குல போடப் போறான்னா கோர்ட்டுல சொல்லு... கொன்னது நானில்லை, இந்த சர்மா அச்சு பிச்சுன்னு சொல்லு. நான் எத்தனை நாளா இந்த மத்ய லோகத்தில, ரெண்டுங்கெட்டான் நிலைல தொங்கிண்டிருந்தேன், அதைச் சொல்லு.'

'யாரும் நம்ப மாட்டா சர்மா. இந்தக் கொலை நடக்கவே இல்லை... எல்லாம் நீ... நீ... கற்பனை பண்ணிண்டது.'

'விஷம் வெச்சு பாயசம் கொடுத்திருக்கா... என்ன நீ?'

'சர்மா, எதுக்காக நாலு பேரும் செத்துப் போகணும்? உன்னைக் கொன்னுட்டு அவாளும் செத்துப் போறதில அர்த்தமே இல்லையே சர்மா.'

'அந்தப் பையன்தான் கலந்து கொடுத்துட்டான். அதைப் பத்தி நான் நிறைய யோசிச்சாச்சு.'

'இல்லை... அந்தப் பையன் நான்தானே! நான் அப்படிச் செய்யலை!'

'அந்தப் பையன் என்ன பண்ணான்? மிச்சமிருக்கிற துகையலைச் சாதத்தில கலந்துட்டான்!'

'உனக்கு எப்படித் தெரியும்... நீதான் செத்துப் போயிட்டியே!'

'செத்துப் போனாலும் நான் அங்கேயே மிதந்துண்டு பார்த்துண்டு இருந்தேனே... தெரியாதா?'

'அதெல்லாம் உன்னுடைய கற்பனை சர்மா!'

'சும்மா கூவாதே! கொஞ்ச நேரம் நீ மூலைல இருந்துதான் ஆகணும். நான் ஜயலட்சுமியைக் கொல்லாம என் ஜென்மம் சாபல்யம் பெறாது. முதல்ல ஜயலட்சுமி!'

'அது தேவகி... தேவகி.'

'ஜயலட்சுமிதான் தேவகின்னு எத்தனை தடவை உனக்குச் சொல்றது!'

'ஐயோ! இது எங்க கொண்டுபோய் முடியுமோ!'

'கவலைப்படாதே! நான் நாசூக்கா ஒருத்தர் மேலயும் பழி வராதபடி பண்றேன். வேணும்னா இதுக்கு உத்தரவாதம் கொடுக்கிறேன்...'

'சர்மா... சர்மா... ப்ளீஸ்.'

குரல் தொந்தரவு தாங்க முடியாம ஒரு மாத்திரை எடுத்து வாயில போட்டுண்டேன். என் குரலைத் துரத்தறதுக்கு அவன் முழுங்கின அதே மாத்திரை!

தேவகி எங்கிட்ட வந்து என் தலையைத் தடவிக் கொடுத்து, 'இப்ப எப்படியிருக்கு ஒங்களுக்கு?'

'இப்ப எல்லாம் நிம்மதியாப் போய்டுத்து. ஜய...தேவகி! தேவகி... தேவகி!'

‘ஏன் இப்படி திருப்பித் திருப்பிப் பேர் சொல்றேள்?’

‘உன் பேரைத் திருப்பித் திருப்பி மந்திர உச்சாடனம்போல் சொல்லணும்போல இருக்கு.’

அவள் மௌனமாக இருக்க, ‘வல்லவன் ஆடிய பம்பரம்போல சாதுரியமும் மாதுரியமும் செவிக்குக் குளிர்ச்சியுமாய் இருக்கிறது உன் பேர்!’ என்றேன்.

‘அம்மா, மறுபடி ஆரம்பிச்சுட்டார்.’

அம்மா என்கிற மாது வந்து, ‘தீனு, உனக்குச் சரியாப் போச்சுப்பா... இந்த மாதிரி எல்லாம் பேசாதே! டாக்டர் சொன்னார், சரியாப் போச்சுன்னு... படுத்துக்கோப்பா... தேவகி, அவனைப் போட்டுப் பிடுங்காதே. தனியா விட்டுரு.’

‘தேவகி இருக்கட்டும்’ என்றேன்.

தேவகி அந்த அம்மா முகத்தைப் பார்க்க...

வெள்ளைக்காரனும் இன்னொருத்தனும் வந்து ‘தினேஷ், யூ ஃபீல் பெட்டர்?’ என்று கேட்டார்கள்.

என்ன பெட்டராவது பட்டராவது. நான் மையமாச் சிரிச்சேன். எனக்கு இங்கிலீஷ் பாஷை தெரிஞ்சிருந்தாலும், அவன் உச்சரிப்பு புரியலை. கெடிஸ்தலம் துரை மாதிரி கொழகொழன்னு பேசறான்.

டாக்டர் பேரு மேகநாத்துன்னு அர்த்தமாச்சு. அவர் வந்து ‘ஸ்கான் ரிசல்ட் வந்துடுத்து’ன்னு என்னவோ பேசறார். கட்டம் கட்டமாப் போட்ட பேப்பர்ல படம் ஒட்டிருக்கு... அதைப் பார்த்துண்டு அவாள்லாம் இங்கிலீஷ்ல பேசிக்கிறா. ‘டாக்டர், இஸ் ஹி ஸேஃப்?’னு ஒருத்தன் கேட்டது புரிஞ்சுது... காதைத் தீட்டிண்டு கேட்டேன்.

‘இன்னும் ஒரு வாரம் வச்சிருக்கணும்’னான் கடன்காரன்.

‘டாக்டர், நீங்க எங்க என்னைக் கொண்டுபோனாலும் கூடவே என் மனைவி இருந்தாத்தான் தெம்பு. இல்லைன்னா பயமா இருக்கு!’

‘டாக்டர்... வே... வேண்டாம்... அது மட்டும் பண்ணாதீங்க’ன்னான் தினேஷ்.

‘சும்மார்றா! நீ பேசறது அவாளுக்குக் கேக்காது!’ன்னு மனசுக்குள்ள அதட்டினேன்.

‘டாக்டர், ப்ளீஸ்!’

‘என்ன ஒரு மாதிரி பாக்கறேள்... மறுபடி குரல் கேக்கறதா?’ என்றாள் தேவகி.

‘இல்லை. அதான் சரி பண்ணிட்டாங்களே...’

‘நீங்க ஒரு வாரம் தனி ரூம்ல இருந்தாகணும். தினம் ரெண்டு தடவை உங்க மனைவி உங்களை வந்து பார்ப்பாங்க... அதுவும் தனியா இல்லை. கூட யாராவது டாக்டர் ஒருத்தர் கட்டாயம் இருந்தாகணும். எல்லாம் உங்க நன்மைக்குத்தான் சொல்றேன். ஏன்னா, நீங்க சில வேளைகள்ல உங்களை அறியாமலேயே சில காரியங்கள் செய்யறீங்க. திடுதிப்புன்னு திருச்சி புறப்பட்டுப் போய்ட்டீங்க!’

‘அதெல்லாம் இனிமே செய்ய மாட்டேன் டாக்டர்.’

‘ஒரு வாரம் பொறுத்துக்குங்க... அதுக்கப்புறம் சொல்றோம்.’

தேவகி, ‘உங்க நல்லதுக்குத்தானே சொல்றா’ என்றாள்.

‘சரிதான்’ என்றேன்.

ஏமாற்றம்தான்! ஒரு வாரத்துக்குள்ள பண்றதுன்னா அதில் அபாயம் அதிகமா இருக்கும். காத்திருக்கணும்... ஒரு வாரம் இவன் குரலை வேற சமாளிக்கணும்.

‘இன்னும் சில டெஸ்ட்டுங்கள்லாம் இருக்கு. ஆஸ்பத்திரி ஸ்பெஷல் ரூம்ல இருக்கவேண்டி வரும். ஒரு வாரத்தில் வீட்டுக்கு அனுப்பிச்சுர்றோம், என்ன?’

சரின்னு சொல்றதைவிட வேற வழி? அந்த ரூம்ல உஷ்ணம் தெரியாம குளுகுளுன்னு இருந்தது. வேளா வேளைக்கு டாண் டாண்ணு நர்ஸ் வந்து வாயில் தர்மாமீட்டர் வெச்சுப் பார்க்கறா. அப்புறம் படுக்கை கால் மாட்டில காகிதத்துல எழுதிண்டு இருக்கா. ஜன்னலைத் திறந்து பார்த்தா ஆறாவது மாடி... இங்கிருந்து குதிக்க முடியாது... தள்ள முடியும். ஆனால், ராத்திரி வேளையில எழுந்து பார்த்தா மேஜைல எப்பவும் முழிச்சுண்டு ஒரு நர்ஸ் இருக்கா.

கண்ணாடிக் கதவெல்லாம் சாத்தியிருக்கு. திறந்தாலும் குழப்பமா இருக்கு. வழி தெரியாது காத்துண்டிருந்தேன்.

தேவகி தினம் காலைல சாயங்காலத்துல வருவா. வரப்போ எப்போதும், கூட ஒரு குட்டி டாக்டர் வருவான். எப்ப எந்தச் சமயத்திலன்னு தீர்மானிக்கணும்!

'இதுக்குமேல ஜாக்கிரதையா இருக்க முடியாதுப்பா கோபாலா.'

'சர்மா, நீ என்ன பண்ணாலும் மாட்டிப்பே!'

'மாட்டிக்கப் போறது நீதானே. நான் இந்தக் காரியம் முடிஞ்சதும் இந்தச் சரீரத்தைக் கழட்டிப் போட்டுட்டு, போயிண்டே இருக்கப் போறேனே!'

'சர்மா, சொல்றதைக் கேளு... நீ ஒரு முட்டாள்! தூக்கில் போட்டுருவா.'

'போட மாட்டா... உனக்கு உடம்பு சரியில்லைன்னுதானே சொல்லிண்டிருக்கா அத்தனை பேரும். என்னென்னவோ டெஸ்ட் எடுத்தான் இன்னிக்கு... முண்டாசு மாதிரி பூரா தலைல நரம்பு நரம்பா ஒயரை ஒட்ட வெச்சு காகிதத்தில கீத்தறதே, அது என்ன மெஷின்?'

'இ.ஈ.ஜி.'

'அப்றம், இன்னம் என்னென்னவோ டெஸ்ட் எடுக்கப் போறாளாம். எல்லாத்தையும் வேடிக்கை பார்த்துண்டே இருக்கேன்.'

தேவகி தனியா வந்தா. அப்ப எனக்கு உற்சாகம் தாங்கலை...

'டாக்டர் எங்கே?'

'முதல்ல போ, பின்னால வரேன்னார்... ஏதோ போன் கால் வந்ததாம்...'

'ஐயோ, தேவகி, போ... போ... வீட்டுக்குப் போ. தனியா இருக்காதே இவனோட.'

'தேவகி, இவன் கிடக்கான்... நீ உக்காரு!'

'யாரைச் சொல்றேள்?'

‘உக்காருன்னா... உன் கழுத்தைப் பார்த்தா எத்தனை வெளுப்பா சங்கு மாதிரி இருக்கு பாரு. உக்காரும்மா... நானும் நீயும் ஒண்ணாப் படுத்துண்டு எத்தனை வருஷமாச்சு!’

‘ஐயோ, வேண்டாம்... வேண்டாம்... தேவகி அவன்கூட சேராதே...’

‘இது ஆஸ்பத்திரி!’

‘இருந்தா என்ன... எனக்குச் செல்லமா ஒரு முத்தம் கொடுப்பியே... காவிரிக் கரையில எத்தனை கொடுத்திருக்கே!’

‘காவிரிக் கரையா?’

‘தேவகி, எத்தனை நாளாச்சு தொட்டு!’

‘வேண்டாம் தேவகி, நான் சொல்றதைக் கேளு!’

‘தொட்டுக்கங்களேன்... இதுக்கென்ன பணமா, காசா... நான் உங்க மனைவிதானே!’

‘இல்லை தேவகி!’

‘ஏய், இப்ப சும்மாருக்கப் போறியா இல்லையா? தேவகி, அந்த மாத்திரை பாட்டில எடு!’

தேவகி என் பக்கத்துல உக்கார்ந்துண்டு மாத்திரை கொடுத்தப்போ, எப்படி இந்த ஆத்மாவை அணைக்கறதுன்னு முடிவு பண்ணேன். அவள் என்கிட்ட வந்து என் கன்னத்தைத் தடவி என் மேல படிஞ்சுண்டு...

‘தடவிக் கொடுத்து ரொம்ப நாளாச்சுன்னா...’

‘கதவைச் சாத்திடு. வா, அந்த ரூமுக்குப் போய்டலாம்!’

‘அது பாத்ரூம்.’

‘பரவால்லை... நிறைய இடம் இருக்கு, வா!’

‘இல்லை, அதெல்லாம் சௌகரியப்படாது!’

‘இல்லை... இடம் பெரிசா இருக்கு. தரைகூட வழவழன்னு சலவைக் கல்லுல இருக்கு. வா தேவகி! எத்தனை நாள்... எத்தனை யுகம். வாடீ!’

‘சும்மா வெறும்ன ஒரு தடவை கட்டிக்கலாம். அவ்வளவுதான்.’

‘அவ்வளவுதான், போறும்!’

‘வேற விஷமம் ஏதும் பண்ணக் கூடாது. புடைவையெல்லாம் கலைக்கக் கூடாது.’

‘கலைக்கலை தேவகி.’

‘சர்மா... ஆ... தேவகி... ஈ’ன்னு சின்னதா ஒரு குரல் கொஞ்சூண்டு கேட்டுட்டு மாத்திரை காட்டத்தில கரைஞ்சு போச்சு. தேவகியோடு பாத்ரூமுக்குள்ள போனேன். அங்க வெந்நீர்க் குழாய் இருந்தது. மேலிருந்து அருவி கொட்டறாப்பல வெச்சிருந்தான். அப்புறம் சிகப்பு கலர்ல பக்கெட் இருந்தது.

‘தண்ணி ரொப்பு தேவகி. எனக்குக் குளிக்கணும்போல இருக்கு.’

‘குளிப்பாட்டி விடவா?’

‘நன்னா... அதுக்கென்ன.’

தண்ணிக் குழாயைத் திறந்துண்டு இடுப்புப் புடைவையை இறுக்கமா முடிஞ்சுண்டு, பாவாடை நுனி தெரியறா மாதிரி தூக்கிக் கட்டிண்டு வளையல்களைக் கையில இறுக்கமா பண்ணிண்டு, ‘இங்க உக்காருங்கோ’ன்னு பக்கத்தில இருக்கற துண்டை எடுத்தா...

‘இடுப்பு மட்டும் துடைச்சுண்டா போறும்’ என் அங்கமெல்லாம் துடைச்சு விட்டப்ப, அவளைக் கிட்ட சேர்த்துண்ட போதெல் லாம் நாசூக்காத் தடுத்தா.

அந்தத் துண்டு ஈர கனமாக இருந்தது. அதை மாலை மாதிரி அவ கழுத்தில போட்டு அவளைக் கிட்டத்தில் கொண்டு வந்தேன்... சிரிச்சா...

துண்டை இறுக்கினேன்... தலையை அப்படியே பக்கெட்ல சரிய வெச்சுத் தண்ணில அழுத்தினேன். அவகிட்டருந்து எல்லா எழுத்துக்களாகவும் அமானுஷ்ய சப்தம் வந்தது.

‘க்ளக் கிளிக்... பிலு பிலு... ஊ...ம்... ஆ...!’

நிதானமா அவசரமே படாம பெரிய பக்கெட்ல அவ தலையை முக்கி அப்படியே வெச்சிண்டிருக்கிறப்ப ஜயலட்சுமிகூட வரவேண்டிய டாக்டர் அப்பத்தான் வரான்.

'மிஸ்டர் தினேஷ்... மிஸ்டர் தினேஷ்'னு ரூமுக்கு வெளியில சப்தம் கேக்கறது.

'ரெண்டு பேரும் எங்க? நர்ஸ்...'

'இங்க இருக்கேன் டாக்டர்.'

'என்ன பண்ணிட்டிருக்கீங்க?'

'வந்து பாருங்களேன்!'

'குளிக்கிறீங்களா... உங்க மனைவி வந்தாங்களா?'

'வந்தா.'

'எங்க?'

'இங்க இருக்கா... இருந்தா.'

'குளிக்கிறீங்களா?'

'இல்லை... கொல்றேன்.'

படேல்னு கதவு திறந்து அவன் உள்ளே வந்து என்மேல் பாய்ந்து, 'தினேஷ்... தினேஷ் என்ன பண்ணிட்டிங்க?'ன்னான்.

சொட்டச் சொட்ட ஜயலட்சுமி தலையை வாளிக்குள்ளிருந்து எடுத்துக் காட்டினேன் நான். 'பாருங்க, என்ன பண்ணிட் டேன்னு!'

'மை காட்... மை காட்... ஒரு நிமிஷம் வராதது... நர்ஸ் நர்ஸ்...'னு அவன் கத்தினான்.

நான் என் கைல இருக்கிற ஜயலட்சுமியைப் பார்த்து அழறேன்.

'ஜெய்யூ, என்னை மன்னிச்சுரும்மா, என்னை நீ கொன்னுருக்கக் கூடாது. அந்தத் துரோகம் என்னை இத்தனை நாள் காக்க வெச்சது. இத்தனை நாள்...'

'என்ன செஞ்சுட்டிங்க தினேஷ்...'

'வந்த காரியத்தை நிறைவேத்தினேன்... அவ என்னைக் கொன்னா. நான் தினேஷ் இல்லை, சர்மா!'

அவங்கள்லாம் என்னைப் பலவந்தமா பிடிச்சு விலக்கிவிட்டு, ஜெய்யூவுக்கு உயிர் கொடுக்கப் பிரம்மப் பிரயத்தனம் பண்றா. மாரை அமுக்கறா. குப்புறப் போடறா... இடம் வேற கீக்கிடமா இருக்கா, அவளைப் படுக்கைல கொண்டு கிடத்தறா. என்னை ரெண்டு மூணு பேர் அநாவசியமா கட்டிப் பிடிச்சு வைக்க... போலீஸுக்குப் போன் பண்ணச் சொல்றா.

நான் பாட்டுக்கு ஒரு பக்கத்தில் உக்காந்துண்டு பார்த்திண் டிருக்கேன். வந்த வேலை ஆயிடுத்து. நடக்க வேண்டியது நடந்துடுத்து. களைப்பாவும் அசதியாவும் இருக்கு. தூக்கம் வருது. அவா ஜெய்யூவை உயிர்ப்பிக்கப் பண்ற முயற்சிகளை எல்லாம் வேடிக்கை பார்த்துண்டிருக்கேன். ஜெய்யூ தலை, அவா கன்னத்தில் அறைஞ்சதுக்குத் தகுந்தாப்பல ஆடறது.

'போய்ட்டாளா, இருக்காளா?'ன்னு கேக்கறேன்.

'கொன்னுட்டய்யா படுபாவி!'

'தீனு... தீனு...' என்கிட்ட அம்மா ஓடி வந்து, 'என்ன காரியம் செய்துட்டேப்பா'னு அழறா.

'நான் தீனு இல்லை பாட்டி! என் பேர் சர்மா. நான் தீனு இல்லை. கொன்னது தீனு இல்லை... சர்மா. இறந்தது தேவகி இல்லை, ஜயலட்சுமி...'

வெள்ளைக்காரன் பீட்டர்சன் வரான். அப்புறம் டாக்டர் மேகநாத் வரான். கேக்கற கேள்வியெல்லாம் என் காதில கொஞ்சம் கொஞ்சமாகத்தான் விழறது. என்னை மஞ்சு போல தூக்கப் போர்வை கவ்வ ஆரம்பிச்சு, மெல்ல எனக்கு நிம்மதி, பூர்த்தியான ஆதங்கம், என் இச்சை நிறைவேறிய திருப்தி கிடைச்சு, வாய்ச்ச இடத்தை என்னுடைய சாஸ்வத மௌனத்தை நோக்கி நான் வேகமாக கரைஞ்சிண்டிருக்கறப்ப, கடைசியா டாக்டர் மேகநாத் குரல் கேட்டது.

'பேர் சொல்லுங்க!'

'போடாப்பா.'

'தினேஷ்'ன்னான். உற்சாகமா இருந்தது. மெல்ல மெல்லக் காற்று ஈரத்திலயும் ஆகாச நீலத்திலயும் கலந்து தூர தூரமா மிதந்து போறப்போ என் துக்கம்... ஒரு யுகத் துக்கம் தீர்ந்தது... கோபம் தணிந்தது. அதில ஒரு நிறைவேற்றம்! மெல்ல மெல்ல.'

'தினேஷ் எழுந்திருங்க.'

கண்ணைத் திறந்தேன்.

என்னைச் சுற்றிலும் மூணு நாலு பேர் உட்கார்ந்திருக்க, போலீஸ் சீருடையில் ஒருத்தர், 'டாக்டர்... கண் முழிக்கிறார்' என்றார்.

மேகநாத் தெரிஞ்சார். அப்புறம், என் பாஸ் சுதர்சன் ராஜா. பீட்டர்சன் ஓரத்தில் நிற்க...

'என்ன ஆச்சு, வாட் ஹாப்பண்ட்?' என்றேன்.

போலீஸ் அதிகாரி, 'டாக்டர், இவர் கண்டிஷனைப் பாருங்கள். கேள்விகள் கேக்கலாமா? ஸ்டேட்மெண்ட் வாங்கலாமா?' என்றார்.

'ப்ளீஸ்! கொஞ்சம் இருங்க சார்.'

‘தினேஷ், ஹவ் டு யு ஃபீல்?’

‘ஐ ஃபீல் ஆல் ரைட் டாக்டர். குரல் போய்டுத்து. தேவகி எங்கே? அம்மா எங்கே?’

‘மிஸ்டர் தினேஷ்! நீங்க மனைவியைக் கழுத்தை நெரிச்சு...’

‘இன்ஸ்பெக்டர், ப்ளீஸ்...’

‘சும்மா டிராமா போடுவார் போலிருக்குது. கொன்னுட்டு மனைவி எங்கேங்கறார்’ என்றார் ஒரு போலீஸ்காரர்.

‘என்னது... என்ன சொல்றார் இவர்?’

பீட்டர்சன் பக்கத்தில் உட்கார்ந்து, என் மாரைத் தடவிக் கொடுத்து...

‘தினேஷ்! நடக்கக் கூடாதது நடந்துபோச்சு...’

‘என்ன டாக்டர், என்ன ஆச்சு? எதுக்காக போலீஸ் எல்லாம்? சொல்லுங்க டாக்டர்! சொல்லுங்க... இன்ஸ்பெக்டர், என்ன ஆச்சு?’

‘இது ரொம்ப அநியாயம்... இந்த மாதிரி ஒரு ப்ளானா?’

‘டாக்டர் மேகநாத்! அவரை எப்ப கேள்வி கேக்க ஆரம்பிக்க லாம்னு சொல்லுங்க. கான்ஸ்டபிள் நீ இருய்யா... நான் ஒரு போன் பண்ணிட்டு வரேன் சூப்ரண்டுக்கு’ என்றார் இன்ஸ் பெக்டர்.

‘என்ன ஆச்சு... என்ன ஆச்சு?’

‘மேகநாத்! நான் அதை அவர்கிட்ட சொல்லலாமா?’ என்றான் சுதர்சன்.

‘ஏன்யா, ஒனக்கு நிஜமாத் தெரியாது?’

‘என்ன தெரியாது?’

‘தேவகியை, தேவகியை நீ வந்து...’

‘தேவகிக்கு என்ன ஆச்சு?’

‘பக்கெட்டு? துண்டு? கழுத்து?’

மேகநாத் என் அருகில் வந்து, 'தினேஷ், நாம பேசுவோம்... உனக்கு இன்னமும் அந்தக் குரல்கள் மூளைக்குள்ள கேக்கறதா?'

'இல்லை டாக்டர்... இல்லவே இல்லை. போய்டுத்து... தெளிவா இருக்கு.'

'இதுக்கு முன்னால இருந்ததா?'

'இருந்ததாவா? நானே அழிஞ்சு போற அளவுக்கு அத்தனை தூரம் ஆக்கிரமிச்சது!'

'எப்பெப்ப?'

'மிஸ்டர் சுதர்சன்! நல்ல வக்கீல் யாரையாவது கூட்டி வாங்க... போலீஸ்காரங்க இவரு சொல்றதை நம்பப் போறதில்லை' என்றார் டாக்டர்.

'சரியாச் சொல்லுங்க... நான் என்ன செய்தேன்?'

'பாத்ரூம்ல உங்க மனைவி கழுத்தை டவலால நெரிச்சு பக்கெட் தண்ணியிலே அமுக்கிட்டீங்க...'

மண்டையில் செங்குத்தாகக் கடப்பாரையால் அடித்ததுபோல அதிர்ச்சி அடைந்தேன். 'ஐயோ, நானா?'

'நீங்கதான்.'

'இல்லை... இல்லை... அந்த சர்மாவா இருக்கும்.'

'எந்த சர்மா?'

'சார், என்ன ஆச்சு என் தேவகிக்கு? அவளைப் பார்க்கணும்' என்று எழுந்தேன். என்னோடு இணைந்திருந்த குழாய்களும் எழுந்திருக்க, அவற்றிலிருந்து ரத்தம் சொட்டியது.

'இருங்க... இருங்க.'

'தேவகிக்கு என்ன ஆச்சு... என்ன ஆச்சு?'

'இறந்துட்டாங்க... ஐ'ம் ஸாரி!'

'ஆஆஆஆ' என்று வாய் கிழிய முழுவதும் திறந்து நான் அழுது முடிய அவர்கள் காத்திருந்தார்கள். படுக்கையின் விளிம்பில் பல

முறை கையால் குத்தினேன். தலையைப் போட்டு முட்டிக் கொண்டேன்.

'டாக்டர்! அந்த சர்மா செஞ்ச வேலைதான் இது...'

'எங்கே அந்த சர்மா?'

'நான் செய்யவே இல்லை இதை... ப்ளீஸ், என்னைக் காப்பாத் துங்க... நான் ஏன் என் மனைவியைக் கொல்லணும்? என்ன காரணம்? என்ன காரணம்? காரணம் இல்லாமல் எப்படிக் கொல்வேன்... சொல்லுங்க... சொல்லுங்க...'

'அதான் ஆச்சரியமா இருக்கு!'

'சர்மா... சர்மாதான் கொன்னான்.'

'போலீஸ் அதை நம்புவாங்களா? ரொம்பக் கஷ்டம். ஏற்கெனவே இந்த இன்ஸ்பெக்டர் ரொம்ப டஃபா இருக்கார்.'

'மிஸ்டர் சுதர்சன்! போன் பண்ணிச் சொல்லிடுங்க... இவருக்கு அட்வகேட் உதவி தேவையா இருக்குது. ஹி இஸ் இன் டீப் ட்ரபிள்...'

'என் மனைவியைப் பார்க்கணும்!'

'மார்ச்சுவரிக்குக் கொண்டுட்டுப் போயிருக்காங்க...'

'இப்பவே பார்க்கணும்!'

'பார்க்கலாம்... பார்க்கலாம் தினேஷ்... கவனமாக் கேளுங்க. இந்தச் செயலுக்கு நீங்க எந்தவிதப் பொறுப்பும் இல்லைங் கறீங்களா?'

'இல்லை. நான் இல்லை; சர்மா, சர்மாதான்!'

'சர்மாங்கறது இறந்து போன ஆசாமியோட பேர்!'

'தெரியும். ஆனா, அவன்தான் செய்தான்!'

சுதர்சன் ராஜா, 'பீட்டர், என்ன இது? இவன் பைத்தியம் இப்படி முற்றிவிட்டது!'

'இல்லை ராஜா, இவன் சொல்வது அனைத்தும் உண்மை!'

‘இந்த மாதிரி கோர்ட்டில சொன்னால் யாராவது நம்புவார்களா?’

‘கோர்ட்டில் என்ன சொல்லவேண்டும் என்பதை வக்கீல் தீர்மானிக்கட்டும். போலீஸ் விசாரணைக்குமுன்புகூட வக்கீல் உதவி தேவையிருக்கும் என்று தோன்றுகிறது.’

‘நான் போய் லாயர் கணேஷுக்குப் போன் பண்ணிவிட்டு வர்றேன்’ என்று சென்றான் சுதர்சன்.

தலையைப் பிடித்துக்கொண்டு உட்கார்ந்தேன். அந்த வட்டாரமே சூழ்ச்சியாக இருந்தது. கண் முன் தேவகியைப் பெண் பார்த்ததும், அவள் பாட்டுப் பாடிவிட்டு ஒரு முறை என்னை நிமிர்ந்துபார்த்துச் சிரித்ததும், ‘பெண்ணே உன்னைத்தான் நான் தேடிக் கொண்டிருக்கிறேன்’ என்று நான் மனசில் உணர்ந்ததும்... யார் நம்பப் போகிறார்கள்? தேவகி, தேவகி!

‘இவ்வளவு உருக்கமா அழறீங்களே, கில்லாடி சார் நீங்க. கொஞ்ச நேரம் உக்கார்றீங்களா...’ என்று இன்ஸ்பெக்டர் கேட்டார்.

‘வெய்ட் இன்ஸ்பெக்டர்... லாயருக்குப் போன் பண்ணப் போயிருக்காரு.’

‘எதுக்கு லாயர் எல்லாம்? சிம்பிளா ஒரு ஒப்புதல் வாக்குமூலம் கொடுத்துருங்க. அது போதும். நான் இவரை கஸ்டடியில் வெச்சு... கேள்வி கேட்டு... ஏதும் வேணாம்! தினேஷ்குமார், என்ன நடந்தது சொல்லிடுங்க.’

‘நான் தேவகியைக் கொல்லலை!’

‘கொல்லலை சரி... இப்ப யார் அந்த வார்த்தையைப் பயன்படுத்தினாங்க... என்ன செஞ்சீங்க? பாத்ரூமுக்கு அந்தம்மாவைக் கூட்டிட்டுப் போனீங்க... இல்லை அவங்க உங்களைக் கூட்டிட்டுப் போனாங்களா?’

‘நான் போகலை.’

‘பின்ன யாரு போனாங்க?’

‘சர்மா.’

'ஹூ இஸ் திஸ் சர்மா? இருக்காரா இங்க?' என்று இன்ஸ்பெக்டர் சுற்றிலும் பார்க்க.

'அவரு உயிரோட இல்லை... அவரு இறந்து ரொம்ப வருஷம் ஆச்சு!' என்று நான் கூற... இன்ஸ்பெக்டர் அலறினார்...

'ஆ...!'

அந்த போலீஸ் இன்ஸ்பெக்டர் சந்தேகமாகப் பார்த்து, 'அதாவது, நீங்க சொல்றபடி, இந்தம்மாவக் கொன்னுட்டு சர்மாங்கறவர் இறந்துபோயிட்டாரா? அவரு தற்கொலை பண்ணிக்கிட்டாரா?'

'இல்லைங்க... சர்மா ரொம்ப நாள் முன்னாலேயே இறந்துட்டார். அந்தம்மாதான் அவருக்கு விஷம் வெச்சு...'

'குட் லார்ட். போட்டுக் குழப்பாதிங்க... மாத்திச் சொல்றிங்க...'

'இல்லைங்க...'

'தினேஷ், கீப் கொயட்!' என்றார் டாக்டர் மேகநாத்.

'இன்ஸ்பெக்டர், இவர் ஏதும் இப்ப ஸ்டேட் மெண்ட் கொடுக்கற நிலையில இல்லை... இவரைப் போட்டுத் தொந்தரவு பண்ணாதிங்க!'

'டாக்டர் பாபு, 'இவர் பாத்ரூம்ல தன் மனைவியைக் கழுத்தை நெரிச்சு பக்கெட்ல முக்கினாரு'ன்னு நீங்க ஸ்டேட்மெண்ட் கொடுத்திருக்கிங்க. ஞாபகம் இருக்கட்டும். நான் போய் ஒரு வாரண்ட் ஆஃப் அரஸ்ட் எடுத்துட்டு வரேன்... இவரை இங்கேயே இருக்கச் சொல்லுங்க, என்ன?' என்றார்.

அவர் போகிறபோது இரண்டு பேர் வந்தார்கள். 'ஹலோ, மிஸ்டர் கணேஷ்!'

'ஹாய், ஐம் வஸந்த்... என்ன ப்ராப்ளம்? என்னவோ கழுத்தை நெரிச்சுக் கொன்னதாச் சொன்னாங்க' என்றார் கூட வந்தவர்.

கணேஷ் என்பவருக்கு நடுத்தர வயது இருக்கும். அவரை பாஸ் சுதர்சன் ராஜா தனியாகக் கூப்பிட்டுப் பேசினார். வஸந்த் என்னிடம் வந்தார். பார்ப்பதற்கு இளமையாக, கண்களில் கொஞ்சம் அலட்சியமும் குறும்புமாக இருந்தார்.

போலீஸ் இன்ஸ்பெக்டர் அவரைப் பார்த்து, 'என்ன மிஸ்டர் வஸந்த், சௌக்கியமா?' என்று கேட்டார்.

'போலீஸ்காரங்களும் இன்கம்டாக்ஸ்காரங்களும் சௌக்கிய மான்னு கேட்டா ஆபத்து! என்ன சார், ஏதாவது ஸ்டேட்மெண்ட் எடுத்துக்கிட்டிங்களா?'

'என்னென்னவோ சொல்றாரு உங்க கிளையண்ட்!'

'அரஸ்ட் பண்ணப் போறிங்களா?'

'பண்ணப் போறேன்! மர்டர் சார்ஜஸ்! பாடியை போஸ்ட் மார்ட முக்கு அனுப்பியிருக்கோம்... ஸ்டராங்குலேஷன்னு தெரியுது... சரியா விசாரிச்சு, என்ன சொல்றாருன்னு சொல்லுங்க. என்னவோ பேத்தறாரு. மூணு மணிக்குள்ள வரேன். பொறுப்பா நடந்துக் குங்க, என்ன?'

'சரி சார்!'

இப்போது கணேஷ் என்னிடம் வந்து, 'மிஸ்டர் தினேஷ்குமார்' என்று என் கையைக் குலுக்கி, 'நீங்க மனைவியைக் கொல் லலையா?'

'இல்லை, இல்லை...'

'பின்னே யாரு?'

'சர்மாதான் கொன்னான்!'

'சர்மாவைத் தேடவேண்டியதுதானே... அவரு எங்க இருக்கார்? அட்ரஸ் சொல்லுங்க!' என்றார் வஸந்த்.

‘சர்மா எப்பவோ இறந்து போய்ட்டார்... முப்பது வருஷத்துக்கு மேல ஆச்சு!’

‘என்னது?!’

‘வஸந்த்! இது கொஞ்சம் சிக்கலான கேஸ். சார் ரீ இன்கார்னேஷன் ரூட்ல தாவுறாரு!’ என்றான் கணேஷ்.

‘என்னது!’ என்றார் வஸந்த்.

‘சர்மாதான் எனக்குள்ள வந்து என்னைக் கொல்ல வெச்சார்!’

‘எதுக்காக?’

‘அவரை இவ விஷம் வெச்சுக் கொன்னதுக்காக!’

‘எப்ப?’

‘போன ஜென்மத்துல...’

வஸந்த் தன் தலையைப் பிடித்துக்கொண்டு, ‘பாஸ்! இவர் சொல்றது ஒண்ணும் புரியலை... எனக்குப் பைத்தியமே பிடிச்சுடும் போலிருக்கு...’

கணேஷ் ‘டாக்டர், தினேஷ் சொல்றது உங்களுக்குப் புரியுதா? எல்லாரும் புரிஞ்சாப்பல இருக்கீங்களே...’

‘அதான் சார் நடந்தது’ என்றேன்.

கணேஷ் என்னருகில் வந்து, ‘என்ன ஆனாலும் சரி, இந்தக் காரணத்தை கோர்ட்டிலயோ ஸ்டேட்மெண்டிலயோ சொல்லாதீங்க!’

‘டாக்டர் மேகநாத், இவர் அதைச் செய்திருப்பாரா? இவர்தான் கழுத்தை நெரிச்சுக் கொலை பண்ணாரா? சந்தேகமே இல்லையா?’

‘சந்தேகமே இல்லை சார்!’ என்றார் டாக்டர் பாபு. ‘நான் வந்து பார்த்தபோது அந்தம்மா தலையை வாளிக்குள்ளேருந்து எடுத்துக் காட்டி, ‘பாருங்க’ என்றார்... நான் பார்த்தேன்...’

‘நீங்க என்ன பார்த்தீங்க?’ என்றார் வஸந்த்.

‘அந்தக் காரியத்தை அவர் செய்து முடிக்கும்போது நான் பார்த்தேன்...’

'அது போதாது!'

நான், 'அவர் சொல்றது நிஜம்தான். ஆனால், கொன்னது நானில்லை' என்றேன்.

'ஈஸி, ஈஸி... சார் ஓங்களைப் பார்த்தா மரவட்டையைக்கூட கொல்ல மாட்டிங்க போலத்தான் தோண்றது...' என்றார் வஸந்த்.

கணேஷ், 'மிஸ்டர் தினேஷ்! நான் சொல்றதைக் கொஞ்சம் கவனமாக் கேளுங்க. நீங்க போலீஸ் ஸ்டேட்மெண்ட் கொடுக் கறப்ப, 'நான் என்ன செய்தேன்னே எனக்குத் தெரியாது. என்னை அறியாம ஒரு சக்தி என்னை ஆக்கிரமிச்சது... நான் செய்த எதற் கும் நான் காரணமே இல்லை'ன்னு சொல்லிடுங்க. இப்போ தைக்கு அந்த ஸ்டேட்மெண்ட் போதும்... பாக்கியை நாங்க பார்த்துக்கிறோம். மிஸ்டர் சுதர்சன்! இவரு, ஆளு எப்படி? ஏதாவது ஸ்க்ரூ லூஸா?'

டாக்டர் மேகநாத், பீட்டர்சன் இருவரும், 'இதை விவரமாச் சொல்லக் கொஞ்ச நேரமாகும்' என்றனர்.

'இப்ப இவர் சரியாத்தானே இருக்கார்! இவரு கலங்கினா மாதிரியும் தெரியலியே... சாத்துக்குடி ஜூஸ் எல்லாம் சாப்பிட்டுக்கிட்டு இருக்கறதைப் பார்த்தா பைத்தியம்னு சொல்ல முடியலையே?'

'இவர் பைத்தியமில்லை!' என்றார் மேகநாத்.

'அப்படின்னா இவரைக் காப்பாத்த முடியாது. பைத்தியம்னு முறையிட்டாதான் செல்லுபடியாகும்' என்றார் கணேஷ்.

நான் இதைப் பற்றி அக்கறை இல்லாமல் பார்த்துக் கொண்டிருந் தேன். ஆனால், வயிற்றுக்குள் ஒரு கவலை கனமாக இருந்தது. தேவகியைப் போய்ப் பார்க்கவேண்டும் போல் இருந்தது. செத்தது தேவகி இல்லை. அவள் எப்படியாவது பிழைப்பாள் என்கிற பகுத்தறிவற்ற நம்பிக்கை மிச்சமிருந்தது. எந்த நேரத் திலும் அவள் கதவைத் திறந்துகொண்டு வரப் போகிறாள் என்று கதவையே பார்த்துக்கொண்டிருந்தேன். 'தேவகி... தேவகி' என்று அரற்றினேன்.

'ஏன் சார்... கொல்றதையும் கொன்னுட்டு அலமலந்துக்கிட்டு இருக்கீங்க?' என்றார் வஸந்த்.

கணேஷ் வஸந்திடம், 'சும்மாரு வஸந்த்' என்று கூறிவிட்டு, என் அருகில் வந்து உட்கார்ந்து, 'யார் அந்த சர்மா?' என்றார்.

'திருச்சினாப்பள்ளி சிந்தாமணியில் சம்ஸ்க்ருத வாத்தியார்!'

'அந்த மாதிரி ஒரு ஆள் நிஜமாவே இருந்தாரா சார்?'

'இருந்திருக்கார்... நியூஸ் பேப்பர் கட்டிங்க்ஸ் எல்லாம் இருக்கு' என்றேன்.

டாக்டர் மேகநாத், 'இது திருச்சினாப்பள்ளியில் ஒரு முப்பது நாற்பது வருஷங்களுக்கு முன்னால பிரபலமான தற்கொலை கேஸ்' என்றார்.

'தற்கொலை இல்லை!'

'இருங்க சார்... அந்தப் பேப்பர் கட்டிங்ஸ் எல்லாம் இருக்கா?'

'வஸந்த், டோண்ட் பி ஸில்லி... ரீ இன்கார்னேஷன் கோர்ட்ல செல்லுபடி ஆகாது!'

டாக்டர் மேகநாத், 'வஸந்த்! உங்களுக்கு மறுபிறவில நம்பிக்கை இருக்கா?' என்று கேட்டார்.

'மர்லின் மன்றோ, கென்னடி போல ஒண்ணு ரெண்டு பேருக்கு மட்டும் மறு பிறவி உண்டுன்னு நம்பறேன்.'

கணேஷ், 'லெட்ஸ் நாட் வேஸ்ட் அவர் டைம்... டாக்டர் மேக நாத், இவருடைய மெண்டல் ஹெல்த்தைப் பற்றி நீங்க என்ன சொல்றீங்க?' என்றார்.

'ஹி இஸ் ஆல்ரைட்! ஆடிட்டரி ஹலுஸினேஷன் இருந்தது. மண்டைக்குள்ள குரல். இப்ப சரியாப் போச்சு!'

'எங்களுக்கும்தான் அப்பப்ப சீர்காழி கோவிந்தராஜன் குரல் கேட்கும். அதைப் போய் கோர்ட்டுல சாட்சியாச் சொல்ல முடியுமா?'

'வஸந்த், ப்ளீஸ்... சும்மாரு! ஒரு மாறுதலுக்கு இதைக் கொஞ்சம் சீரியஸா எடுத்துக்கலாமே...'

கணேஷ் அவர்களுடன் பேசிக்கொண்டிருக்க, வஸந்த் என்னிடம் வந்து, 'இது எத்தனை விரல்?' என்றார்.

'ரெண்டு.'

'மேத்தமாட்டிக்ஸ்ல புலி போல நீங்க... ஏன் சார், நீங்க கம்ப்யூட்டர் இன்ஜினியராமே...'

'ஆமாம்.'

'இருந்தும், மறு பிறவில எல்லாம் நம்பிக்கையா?'

'எனக்கு நடந்தது என்னவோ உண்மை மிஸ்டர் வஸந்த்!'

'என்ன நடந்தது?'

பீட்டர்சன், வஸந்திடம், 'அவர் திருச்சியில் நடந்ததாச் சொல்லும் ஒவ்வொரு விவரமும் நடந்திருக்கிறது. நிரூபிக்கப்பட்டிருக்கிறது' என்றான்.

'ஸோ வாட்! நான்கூட பழைய நியூஸ் பேப்பரை எடுத்துக் கதை கட்டலாம். வியட்நாம்ல மர்ஃபிங்கிற பேர்ல சண்டை போட்டேன்னு.'

'என்ன சார். இது எல்லாம் சென்ஸேஷனலிஸம்... மிஸ்டர் தினேஷ்குமார்! நீங்க இப்பவும் வக்கீல்கிட்ட உண்மையைச் சொல்லிடறதுதான் உத்தமம்... என்ன ஆச்சு? பெண்டாட்டி மேல சந்தேகம். இல்லை ஏதாவது வீட்டுல சச்சரவா? வார்த்தை தடிச்சு கோபத்துல அறைஞ்சுட்டீங்களா? இப்படி இருந்தா மான்ஸ்லாட்டர்னு அஞ்சு வருஷம் கிடைக்கும். அதுவும், நீங்க தங்க குணம் உள்ளதனால ரெண்டு வருஷத்துல திரும்பிவந்து ப்ரொக்ராம் எழுத ஆரம்பிக்கலாம்.'

'நான் இந்தக் குற்றத்தைச் செய்திருந்தா அதுக்குண்டான தண்டனையை அனுபவிச்சே தீரணும்... விதி! அதை மாற்ற முடியாது!'

'போச்சுரா! நீங்க இதைச் செய்யலைன்னு வாதாடணுமா, வேண்டாமா?'

'சர்மா, என் மேல வந்து...'

'பாஸ்! இந்த கேஸை கேரளா கோர்ட்டு எதுக்காவது மாத்தினாத்தான் உண்டு. சான்ஸே இல்லை!'

‘கணேஷ், வஸந்த்... இவர் சொல்றதை முழுவதும் கேட்டுப் பாருங்க. அதுக்கப்புறம் இதை எப்படி வாதாடறதுன்னு நீங்க தீர்மானிக்கலாம்’ என்றார் சுதர்சன்.

‘அப்ப சரி, முதல் அத்தியாயத்திலேர்ந்து சொல்லுங்க’ என்றார் வஸந்த்.

‘சில மாதங்களுக்கு முன்னால இவர் என் கிளினிக்குக்கு வந்தார். மண்டைக்குள்ள குரல் கேக்கறதுன்னு. ஆடிட்டரி ஹலுஸி னேஷன்னு, இவர் சொல்ற உபாதை பலருக்கு வரும். கடவுள் குரல் அல்லது அவர் குரலே...’

‘தமிழ் சினிமால ரெண்டாப் பிரிஞ்சு மனச்சாட்சி பேசுமே, அது மாதிரியா?’

‘இல்லை! இது எய்ல்மெண்ட் மாதிரி... ரெண்டு மூணு தடவை தற்கொலை பண்ணிக்க முயற்சி பண்ணார்!’

‘அதுக்கு எவிடன்ஸ் இருக்கா?’

‘இருக்கு. இதுக்கு உண்டான மருந்துகள் இருக்கு. தோராஸின் என்பது அதிகம் புழக்கத்தில் உண்டு. சில வேளை மூளைல கட்டி கிட்டி புண் ஏதாவது இருந்தாலும் இருக்கலாம்னு இந்த மருந்தை பிரிஸ்கிரைப் பண்ணேன். இருந்தாலும் முழுக்கப் போகலை. அவ்வப்போது தொந்தரவு பண்ணிக்கிட்டுத்தான் இருந்தது. சில பெயர்களைத் திரும்பத் திரும்பச் சொன்னார். சர்மா, ஜயலட்சுமி, நாணா, பண்டரி, கோபாலன்னு. திருச்சினாப்பள்ளியே போனதில்லை. ஆனா, திருச்சினாப்பள்ளி காட்சிகள் ஞாபகம் வருதுன்னாரு.’

‘சரிதான்... ராஜஸ்தான்ல ஒரு பையன் இந்த மாதிரிதான்.’

‘வஸந்த், கொஞ்சம் குறுக்க பேசாம கேளு...’

வஸந்த், ‘பாஸ்! இதெல்லாம் பத்திரிகையில் தொடர்கதை எழுத உதவும். கோர்ட்டில் செல்லாது. தான் ஒரு பைத்தியம்னே அவரை முறையிடச் சொல்லுங்க... சார், கொஞ்சம் சட்டையைக் கிட்டையைக் கிழிச்சுக்கங்க!’

கணேஷ் என் அருகில் வந்து, ‘நான் கோர்ட்டுக்குப் போகணும். உங்கக் கதையை முழுக்க சாவகாசமாக் கேட்டுக்கறேன்’ என்று

சொல்ல, அந்த வஸந்த் என்பவர் 'அதுவரைக்கும் இரண்டு விதிகளை மறக்காதீங்க' என்றார்.

'என்ன விதி?' என்றேன்.

'போலீஸ்ல கேட்டா ரெண்டு விஷயம் திரும்பத் திரும்பச் சொல்லுங்க. 'என்ன நடந்ததுன்னு எனக்குத் தெரியாது.' இது விதி நம்பர் 'அ'. 'நான் நல்லது கெட்டதுங்கறதைப் பாகுபடுத்தற நிலையில் இல்லை.' இது விதி நம்பர் 'ஆ...!''

கணேஷ் புறப்பட்டுப் போவதற்குமுன் சுதர்சன் ராஜாவிடம் 'சாயங்காலத்துக்குள்ள அரஸ்ட் பண்ண வருவாங்க. ரெஸிஸ்ட் பண்ண வேண்டாம். ஸ்டேட் மெண்ட் ஏதும் கேட்டா 'நான்தான் கொன்னேன்னு' எக்காரணம் கொண்டும் சொல்லவேண்டாம்' என்றார்.

'கன்ஃபஷன் மாதிரி ஆயிடுமில்லை...'

'ஆகாது.. போலீஸ் ஆபீஸர்கிட்ட கன்ஃபெஸ் பண்ணிக்கிட்டா அதைக் கோர்ட்டுல கொண்டுவர முடியாது. அது செல்லாது' என்றார் வஸந்த். 'இருந்தாலும் சார் அதிகம் பேசாம இருந்தா சரி... என்ன மிஸ்டர் தினேஷ்?'

'செய்த செயலுக்குத் தண்டனை கிடைக்கும்னா கிடைச்சுட்டுப் போறது' என்றேன்.

'இந்த மாதிரிதான்... நாலடியார் மாதிரி பேச வேண்டாம்னு சொல்லிருங்க.'

'இந்த கேஸை எப்படி அணுகறதுன்னே நாங்க யோசிக்கணும். வஸந்த், இதுக்கு முன்னாடி இப்படி ஏதாவது கேஸ் நடந்திருக்காடா?' என்றார் கணேஷ்.

'நேரடியா முன் ஜென்மம்னு இருக்கறதாத் தெரி யலை பாஸ். ஆனால், அப்துல் லத்தீப் வர்ஸஸ்

ஸ்டேட் ஆஃப் அஸ்ஸாம்னு ஒரு கேஸ் லா ஜர்னல்ல பார்த்தது ஞாபகத்துக்கு வருது. அதில ஒருத்தன் குழந்தையைக் குளத்தில் போட்டுக் கொன்னுட்டு கடவுள்தான் கொல்லச் சொன்னார்னு காரணம் சொன்னான்...'

'பார்க்கலாம் சார், பயப்படாதீங்க நாங்க கவனிச்சுக்கறோம்... இதைவிட ரத்தம் சொட்டற கேஸை எல்லாம் காப்பாத்திருக் கோம்' என்றார் கணேஷ்.

'எனக்குப் பயமே இல்லை' என்றேன்.

சுதர்சன் ராஜா, 'கணேஷ்! இந்தாளு என் காண்ட்ராக்டுக்கு ரொம்ப முக்கியமானவரு. இவர் இல்லைன்னா ஒரு கோடி ரூபா நஷ்ட மாயிரும். எவ்வளவு செலவானாலும் இவரு வெளியே வந்தே ஆகணும்...'

'முடிஞ்சவரை முயற்சி பண்ணிப் பார்க்கிறோம். இவர் ஒத் துழைக்கணும்' என்றார் கணேஷ்.

சாயங்காலம் என்னை ஆஸ்பத்திரியிலிருந்து நேராக அருகாமையிலுள்ள போலீஸ் ஸ்டேஷனுக்கு அழைத்துச் சென்று ரிமாண்ட் செய்தார்கள். ஜீப்பில் கொண்டுபோகும்போது கை விலங்கு போடவில்லை. அங்கே ஒரு எஃப்.ஐ.ஆர். தயாரிக்கப் பட்டது. கூடவே பீட்டர்சனும் சுதர்சன் ராஜாவும் வந்திருந்தார் கள். கணேஷ் கொஞ்சம் தாமதித்து வந்தார். 'சார், ஒரு நாள் ராத்திரியாவது ஜெயில்ல இருந்துதான் ஆகணும். நாளைக்கு பெயில்ல உங்களை விடுதலை பண்ண அப்ளிகேஷன் போட் டிருக்கோம். டாக்டர் மேகநாத்கிட்டேயிருந்து ஸ்டேட்மெண்ட் வாங்கிக் கொடுத்து நீங்க அந்தச் செயலைச் செய்தபோது சித்தம் கலங்கி இருந்தீங்கன்னு சொல்லப் போறோம்' என்றார் கணேஷ்.

'அதாவது ஒங்க செயலுக்கு நீங்க பொறுப்பில்லாம... நீங்க என்ன செய்றீங்கன்னு உங்களுக்கே தெரியாம' என்றார் வஸந்த்.

'சர்மாதான் சார் செய்தார்.'

வஸந்த் பொறுமையில்லாமல், 'சார், சர்மாதான் செய்தார்! ஆனா, அதுக்கு சர்மா கொஞ்சநஞ்சமாவது உயிரோட இருக்கணும்! சர்மாங்கறது ஒரு காத்து. ஆவி! எவிடன்ஸ் சட்டத்துல எங்கேயும் ஆவி கிடையாது சார்!'

இன்ஸ்பெக்டரின் அறையைத் தொடர்ந்து எதிராக உள்ள வாகான அறையில் வைக்கப்பட்டேன். ஒரே ஒரு பல்பு எரிந்து கொண் டிருந்தது. கொசுத் தொல்லையும் இருந்தது. இருந்தும் படுத்த போது தூக்கம் வந்தது. குரல்கள் கேட்கவில்லை. கொஞ்ச நேரம் தேவகியை நினைத்தேன். கண்ணீர் பிரவாகமெடுக்க, வினோத மாக அவ்வப்போது பீட்டர்சனுடன் எழுதிக் கொண்டிருக்கும் இண்டர்பேஸ் ப்ரொக்ராமின் ஃப்ளோ டயக்ராம் நினைவில் உறுத்தியது.

மறுதினம் நான் மாஜிஸ்திரேட் கோர்ட்டில் ஆஜர் செய்யப் பட்டேன். கேஸ், நான் கொன்றேனா என்பதைப் பற்றி இல்லை. என்னை ஜாமீனில் விடுதலை பண்ணலாமா, இல்லை ஜுடிஷி யல் கஸ்டடியிலா? ஜெயிலா... பெயிலா என்றுதான் கேள்வி.

'என்ன மிஸ்டர் கணேஷ், வாட்ஸ் நியூ?' என்றார் மாஜிஸ்திரேட்.

'யுவர் ஆனர்! என் கட்சிக்காரர் தினேஷ்குமார் மிகவும் மரியாதைப் பட்ட, சமூகத்தில் அந்தஸ்துள்ள ஒரு கம்ப்யூட்டர் விற்பன்னர். இவர் எழுதும் ப்ரொக்ராம்கள் நம் நாட்டுக்கு அந்நியச் செலாவணியை அளிக்கின்றன. ஒரு அமெரிக்கர் இவருக்காகக் காத்திருக்கிறார். இவர் அண்மையில் மூளை சம்பந்தமான உபாதைக்கு உள்ளாகி, டாக்டர் மேகநாத் என்பவரிடம் சிகிச்சை செய்துகொண்டு வந்திருக்கிறார், சில மாதங்களாக... அதற்கான சாட்சியங்கள் டாக்குமெண்டுகளாக இருக்கின்றன. டாக்டர் மேகநாத் நகரத்தின் மிகச் சிறந்த சைக்கியாட்ரிஸ்டுகளில் ஒருவர். அவர் ரிப்போர்ட்டும் இருக்கிறது. இந்த உபாதையின் தாக்கத் தால் தினேஷ்குமார் சில சமயம் தான் செய்யும் காரியங்களில் பகுத்தறிவான சமூகப் பொறுப்புக்குக் கட்டுப்பட முடியாத நிலையில் இருந்தார். அந்த மாதிரியான ஒரு கணப்பொழுதில் செய்த காரியம் இது...'

'இவரை ஜாமீனில் விடுதலை பண்ணினால் இந்த மாதிரி காரியம் மீண்டும் செய்ய மாட்டார் என்று என்ன நிச்சயம்?'

'அருமையான கேள்வி. அதற்காகத்தான் இவரை ஒரு கிளினிக் கில் வைத்து சில மாதங்கள் அப்ஸர்வேஷனில் டாக்டர் மேக நாத்தின் பொறுப்பில் வைத்திருக்க உத்தரவாதம் கொடுக் கிறோம்.'

மாஜிஸ்டிரேட் என்னை ஆழமாகப் பார்த்தார். தன் குறிப்புக் களைப் பார்த்துவிட்டு, 'மிஸ்டர் தினேஷ் குமார், எப்படி இருக்கீங்க? அவர் சொன்னதெல்லாம் அர்த்தம் ஆவுதா?' என்று கேட்டார்.

நான் புன்னகைத்தேன்.

'இவரைப் பார்த்தா புத்தி சுவாதீனம் இல்லாதவர்னு சொல்ல முடியலையே...'

'நாங்க அப்படி வாதாடலை. அந்தச் சமயத்தில் அவர் தன் செயலுக்குக் காரண காரியத்தை ஆராயக் கூடிய மனநிலையில் இல்லைன்னுதான் நிரூபிக்கப் போறோம்.'

'இப்ப சரியாப் போச்சாமா?'

'சரியாப் போச்சு!'

'இவரை வெளியே உலவவிடறதனால டேஞ்சர் ஏதும் இல்லையே?'

'அதுக்கு நாங்க பொறுப்பு எடுத்துக்கறோம். மேலும் பெயில் அமவுண்ட் கொடுத்து.'

'நீங்கள் என்ன சொல்றீங்க மிஸ் தங்கமணி?' என்று கவர்ன் மெண்ட் ப்ராஸிக்யூட்டரைக் கேட்டார்.

அந்தப் பெண் எழுந்து, 'யுவர் ஆனர்... நான் இந்த வாதத்தை ஒப்புக்கொள்வதற்கில்லை. கிளினிக்கில் அப்ஸர்வேஷனில் வைத்திருப்பது என்றால், இது ஏறக்குறைய விடுதலை பண்ணு வது போலத்தான். எந்த கிளினிக்? இப்போது சுய நிலையில் இருப்பவர், எதற்காக அந்த ஒரு கணத்தில் மட்டும் தன் கட்டுப் பாட்டை இழந்தார் என்பது விந்தையாக இருக்கிறது!'

'கமான்... பிரச்னை அது இல்லை. இவருக்கு பெயில் கொடுக் கறதுனால போலீஸ் இன்வெஸ்டிகேஷன் பாதிக்கப்படுமாங் கறதுதான் பேச்சு.'

'அதற்குப் பரிபூரண ஒத்துழைப்பு கொடுக்கிறோம்' என்றார் கணேஷ். 'யுவர் ஆனர்... நாங்கள் இந்த கேஸை எப்படி வாதாடப் போகிறோம் என்பதைப் பற்றி அருமைச் சகோதரிக்குத் தெரிந்திருக்க நியாயமில்லை. தினேஷ்குமாரின் உடல்,

மனநிலை பற்றிய அந்தரங்கக் குறிப்புக்கள், மனைவியைக் கொல்ல எந்தவிதக் காரணமும் இல்லாதது, ரகசியமாக ஏதும் முன்னேற்பாடுகள் செய்யாதது, கூட யாரையும் சேர்த்துக் கொள்ளாதது, செய்தவுடன் இடத்தை விட்டு ஓடாதது, செய்ததைப் பற்றிய எந்தவிதக் குற்ற உணர்வும் இல்லாதது, இவை அனைத்தும் கொண்டு வரப்போகிறோம். செக்ஷன் 302 கீழே அவரைத் தண்டிக்க முடியாது...'

மாஜிஸ்திரேட் யோசித்து, 'அவர் சொல்வதிலும் ஒரு பாயிண்ட் இருக்கிறது... நீங்க என்ன சொல்றீங்க?' என்றார்.

'பெயில் கொடுக்கற பட்சத்தில, அவரை கவர்ன்மெண்ட் மெண்டல் ஹெல்த் ஆஸ்பத்திரியில் சூப்பரிண்ட்கிட்ட எக்ஸாமின் பண்ணி ரிப்போர்ட் கொடுக்க ஏற்பாடு செய்யுங்க...'

'யுவர் ஆனர்... டாக்டர் மேகநாத் நகரத்திலேயே சிறந்த மன நிபுணர்!'

'என்னங்க மிஸ்டர் கணேஷ்... சொந்த மனைவியை, அப்பாவிப் பெண்ணைக் கழுத்தை நெரிச்சுக் கொன்னிருக்கார்... அவரைப் போய் விடுதலை பண்ணணுங்கறிங்களே' என்ற அந்தப் பெண் பிராஸிக்யூட்டர் கணேஷை வெறுப்புடன் பார்த்து, 'ஹி இஸ் நார்மல்' என்றாள்.

'மனைவியைக் கழுத்தை நெரிச்சுக் கொலை பண்ணிட்டு இந்த மாதிரி இத்தனை அசால்ட்டா இருக்காரே... இது உங்களுக்கு நார்மலாத் தெரியுதா?' என்றார் கணேஷ்.

அவர்கள் பேச்சு வேறு யாரையோ பற்றி விவாதிப்பதுபோல் சுவாரஸ்யமாக இருந்தது எனக்கு. மாஜிஸ்திரேட் குறுக்கிட்டு, 'இவர் ஜாமீனில் வெளிவர நான் அனுமதிக்கிறேன்... ஆனா, தங்கமணி சொல்றாப்ல கவர்ன்மெண்ட் மெண்டல் ஆஸ்பிட்டல்ல இவரை அட்மிட் பண்ண ஒரு ரிஸப்ஷன் ஆர்டர் போட்டுக் கொடுத்துர்றேன். அவர் கிட்டேயிருந்து ஒரு சர்டிபிகேட் வாங்கிருங்க!'

'என்ன சர்டிபிகேட்?'

'இவருடைய உபாதைனால, இவர் அந்தச் சமயத்தில் தன் னிலையை இழந்திருக்கலாம்'னு ஒரு சர்டிபிகேட் தாக்கல் செய்துருங்க.'

கணேஷ், தங்கமணியைப் பார்த்து, 'என்னங்க, இது தேவை தானா?' என்றார்.

'நிச்சயம்! நீங்க செக்ஷன் 84-ல வாதாடப் போறதா இருந்தா, அது தேவைதான்.'

மாஜிஸ்திரேட்டிடம் கடிதம் வாங்கிக்கொண்டு மன ஆரோக்கிய ஆஸ்பத்திரிக்கு நான் அழைத்துச் செல்லப்பட்டேன்.

டாக்டர் மேகநாத் என்னுடன் கூட வந்திருந்தார். பச்சை பெயிண்ட் அடித்த அறைகளில் பல போர்டுகள் பொருத்தி யிருந்தன. எல்லோரும் எம்.டி.

'பைத்தியங்களை எல்லாம் எங்க வெச்சிருக்காங்க பாஸ்?' என்று வஸந்த் கேட்க, பதில் கிடைக்காமல், 'இங்க தொப்பி போடாத ஆள் எல்லாம் பைத்தியமா?' என்றார்.

'டோண்ட் பி ஸில்லி. இங்க இருக்கிற சில பேர் உன்னையும் என்னையும்விட மன ஆரோக்கியம் உள்ளவங்க!'

'பாஸ்... ஒரு பைத்தியக்காரன் தன் கை முஷ்டியை மூடிக்கிட்டு 'என் கைக்குள்ள என்ன இருக்கு?'ன்னு கேட்டானாம். அதுக்கு இன்னொரு பைத்தியக்காரன் 'குஷ்பு'ன்னு சொன்னானாம். இவன் லேசாக் கண் வைச்சுப் பார்த்துட்டு 'ம்! தப்பாட்டம்! நான் வெக்கறபோது பார்த்துட்டே'ன்னானாம்.'

'வஸந்த்... இந்த ஜோக்கை எத்தனை தடவை சொல்லிருக்கே. முன்னெல்லாம் கையில் தாஜ்மகால்ம்பே. இப்ப குஷ்பு!'

'பைத்தியக்கார ஆஸ்பத்திரிக்கு மாட்சிங்கா இருக்கட் டுமேன்னு... என்ன தினேஷ் சார்... ரொம்பச் சிக்கல் உங்க கேஸ்! நீங்க பைத்தியமா இல்லையான்னு முடிவு பண்ணவே ஒரு வருஷம் ஆயிடும்.'

'சூப்ரண்ட் டாக்டர் அழகிரிசாமி எம்.டி.' என்ற வாசலை மேக நாத் சுதந்தரமாகத் திறந்துகொண்டு உள்ளே செல்ல... அவர் எழுந்து புன்னகைக்க, 'வாங்க! மை காட், நீங்களா!'

'எப்படி இருக்கே அழகு? அழகிரிசாமி என் ஸ்டூடண்ட்' என்றார்.

'அப்ப காரியம் பதினைஞ்சு நிமிஷத்துக்குள்ள முடிஞ்சுரும்.'

டாக்டருக்கு என்னை அறிமுகப்படுத்தி வைக்க... வஸந்த் அவரிடம் மாஜிஸ்திரேட்டின் கடிதத்தைக் கொடுத்தார்.

'ஆடிட்டரி ஹலுஸினேஷன் அழகு! முதல்ல ஏதாவது ட்யூமர் இருக்குமான்னு ஸ்கான் பண்ணிப் பார்த்தேன். அதுக்கப்புறம் ஒரு எம்.ஆர்.ஐ. கூட ஏற்பாடு பண்ணி வாய்ஸ் எதனால வருதுன்னு கண்டுபிடிக்கப் பார்க்கிறோம். எக்ஸஸ் என்டார் பின்னாவும் இருக்கலாம்...'

'எங்கிட்டேயே எட்டு கேஸ் இருக்கு... கடவுள் பேசறது. அப்புறம் ராஜீவ் காந்தி, கிளியோபாட்ரான்னு.'

'இவர் அப்படி இல்லை... பூர்வ ஜென்மம்... அந்த மாதிரி ஏதாவது கேஸ் இருக்கா?'

'இருக்கு. ஒருத்தர் போன ஜன்மத்லே பூனையா இருந்தேன்னு... அப்பப்ப குரல் மாறும். பாலை நக்கிக் குடிப்பார்! அட்மிட் பண்ணிரலாம்!'

'அட்மிட் பண்ணவேண்டாம். ஒரு ரிப்போர்ட் கொடுக்கணும். யூ ஸீ அழகு. இவர் அந்த ஹலுஸினேஷன் உச்சத்தில் இருக்கிறப்ப, மனைவியைக் கழுத்தை நெரிச்சுக் கொன்னுருக்காரு!'

அழகிரிசாமியின் வாய் விரிந்தது. 'ஆ...!'

டாக்டர் அழகிரிசாமி இப்போது என்னை எச்சரிக்கையுடன் பார்த்தார். மேகநாத்திடம் அவருக்கு இருந்த மரியாதை ஒரு மாற்று குறைந்ததுபோலத் தோன்றியது.

'டாக்டர்... உங்களுக்கு முற்பிறவி, ரீ இன்கார்னேஷன்... இதில் எல்லாம் நம்பிக்கை இருக்கா?'

'இல்லை.'

'போச்சுடா.'

மேகநாத், 'அழகு, உனக்கு நம்பிக்கை இருக்கோ இல்லையோ... அது பேச்சு இல்லை. இந்த மாதிரி கேஸ் இன்ஸ்டிட்யுஷன்ல நிச்சயம் சந்திச்சிருக்கலாம், இல்லையா?' என்றார்.

'பாருங்க... அதுக்குள்ள நாங்க இவரை அழைச்சுக்கிட்டு போயி...' என்று வஸந்த் கூற...

'ரிக்கார்ட்ஸைப் பார்த்தா தெரியும்' என்ற டாக்டர் அழகிரிசாமி, 'மாஜிஸ்திரேட் அட்மிட் பண்ணச் சொல்லியிருக்கார். பண்ணி, டெஸ்ட் எல்லாம் எடுத்துட்டுத்தான் ரிப்போர்ட் கொடுக்க முடியும்... மேகநாத் சார், நீங்க என்னைத் தப்பா எடுத்துக்கக்கூடாது. நடைமுறைகளைச் சரியா ஃபாலோ பண்ணலைன்னா பேப்பர்லே எழுதிடுவான்' என்றார்.

‘எனக்குப் பிரச்னையே இல்லை டாக்டர். இப்போ பரிபூரணமா நிம்மதி. இங்கேயே இருக்கவும் தயார்’ என்றேன்.

‘ஏன் சார்... பைத்தியக்கார ஆஸ்பத்திரியிலே இருந்துண்டு ப்ரொக்ராம் எழுத முடியுமா உங்களால்? கவிதை வேணா எழுதலாம்’ என்றார் வஸந்த்.

‘பைத்தியக்கார ஆஸ்பத்திரின்னு சொல்லாதீங்க மிஸ்டர். இது மெண்டல் ஹெல்த் இன்ஸ்டிட்யுட்’ என்றார் டாக்டர் அழகிரிசாமி.

‘ஷேக்ஸ்பியர் சொன்னார்... எ ரோஸ் பை எனி அதர் நேம்...’

கணேஷ், ‘வஸந்த்! வா, போகலாம். சார் நாங்க அப்புறம் உங்களைப் பார்க்கிறோம்’ என்று சொல்லிச் சென்றார்கள்.

டாக்டர் அழகிரிசாமி அறையின் அருகாமையிலுள்ள அறைக்கு நான் கொண்டுசெல்லப்பட்டேன். வெறும் படுக்கையும் வாஷ்பேஸினும் இருந்தன. பாத்ரூம் இருந்தது. அதில் பாதி பெயிண்ட் அடித்திருந்தது. ஒரு மாதிரியான, மூடைக் கெடுக்கும் பச்சை. நான் படுக்கையில் உட்கார்ந்தேன். கைகளைப் பார்த்துக் கொண்டேன். அவர்கள் வெளியே பேசுவது கேட்டது. என்னில் குற்ற உணர்ச்சி பீறிடவேண்டும். ஏனோ சாந்தமாக இருந்தது. மனைவியைக் கழுத்தை நெரித்துக் கொன்றதில் எந்தவிதக் குற்ற உணர்வும் இல்லாமல் இருக்கிறேனே, இந்த அலட்சியம்தான் என்னைக் காப்பாற்றப் போகிறது. என்னை உயிர் வாழ அனுமதிக்கப் போகிறது! தேவகி அந்தக் கதவைத் திறந்து வரப் போகிறாள் என்று நம்புகிறேனா? தேவகியை மறுபடி சந்திக்கப் போகிறேனா? இது புரியவில்லை.

யுவ டாக்டர் ஒருவர் வந்து ‘கேஸ் ஷீட்’ எழுதினார். என்னைப் பற்றி விவரங்கள் கேட்டார். என்னை அவருடைய அறைக்கு அழைத்துச் சென்றார். அவர் அறையில் விவேகானந்தர் புத்தகங் கள் இருந்தன. முன்பு மேகநாத்தின் கிளினிக்கில் ஒரு பெண் கேட்டாள்... அதே போலக் கேள்விகள், பயிற்சிகள்...

‘சின்ன வயசில என்னவெல்லாம் நிகழ்ந்தது?’ என்று கேட்டார்.

‘உங்க அப்பாவைப் பத்திச் சொல்லுங்க...’

‘அப்பா இறந்து போய் பல வருஷங்கள் ஆச்சு. நான் எம்.எஸ். சேர்ந்தப்போ இறந்து போனார்.’

'அதுக்கு முன்னாடி சொல்லுங்க...'

'அவருக்கு எப்போதும் என் படிப்பைப் பத்திக் கவலை, நான் சரியாப் படிக்க மாட்டேன், உருப்பட மாட்டேன்னே எப்போதும் நினைச்சிக்கிட்டிருந்தார். நான் எது செய்தாலும் பயப்படுவார், தப்பா செய்துருவனோன்னு... எல்லோரும் என்னை, அவரைப் போலவே நடத்துவாங்கன்னும் அடிக்கடி சொல்வார். அவர் என்னைப் பத்தி அதிகம் அக்கறை எடுத்துக்கிட்டதாகவும் சொல்ல முடியாது. சான்ஸ் கிடைக்கிறப்பவெல்லாம் க்ரிடிஸைஸ் பண்ணுவார்...'

'அடிச்சிருக்காரா?'

'நிச்சயம், சின்ன வயசில!'

'அம்மா?'

'அம்மா அதுக்கு எதிர்மறை. அப்பாவுக்காக என்கிட்டே எப்பவும் மன்னிப்பு கேட்டுக்கிட்டே இருப்பா.'

'உங்க கல்யாணம் பத்திச் சொல்லுங்க.'

'அதான் சொன்னேனே... பார்த்தவுடன் மறு கணம் பிடிச்சுப் போச்சுன்னு! அதுக்குக் காரணமும் சொன்னேனே...'

'அந்தக் காரணத்தை யாரும் ஏத்துக்க மாட்டாங்க மிஸ்டர் தினேஷ்குமார்.'

'அதுதான் காரணம்! தேவகி, ஜயலட்சுமி! சாரி டாக்டர்... எனக்குத் தூக்கம் வருது.'

'துக்கம் இல்லை.'

'இல்லை!'

என் ஸ்கான் ரிப்போர்ட்டையும் மற்ற விவரங்களையும் பிற்பகலில் டாக்டர் அழகிரிசாமி பார்த்தார்.

'குற்றம் செஞ்சுட்டமேனு நீங்க ஃபீல் பண்றீங்களா?'

'இல்லை.'

'மனைவியுடன் சண்டை போட்டீங்களா, கோபமா?'

'இல்லை.'

'இறந்து போன சர்மா என்பவர் உங்கள் மனத்தில் புகுந்து கொண்டு உங்கள் மனைவியைக் கொன்றார் என்று சொல்கிறீர்?'

'என் மனைவியைக் கொல்லவில்லை. அவர் கொன்றது ஜய லட்சுமியை! ஜயலட்சுமி அவருக்கு விஷம் வைத்துக் கொன்று விட்டாள். அதற்குப் பழி தீர்த்துக்கொள்வதற்காக!'

'கோர்ட்டில் அப்படித்தான் சொல்வீரா?'

'ஆம்! கேட்டால் இதைத்தான் சொல்வேன்.'

'கடவுள் உங்களைக் காப்பாற்றட்டும்! தினேஷ்... நீங்கள் பொய் சொல்கிறீரா அல்லது பாசாங்கா என்று தெரியவில்லை. 'லை டிடெக்டர் டெஸ்ட்' ஒன்று எடுக்கச் சொல்கிறேன். ஆனால், நீங்கள் செய்த காரியத்துக்கு இந்த யுகத்தில் காரணமோ முன்னேற்பாடோ இருப்பதாகத் தெரியவில்லை. மேகநாத் என் குரு. என் மரியாதைக்குரியவர். அவர் பொறுப்பு எடுத்துக் கொள்ளும் பட்சத்தில் சர்டிபிகேட் தரப் போகிறேன். அந்தக் காரியம் செய்யும்போது நீங்கள் அதன் சமூகப் பொறுப்பைப் பற்றியோ குற்றத்தைப் பற்றியோ பிரக்ஞை இல்லாமல் இருந் திருக்கிறீர்கள். இப்போது உங்கள் மன ஆரோக்கியம் சரியாகத் தான் இருக்கிறது. கடவுள் உங்களை மன்னிக்கட்டும்' என்றார்.

சுதர்சன் ராஜா கொடுத்த செக்யூரிட்டியின் பேரில் சாயங்காலம் நான் மேகநாத்தின் கிளினிக்குக்கு மாற்றப்பட்டேன். அங்கே எனக்கு ஓர் அறையில் கம்ப்யூட்டர் சிஸ்டம் வைத்துக் கொடுத் திருக்கிறார்கள். எல்லா டூல்களையும் லோடு பண்ணியிருக் கிறார்கள். பீட்டர்சன் என்னிடம் ஒரு ப்ரொக்ராமைக் காட்டிச் சரி பண்ணச் சொன்னான். நான் அதில் ஆழ்ந்து, ராத்திரிக்குள் அதைப் பிழை நீக்கம் செய்துவிட்டேன்.

பீட்டர்சன் என்னைக் கட்டிக்காத குறையாக, 'தினேஷ் யு ஆர் ரியலி க்ரேட்' என்றான். சுதர்சன் டின்னருக்கு வெளியில் அழைத்துச் செல்ல மேகநாத்திடம் அனுமதி கேட்டபோது அவர் மறுத்து விட்டார். கணேஷும் வஸந்தும் ராத்திரி என்னை வந்து பார்த் தார்கள்.

வஸந்த் 'University of Love' என்ற எழுத்தோடு இருந்த டீ ஷர்ட் அணிந்திருந்தார். அவர் நிறையப் பேசினார்.

‘தினேஷ்... நீங்க என்னவோ இப்ப ஃப்ரீயா இருக்கிறதா எண்ணிக்காதீங்க. உங்களை டெம்பரவரியா வெளியே விட்டிருக் காங்க. செஷன்ஸ் கோர்ட்டில உங்க கேஸ் வரப் போகுது. கவர்ன் மெண்ட் பிராஸிக்யூஷன் தரப்பிலே அவங்க, நீங்க மனைவியைக் கொன்னதுக்குக் காரணம் இருக்கிறதாக் காட்டுவாங்க. எப்ப வாவது ஏதாவது காரணத்துக்காக, சின்ன விஷயத்துக்காகக்கூட அண்மையில உங்க மனைவிகூடச் சண்டை போட்டதுண் டுன்னா... அடிச்சதுண்டுன்னா சொல்லிருங்க.’

‘இல்லை. சென்ற சில மாதங்களாக என் உபாதைதான் என் மனத்தை ஆக்கிரமித்துக்கொண்டிருந்தது. மனைவியுடன் சண்டை போட சமயமே இல்லை. அவள் எனக்காக, இல்லாத தெய்வங்களை எல்லாம் வேண்டிக்கொண்டாள். மலையாள பகவதி கோயிலுக்கு அழைத்துச் சென்றாள்... அங்கேயும் ஜய லட்சுமி மாதிரி இருந்த ஒரு பெண் பின்னால் போய் ரொம்ப கலாட்டா ஆகி விட்டது.’

‘அம்மா சொன்னாங்க. அப்புறம் டெல்லியில் ஓட்டல்ல பால் கனிக்கு வெளியே குதிக்க முயற்சி பண்ணினதா பீட்டர்சன் சொன்னார்.’

‘ஆமாம்.’

‘அதுக்கு முன்னாலே காரை சட்டுன்னு திருப்பி பல்லவன் பஸ் முன்னால விழுந்தீங்க.’

‘ஆமாம்.’

‘அப்ப எல்லாம் விதிவிலக்கில்லாம அந்தக் குரல்தான் உங்களை வற்புறுத்தியது...’

‘ஆமாம்...’

‘என்ன குரல் அது... தெய்வத்தின் குரலா?’

‘இல்லை... சர்மா!’

‘சர்மாவைத் தேடிக்கிட்டு திருச்சிக்குப் போன காரணம் என்ன?’

‘ஜயலட்சுமி மாதிரி யாரையோ ஒரு பெண்ணை ரயில் வண்டிலே பார்த்தப்ப.’

'அதாவது எல்லாமே ஒரு தூண்டுதல்லே செய்திருக்கீங்க?'

'குரல்!'

'பாஸ் என்ன சொல்றீங்க? குரலைக் கொண்டு கூண்டுலே நிறுத்தணுமா?'

'இதை இப்படியே கோர்ட்ல சொல்லலாம் வஸந்த். இதில் உள்ள அபத்தம்தான் இவரைக் குழப்பமான மனநிலை உள்ளவராக் காட்டும்.'

'இல்லை பாஸ். இதைச் சொன்னா நம்மையும் சேர்த்து உள்ள தள்ளிருவாங்க. இது தேறாத கேஸ். சார் நல்லா கொட்டைப் பாக்காட்டம் கண் விழிச்சுட்டு கம்ப்யூட்டர்ல சிக்கலா ப்ரொக் ராம் எழுதிக்கிட்டிருக்கார். பாஸ்... கம்ப்யூட்டர் ஆசாமிங்களே கொஞ்சம் லேசா பைத்தியம்னும் வாதாடிப் பார்க்கலாமே!' என்றார் வஸந்த்.

'நான் பைத்தியம் இல்லை' என்றேன்.

'அதான் காரணமில்லாம மனைவியைக் கழுத்தை அழுத்திக் கொன்னுருக்கீங்க. போங்க சார்... உங்ககூட ரெண்டு நாள் இருந்தா, நானும் பக்கத்திலயே அட்மிட் ஆக வேண்டியிருக்கும்.'

'மிஸ்டர் கணேஷ்... நீங்க ஒண்ணும் என்னைக் காப்பாத்த வேண்டாம். சுதர்சன் ராஜா, பீட்டர்சன் இவங்க ரெண்டு பேரும் எனக்கு விடுதலை வாங்கிக் கொடுக்க விரும்பறாங்கன்னா அதுக்கு சுயநலமான காரணம் இருக்கு.'

'உலகத்துல எல்லாமே சுயநலம்தான் தினேஷ். சுயநலமில்லாம இருக்கிற ஒரு ஜீவன் மண் புழுதான்.

''திபேத்தியன் புக் ஆஃப் த டெட்' படிச்சிருக்கீங்களா நீங்க?'

'இல்லை.'

'ஆர்தர் கோஸ்லர் சுய சரித்திரத்தில் எழுதியிருக்கான். ஒரு முறை மரண தண்டனை விதிக்கப்பட்டு சிறையில் இருக்கறப்ப 'நான்'ங்க்றது திடீர்னு காணாமப் போய்ட்டுதுன்னு.'

'வஸந்த், இதுக்கு முன் உதாரணமா ஒரு கேஸ் இருக்குன்னு சொன்னியே?'

‘அதுவா... நம்ம சார் கேஸ் போலத்தான் பாஸ் அது. ரெஹனா பேகம்னு அஞ்சு வயசுப் பொண்ணை ஒருத்தன் குளத்தில் போட்டு சாகடிச்சுட்டான். என்னடான்னு கேட்டதுக்கு ‘அந்தப் பொண்ணைக் கடவுள் கேட்டார்... அனுப்பிச்சுட்டேன்’னு அவன் சொன்னானாம்...’

‘அவன் புத்தி சுவாதீனமில்லாதவன் ஆச்சே?’

‘ஜஸ்டிஸ் லஹிரி பிரமாதமா ஜட்ஜ்மெண்ட் சொல்லியிருக்கார். ஒரு கொலையை மனநிலை சரியில்லாத ஆசாமி செய்ததாச் சொல்லி ப்ராஸிக்யூஷன் இந்தக் கொலைக்கு எந்த விதமான ‘டெர்ரஸ்ட்ரியல் மோட்டிவ்’வும் கொண்டுவர முடியாததால் இது மோட்டிவ் இல்லாத கொலைன்னு சொல்லியிருக்கார். இந்த பாயிண்ட்டையே வெச்சிகிட்டு நாமும் வாதாடினா சாரை விடுதலை பண்ணிடலாம், என்ன சொல்றீங்க?’ என்று என்னைப் பார்த்தார் வஸந்த்.

நான் சுவாரஸ்யமில்லமல் கொட்டாவி விட்டேன்... ‘ஆ...!’

‘என்ன சார்... உங்க ஜீவ மரணப் போராட்டத்தைப் பற்றிப் பேசிக்கிட்டு இருக்கேன். அலாவுதீன் குகை மாதிரி கொட்டாவி விடறீங்களே’ என்றார் வஸந்த்.

‘ஸாரி வஸந்த். என்னால இந்த கேஸ்ல இமோஷனலா கலந்துக்க முடியல. நடப்பது நடக்கட்டும்னுதான் காத்திருக்கேன்’ என்றேன்.

‘அப்ப உங்க கேஸை நாங்க வாதாடலாமா?’

‘வேண்டாம்’ என்றேன்.

வஸந்த் கணேஷைப் பார்க்க, கணேஷ், ‘மிஸ்டர் தினேஷ்குமார், சும்மா உங்க டயத்தையும் எங்க டயத்தையும் வேஸ்ட் பண்றதில அர்த்தமில்லை. சரியாச் சொல்லுங்க. உங்க ஒத்துழைப்பு இல்லாம எங்களால கேஸ் நடத்த முடியாது’ என்றார்.

‘கணேஷ், எனக்கு கேஸ் நடத்தறதிலேயோ, நடத்தாம இருக்கிறதிலேயோ எந்த விதமான அக்கறையும் இல்லை. ஒரு விதமான, எல்லாம் கடந்துபோன நிலையில... எல்லாம் முடிஞ்சுபோன நிலையில நான் இருக்கிறேன். நான் வந்த காரியம் தீர்ந்து போச்சு.’

‘தூங்குல தொங்குவோம்னு பயமா இல்லையா?’

‘எதுக்கு?’

‘மனைவியைக் கொன்னதுக்கு.’

‘நான்தான் கொல்லலைங்கறேனே... நான் கொல்லாதபோது நான் எதுக்குத் தூக்குல தொங்கணும்?’

அவர்கள் என்னை ஆயாசத்துடன் நோக்கி, ‘கில்லாடி சார்! அதையே கரெக்டாத் திருப்பித் திருப்பிச் சொல்லிக்கிட்டு இருக்கீங்க சளைக்காம...’ என்றனர்.

‘உங்களைப் பார்த்தா ரொம்பக் கவலையா இருக்கு. இந்த மாதிரி கேஸை நாங்க எங்க வாழ்நாள்ல பார்த்ததில்லை’ என்ற வஸந்த் என்னருகில் வந்து, ‘சாரோட கழுத்து எலும்பெல்லாம் ஸாஃப்ட்டாத்தான் இருக்கு. படக்குன்னு ஒரே தொங்கல்ல அதிகம் கஷ்டப்படாம ஒடிஞ்சுரும்’ என்றார்.

‘வஸந்த், இந்த நேரத்துலே இப்படியெல்லாம் பேசாதே!’ என்று கடிந்துகொண்டார் கணேஷ்.

‘உங்க கேஸ் ப்ரிலிமினரிக்குத் தேதி குறிச்சுட்டாங்க. அதுவரைக்கும் கிளினிக்கை விட்டுப் போகாதீங்க. உத்தரவாதம் கொடுத்திருக்கோம். தேமேன்னு கம்ப்யூட்டர்ல ப்ரொக்ராம் எழுதிக்கிட்டு வேர்க்கடலை, தம்ஸ் அப்னு சாப்டுட்டு இருங்க... என்ன?’

அவர்கள் சென்றதும், அவர்கள் கோணத்தில் என் கேஸ் எத்தனை வினோதமாக இருக்கும் என்பதை என்னால் உணர முடிந்தது. கேஸ், செப்டம்பர் மாதம் ஆறாம் தேதி வரப்போவதாகச் சொன்னார்கள். போலீஸ்காரர்கள் வந்து பார்த்தார்கள். கணேஷும், வஸந்த்தும், மேகநாத்தும் அடிக்கடி வந்து சந்தித்தார்கள். பீட்டர்சன் என்னிடம் தேவகியைப் பற்றிப் பேசவே இல்லை. கம்ப்யூட்டர் ப்ரொக்ராம் பற்றித்தான் அதிகம் பேசினான். பரபரப்பில்லாத நிலையில் என்னால் சி.டி.யில் சங்கீதம் கேட்க முடிந்தது. கம்ப்யூட்டர் ப்ரொக்ராம் எழுத முடிந்தது. என் மனது, ‘இது என்ன விந்தை? எப்படி உன்னால் இதையெல்லாம் செய்ய முடிகிறது... நீ செய்த காரியத்துக்கு எந்தவிதமான பாவ உணர்ச்சியும் இல்லாமல் இருக்கிறாயே. எப்படி இந்த விந்தை? என்று கேட்டுக்கொண்டே இருந்தது. முன்போல் வேற்றுக் குரல் அல்ல. என் குரலே!

ஒவ்வொரு முறை கதவு திறக்கும்போதும் 'தேவகி' என்று கூப்பிடத் தொடங்கினேன். நர்ஸ், 'என் பேரு செல்வி... தேவகி இல்லை' என்றபோது 'தெரியும்' என்றேன். என்னை எப்போதும் அவர்கள் அச்சம் கலந்த பார்வையுடன் பார்த்தார்கள். மேக நாத்தைத் தவிர மற்ற பேர் என்னை அணுகும்போது அவர்களிடம் எச்சரிக்கையும் பயமும் இருப்பதைக் கவனித்தேன். திடீரென்று அவர்கள்மேல் பாய்ந்து விடுவேனோ என்று ஒரு சர்க்கஸ் புலியைப் போலத்தான் என்னை அணுகினார்கள்.

வஸந்த் திருச்சி போயிருப்பதாகச் சொன்னார்கள். கணேஷ், லையல் வாட்ஸன் படிப்பதாகச் சொன்னார்.

'என்ன புத்தகம்?' என்றேன். 'தி பயாலஜி ஆஃப் டெத். எல்லாம் உங்க கேஸுக்காகத்தான்' என்றார் கணேஷ்.

'என்னைத் தப்ப வைத்துவிடுவீர்களா?'

'அதுதான் உத்தேசம்.'

'அதற்கான சான்ஸ் என்ன? நான் ஏதோ கவலையோட கேக் கறேன்னு நெனைச்சுக்காதீங்க...' என்று நான் சொல்ல.

'ஃபிப்டி ஃபிப்டி... ஜட்ஜைப் பொருத்து...' என்றார் கணேஷ்.

முதல் நாள் நான் கோர்ட்டில் கொண்டுவந்து நிறுத்தப்பட்ட போது ஏகப்பட்ட பரபரப்பு. போட்டோக்காரர்கள் என்னை போட்டோ பிடிக்க விரும்பினார்கள். வஸந்த், 'சும்மா சிரிச்சுக் கிட்டே போஸ் கொடுங்க சார்... முகத்தை மறைக்காதீங்க' என்றார். எதற்கு என்று தெரியவில்லை. அவர்கள் ஆசை தீர போட்டோ பிடித்தார்கள்.

ஒருவர், 'பொண்டாட்டியைக் கொன்னுட்டு எப்படி சார் இப்படிச் சிரிக்க முடியறது?' என்று கேட்டார்.

'அதனாலதான் சிரிக்கிறார்' என்று வஸந்த் சொல்ல, அவர்கள் சிரிக்க, 'இதை அவர் சொல்லலை... அவர் சொன்னதா பேப்பர்ல போட்டுராதீங்க' என்றார்.

ஜஸ்டிஸ் சாம்பமூர்த்தி என்பவர் ஒரு தந்தைபோல இருந்தார். அருகாமை கிளார்க்கிடம் என்னவோ பேசிவிட்டு ஒரு முறை என்னை ஊடுருவுவதுபோலப் பார்த்தார். என்னால் அவரை நேராகத் திரும்பிப் பார்க்க முடிந்தது.

'மிஸ்டர் கணேஷ்! இதெல்லாம் என்ன, மறு பிறவி, போன ஜென்மம்னு முட்டாள்தனமா...' என்றார்.

'நாங்கள் அதைப் பற்றி மூச்சு விடப்போவதில்லை யுவர் ஆனர்...' என்றார் கணேஷ்.

முதலில் என்னை அரெஸ்ட் செய்யவந்த போலீஸ் இன்ஸ்பெக்டர் சாட்சி சொன்னார். போன் வந்ததும், ட்யூட்டியில் இருந்ததும், போனபோது பாத்ரூமில் ஒரு பெண்ணின் சவம் கிடந்ததும், அதை போஸ்ட்மார்ட்டம் அனுப்பியதும் போன்ற மந்தமான விவரங்களைச் சொன்னார். பின்னர், கணேஷ் அவரைக் குறுக்கு விசாரணையின்போது...

'நீங்கள் தினேஷ்குமாரைக் கைது பண்ண வந்தபோது அதை அவர் எதிர்த்தாரா?' என்று கேட்டார்.

'இல்லை' என்றார் போலீஸ் இன்ஸ்பெக்டர்.

'உங்கள் விசாரணையில் அவர் தன் மனைவியைக் கொன்றதற்கு ஏதாவது காரணம் கண்டுபிடிக்க முடிந்ததா? ஏதாவது பகைமை, சண்டை, துரோகம் என்று?'

'இல்லை. ஆனால், தான்தான் கழுத்தை நெரித்துக் கொன்றதாக அவரே சொன்னார்.'

'காரணம் சொல்லவில்லை?'

'அவர் சொன்ன காரணம் பகுத்தறிவுக்குச் சரிப்படாததாக இருந்தது.'

'என்ன, சொல்லுங்க அதையும்.'

'இறந்தது தன் மனைவி அல்ல, கொன்றது தானும் இல்லை என்றார்!'

ஜட்ஜ் குறுக்கிட்டு, 'இது உங்களுக்கு வினோதமாகப் படவில்லையா?' என்றார்.

'ஆம்' என்றார் இன்ஸ்பெக்டர்.

'அதை எவ்வாறு விசாரித்தீர்கள்?'

‘அந்தச் சமயத்தில் காரணத்தைப் பற்றித் தீவிரமாக ஆலோசிக்க வில்லை. இவர்தான் கொன்றார் என்பதற்கு நேரடியாக சாட்சிகள் இருந்தன. அப்போது என் கடமை அவரை உடனே கைது செய்வதுதான்.’

‘இன்ஸ்பெக்டர், தினேஷ்குமார் தன் மனைவியைக் கொல்ல முன்னேற்பாடு ஏதும் செய்தார் என்பதற்குச் சாட்சியங்கள் உமக்குக் கிடைத்தனவா?’

சர்க்கார் தரப்பு வக்கீல் எழுந்து, ‘இந்தக் கேள்விக்கு இறுதியில் பதில் அளிக்கப்படும்’ என்றார்.

‘இவர் விசாரித்தவரை ஏதும் அகப்பட்டதா என்று கேட்க விரும் புகிறேன்’ என்று கணேஷ் கேட்க...

‘கணேஷ்... உங்கள் குறிக்கோள், தினேஷ்குமார் முன்னேற்பாடு செய்யவில்லை என்று நிரூபிப்பதுதானே? அதை நான் குறித்துக் கொண்டு விட்டேன்’ என்றார் ஜட்ஜ்.

‘நன்றி. தட்ஸ் ஆல் யுவர் ஆனர்.’

அடுத்து டாக்டர் பாபு அழைக்கப்பட்டார். அவர் மருத்துவமனை யில் ட்யூட்டியில் இருந்த டாக்டர் என்றும், சம்பவம் நடந்த அன்று பாத்ரூமில் நான் என் மனைவியின் கழுத்தை நெரித்து பக்கெட் தண்ணீரில் முக்கி தலையையும் தூக்கிக்காட்டி ‘இறந்து விட்டாள்’ என்று நான் கூறியதுபோன்ற எல்லா விவரங்களையும் உண்மையாகக் கூறினார்.

கணேஷ், டாக்டர் பாபுவைக் குறுக்கு விசாரணை செய்யும் போது, ‘இவர் எதற்காக ஆஸ்பத்திரியில் அனுமதிக்கப்பட்டார்?’ என்று கேட்டார்.

‘ஒரு எம்.ஆர்.ஐ. ஸ்கானுக்காக.’

‘ஸ்கான் எதற்காக?’

‘மூளையில் கட்டி ஏதாவது இருக்கிறதா என்று கண்டுபிடிப்பதற்கு.’

‘இவருக்கு என்ன உபாதை?’

‘மண்டைக்குள் குரல்கள் ஒலிக்கிறதாம்...’

‘உங்கள் தொழில் அனுபவத்தில் இந்த மாதிரி உபாதைகளைப் பார்த்ததுண்டா?’

‘உண்டு. அதை ஆடிட்டரி ஹலுஸினேஷன் என்று சொல்வார்கள். ஷ்கிட்ஸோஃப்ரினியாவில் சிலருக்கு இது ஃபர்ஸ்ட் ரேங்க் ஸிம்ப்டம்.’

‘தினேஷ்குமார் மனைவியைக் கொன்றதற்கு இந்த ஆடிட்டரி ஹலுஸினேஷன்தான் காரணம் என்று சொல்லலாமா?’

‘அப்ஜெக்‌ஷன் யுவர் ஆனர்... டாக்டரின் வாக்குமூலத்தின்மேல் மட்டும் நண்பர் குறுக்கு விசாரணை செய்தால் போதும். அபிப்ராயம் கேட்க நாங்கள் ஸ்பெஷலிஸ்டுகளைக் கொண்டு வரத்தான் போகிறோம்’ என்றார் பப்ளிக் பிராஸிக்யூட்டர்.

‘யெஸ் மிஸ்டர் கணேஷ்.’

‘நாங்களும்தான்! டாக்டர், நீங்கள் பார்த்தபோது இவர் எந்த நிலையில் இருந்தார்?’

‘சாந்தமாக!’

‘கிட்டே வராதே என்று பயப்படுத்தினாரா? ஆயுதம் ஏதாவது காட்டி மிரட்டினாரா?’

‘இல்லை!’

‘முக அமைப்பு எப்படி இருந்தது?’

‘சாந்தமாக!’

‘உங்கள் அனுபவத்தில் மனைவியைக் கொன்றவர்கள் இத்தனை அமைதியாக இருந்து பார்த்திருக்கிறீர்களா?’

‘மனைவியைக் கொன்றவர்களை நான் அதிகம் சந்தித்ததில்லை’ என்று டாக்டர் சொன்னதற்கு, ஜட்ஜ் சிரித்துவிட்டு, ‘டாக்டர், தினேஷ்குமாரை நீங்கள் மனச் சிதைவுற்றவர் என்று சொல்வீர்களா?’ என்றார்.

‘மாட்டேன்!’

‘ஏன்?’

‘அவர்மேல் நாங்கள் செய்த மற்ற பரிசோதனைகள் இதை நிரூபிக்கவில்லை.’

‘சம்பவம் நடந்த சமயத்தில் அவர் மனச் சிதைவுற்றிருக்கலாம் அல்லவா?’ என்றார் கணேஷ்.

‘இருக்கலாம். சில சமயம் அவ்வாறு நிகழ்வதுண்டு. டெம்பரரி இன்ஸானிட்டி என்று!’

‘இவர் அவ்வாறு அந்தச் சமயத்தில் இருந்தாரா?’ என்று ஜட்ஜ் கேட்க...

‘இல்லை. ஏனெனில் மற்ற விஷயங்களில் அவர் மிகத் தெளிவாகவே நடந்துகொண்டார். பதற்றம் இல்லை. வியர்வை இல்லை. உதடுகள் துடிக்கவில்லை. ஏதோ ‘இன்று வியாழக் கிழமை’ என்று சொல்வதுபோல் ‘நான் இவளைக் கொன்று விட்டேன்’ என்றார். சில சமயம் பச்சை ரத்தக் கொலைகாரர்கள் கூட அவ்வாறு நடந்துகொள்வதுண்டு’ என்றார் டாக்டர் பாபு.

‘அப்படி எத்தனை கொலைகாரர்களை நீங்கள் சந்தித்திருக்கிறீர்கள்?’ கணேஷ் கேட்டதும், டாக்டர் பாபு, கணேஷை முறைத்துப் பார்த்துவிட்டு, ‘இவர்தான் முதல்’ என்று என்னைச் சுட்டிக் காட்டினார்!

நீதிபதி, ‘டாக்டர் பாபு! இது ஒரு முக்கியமான கேள்வி. நீங்கள் தான் அந்தப் பெண்ணைக் கொலையுண்டபின் முதலில் பார்த்தவர். அந்தச் சமயம் அவள் எந்த நிலையில் இருந்தாள்? உடலில் பலாத்காரத்துக்கான அறிகுறிகள், ரத்தக் காயம் ஏதும் தெரிந்ததா?’ என்று கேட்டார்.

இல்லை. வாய் மட்டும் லேசாகத் திறந்திருந்தது. இவ்வாறு ‘ஆ...!’

XIX

டாக்டர் பாபுவை கணேஷ் தொடர்ந்து கேள்வி கேட்கையில், 'இவர் உங்கள் கிளினிக்கில் சிகிச்சைக்கு அனுமதிக்கப்பட்டிருந்தார் அல்லவா?'

'ஆமாம்.'

'தினேஷ்குமார் தற்கொலை முயற்சிகள் எடுத்துக் கொண்டார் அல்லவா?'

'ஆம். அப்படித்தான் சொன்னார்கள். இதற்கு...'

'தட்ஸ் ஆல் யுவர் ஆனர்.'

'சர்க்கார் வக்கீல் மறுபடி எழுந்து, 'அந்தத் தற்கொலை முயற்சிகளைக் கொஞ்சம் விவரமாகச் சொல்கிறீர்களா?' என்று கேட்க...

'தேவையில்லை' என்றார் கணேஷ்.

'தேவைதான். நண்பர் அதைப் பற்றிக் கேள்வி கேட்டதில் மாண்புமிக்க நீதிபதி அவை நிஜமாகவே தற்கொலை முயற்சிகள்தானா அல்லது கொலை முயற்சியா என்று தெரிந்துகொள்ளவேண்டும்.'

டாக்டர் பாபு, 'தினேஷ்குமார் காரில் சென்று கொண்டிருக்கும்போது சட்டென்று காரைத் திசை திருப்பி ஒரு பஸ்ஸின் முன் செலுத்தி அவருடன் பணி செய்துகொண்டிருந்த நண்பரின் மரணத்துக்குக் காரணமாக இருந்தார்.'

'ட்ரூ மிஸ்டர் கணேஷ்?' என்று நீதிபதி கணேஷைப் பார்க்க...

'நான் அந்தச் சம்பவத்தைச் சொல்லவில்லை. டெல்லியில் ஒரு முறை பால்கனியில் இருந்து வெளியே குதிக்க முற்பட்டார்.'

'அதைப் பற்றி எனக்கு விவரம் தெரியாது' என்று டாக்டர் பாபு சொல்ல, சர்க்கார் தரப்பு வக்கீல், 'குதித்தாரா அல்லது தள்ளினாரா' என்று கேட்க, எல்லோரும் சிரித்தார்கள்.

'நம் நண்பர் ஒரு நேரடியான இரக்கமில்லாத குற்றத்துக்கு மனோதத்துவப் பூச்சு கொடுக்கிறார்.'

'வாட்ஸ் தி மோட்டிவ் மை டியர் ஃப்ரண்ட்' என்று கணேஷ் அவரைக் கேட்க,

'எத்தனையோ இருக்கலாம்' என்றார். 'பொறாமை, சந்தேகம், அவர் வாழ்க்கையின் அத்தனை கணங்களையும் கொண்டு வந்தால்தான் காரணம் முழுமையாகச் சொல்ல முடியும்.'

'அதைப் பற்றி அப்புறம் பேசலாம். இப்போது சாட்சிகளை விசாரிக்கலாம்' என்றார் நீதிபதி.

சர்க்கார் தரப்பிலிருந்து வக்கீல், 'எனக்கு இன்னும் சில சாட்சிகள் இருக்கிறார்கள். நர்ஸ், ஆடர்லி மற்றும் அலுவலகத்தில் அவருடன் பணிபுரிந்த மதுசூதனன்...'

நர்ஸின் சாட்சியம் பெரும்பாலும் நடந்ததை விவரிப்பதாக இருந்தது. மதுசூதனன் டேட்டா என்ட்ரி செக்ஷனில் இருந்தவன், எப்போதோ சந்தித்திருக்கிறேன்.

'மிஸ்டர் மதுசூதனன், தினேஷ்குமார் எப்போதாவது தன் இல்வாழ்க்கையைப் பற்றிப் பேசியிருக்கிறாரா?'

'பேசியிருக்கிறார்... மிக மிக அவசரப்பட்டு கல்யாணம் செய்து கொண்டு விட்டதாகச் சொல்லியிருக்கிறார்.'

'அவர் ஆபீஸில் பெண் சிப்பந்திகளுடன் எப்படிப் பழகுவார்?'

'அன்னியோன்யமாகப் பழகுவார். எல்லோரையும் பேர் சொல்லிக் கூப்பிடுவார். அடிக்கடி அவர்களைத் தன் அறைக்கு அழைப்பார்.'

'அவர்களில் யாருடனாவது அவருக்குக் கொஞ்சம் ஆபீஸுக்கு அப்பாற்பட்ட சிநேகம் இருந்ததா?'

'மீரா என்கிற பெண்ணுடன் மாலை நேரங்களில் ஆபீஸ் முடிந்த பிற்பாடும் அறையில் பார்த்திருக்கிறேன்.'

வஸந்த் அந்த மதுசூதனனை மிகத் திறமையாகக் குறுக்கு விசாரணை செய்தார்.

'மிஸ்டர் மதுசூதனன் எத்தனைமுறை தினேஷ்குமாரை நீங்கள் ஆபீஸ் விஷயமாகப் பார்த்திருப்பீர்கள்?'

'ஞாபகமில்லை.'

'மற்றதெல்லாம், மீராவின் பெயர் உள்பட, ஞாபகம் இருக்கிறது. இது மட்டும் ஞாபகமில்லையா? உங்கள் பணி என்ன?'

'டேட்டா என்ட்ரி ஆபரேட்டர்.'

'அவர் பணி என்ன?'

'ஆர் அண்ட் டியில் இருக்கிறார்.'

'அலுவலகப்படி உங்கள் வேலைக்கும் அவர் வேலைக்கும் ஏதாவது ஸ்நான ப்ராப்தி சம்பந்தம் உண்டா?'

'இல்லை, ஆனால், அவர் எல்லாரையும் அறையில் அழைத்துப் பேசுவார்.'

'அதேபோல் பெண்களையும் அவர் அழைத்துப் பேசியிருக் கலாம் அல்லவா?'

'இருக்கலாம்... ஆனால்...'

'அவர் எப்போதாவது உங்களிடம் வந்து 'என் மனைவி சரியில்லை. ஏமாற்றுகிறாள்' என்று முறையிட்டிருக்கிறாரா? எப்போதாவது ஒரு கொலை செய்வதற்குரிய ஆயத்தங்களைப் பற்றிப் பேசியிருக்கிறாரா?'

'இல்லை...'

'சரியாக ஞாபகப்படுத்திப் பாருங்கள்... தினேஷ்குமாருடன் நீங்கள் ஆபீஸில் எத்தனை முறை பேசியிருக்கிறீர்கள்?'

'ஒரு தடவை... இரண்டு தடவை...'

'நீங்கள் ஒரு தடவைகூட அவருடன் பேசியதில்லை என்கிறேன்.'

'அவர் மற்றவரிடம் பேசும்போது அருகில் இருந்திருக்கிறேன்.'

'ஹியர்... ஸே... யுவர் ஆனர். இதைக் குறித்துக்கொள்ள வேண்டும். மிஸ்டர் மதுசூதனன், உங்கள் அலுவலகம் எங்கே?'

'தேனாம்பேட்டையில்.'

'தினேஷ்குமாரின் அலுவலகக் கட்டடமும் அங்கேதான் உள்ளதா?'

'இல்லை... பீட்டர்ஸ் ரோட்டில். ஆனால்...'

'தட்ஸ் ஆல் யுவர் ஆனர்!'

சர்க்கார் தரப்பு சாட்சிகள் முடிந்தபின், முதல் சாட்சியாக டாக்டர் மேகநாத் டிஃபன்ஸ் தரப்பில் அழைக்கப்பட்டார். மேகநாத்தின் அலுவல்கள், படித்த படிப்பு, அவர் மனோதத்துவத்தில் ஏறக்குறைய இந்த நாட்டின் தலை சிறந்த விற்பன்னர் என்பதையெல்லாம் அதிகம் அலட்டிக்கொள்ளாமல் கணேஷ் தன் கேள்விகளில் வெளிக்கொணர்ந்தார்.

'டாக்டர் மேகநாத், தினேஷ்குமார் உங்களிடம் எந்த நிலையில் வந்தார்?'

'பரபரப்பாக இருந்தார். குரல்கள் கேட்பதாகச் சொன்னார்.'

'அந்தக் குரல்கள் அவரை என்ன கேட்டன என்று சொன்னாரா?'

'செத்துப் போ என்று வற்புறுத்துவதாக!'

'அவருக்கு என்ன வியாதி?'

'ஸ்கிட்ஸோஃப்ரினியாவின் சைக்கோட்டிக் சிம்டம்களில் இது 'தாட் இன்ஸர்ஷன்' என்று சொல்வார்கள். தன் மனத்தில் மற்றொருவர் எண்ணங்களை விதைக்கிறார் என்று. மற்றும் குரல்களும் கேட்பதுண்டு...'

'குரல்கள் எத்தனை வகைப்படும்?'

'ரீங்காரத்தில் இருந்து பல குரல்கள்! உரையாடுவதுபோல இருக்கலாம். அல்லது ஒற்றைக் குரல் 'ஒரு காரியத்தைச் செய்'

என்று தொடர்ந்து சொல்லலாம். தெளிவாக இருக்கலாம். தெளிவின்றி இருக்கலாம். தெரிந்த குரலாக இருக்கலாம். பெண் குரலாக இருக்கலாம். தன் குரலாகவும் இருக்கலாம்.'

'இவருக்குக் கேட்ட குரலை எப்படி வகைப்படுத்துவீர்கள்?'

'கமாண்ட் ஹலுஸினேஷன் என்று... ஏதாவது செய்யச் சொல்லும் கட்டளைக் குரல்.'

'அந்தக் குரல் யாரையாவது காயப்படுத்தச் சொல்லலாம் அல்லவா?'

'ஆம்!'

'அவ்வாறான நிலையில் நீங்கள் என்ன செய்வீர்கள்?'

'இம்மாதிரி பேஷண்டுகளை அபாயகரமானவர்களாகக் கருதுவோம்!'

'தினேஷ்குமாரை அபாயகரமானவராகக் கருதினீரா?'

'ஆம்... அதற்காக உடனே மருந்தும் கொடுத்தேன்...'

'குணம் இருந்ததா?'

'ஆம். அதனுடன் பலவிதமான பரிசோதனைகளும் செய்தோம். ஸ்கான் எடுத்தோம். இந்த உபாதை உள்ளவர்களுக்கு மூளைக்குச் செல்லும் வெண்ட்ரிக்கிள் ரத்த நாளம் கொஞ்சம் அகலமாக இருக்கலாம். அல்லது மூளையில் கட்டி இருக்கலாம். அதன்பின் மனோதத்துவப் பரீட்சைகள் செய்தோம். முதலில் தோராஸின் வகை மாத்திரைகளைக் கொடுத்ததில் அது கட்டுப்பாட்டுக்கு உட்பட்டு வந்ததாகத் தெரிந்தது. அந்த மாத்திரை சாப்பிட்டு வந்தார்.'

நீதிபதி குறுக்கிட்டு, 'டாக்டர், நீங்கள் சொல்வதுபோல் அவர் அபாயகரமானவர் என்பதை அவர் குடும்பத்தினருக்கோ அல்லது வேறு யாரிடமோ சொன்னீர்களா?'

'சொன்னேன். அவருடைய மேலதிகாரி சுதர்சன் ராஜா என்பவரிடம் சொன்னேன். கொஞ்ச நாள் கிளினிக்கில்தான் இருந்தார். மாத்திரை சாப்பிட்டதும் குரல்கள் ஓய்ந்து விடுவதாகச் சொன்னார். அதனால் தன்னிச்சையாகக் குரல்கள் கேட்ட

மாத்திரத்தில் அவரை மாத்திரை போட்டுக்கொள்ளச் சொன்னோம்.'

கணேஷ், 'டாக்டர், தினேஷ்குமாரை நீங்கள் எத்தனையோ பரிசோதனைகள் செய்தீர்கள். அவர் இந்தக் குரல்களின் வற்புறுத்தல் இல்லாமல் தன்னிச்சையாகத் தன் மனைவியைக் கொல்லக் கூடியவரா?'

'இல்லை. நிச்சயமாக இல்லை. மனைவியிடம் அவர் அன்பாகப் பழகினார். அவர் மனைவியும் தாயாரும் அவருக்குக் கவலையுடன் பலவித சிகிச்சைகளுக்கு ஏற்பாடு செய்தார்கள். மலையாள வைத்தியம், மாந்த்ரீகம் உட்பட... அதற்கெல்லாம் பொறுமையாகத் தன்னை உட்படுத்திக்கொண்டார். அவருக்குத் தன் வியாதியை குணப்படுத்திக்கொள்ளவேண்டும் என்கிற இச்சை இருந்திருக்கிறது.'

என் கண்களில் நீர் வடிவதை ஜட்ஜ் கவனித்தார்.

'இந்தச் செயலைப் பின் எப்படி விவரிப்பீர்கள்?'

'இந்தச் செயல் ஒரு விபத்துபோல... அந்தக் குரல் கேட்கும் போது அவர் அவராக இல்லை.'

'இந்தச் செயலுக்கு அவர் பொறுப்பா?'

'இல்லை.'

'எப்படிச் சொல்கிறீர்?'

'கூண்டில் இருக்கும் மிருகம் ஒரு ஆளை அடித்துப்போடுவது போலத்தான் இது... விபத்து.'

ஜட்ஜ், 'அப்படியெனில் இந்த மிருகத்தைக் கூண்டில் இட்டிருக்க வேண்டுமல்லவா. வெளியே உலவவிட்டது தப்பல்லவா?'

'மிருகத்தை அடையாளம் கண்டுகொள்ள முடிகிறது. மனம் என்னும் மிருகத்தை அத்தனை சுலபமாக அடையாளம் கண்டு கொள்ள முடிவதில்லை. அதுதான் பிரச்னை!'

ஜட்ஜ் தொடர்ந்து, 'இந்த ஷ்கிட்ஸோஃப்ரினியாவுக்குக் காரணம் கண்டுபிடிக்கப்பட்டு விட்டதா?'

‘மருத்துவ சாஸ்திரத்தில் நீண்ட நாள் ஆராய்ச்சி இதுதான். இன்றைய நாட்களில் அது வம்சத்திலிருந்து வருகிறது என்பதற் கான வலுவான சாட்சியங்கள் உள்ளன. அது ஒரு சித்தாந்தம்... ந்யுரோ ட்ரான்ஸ்மிட்டர்கள். டோப்போமின் ரிசப்டர்கள்... மூளையில் உள்ள டோப்போமின் ரிசப்டர்கள் காரணமாக இருக்க லாம் எனவும் நம்புகிறார்கள். எத்தனையோ... ந்யுரோ பெப் டைட்ஸ், ந்யுரோ எபினெஃப்ரின், வைரஸ் இம்யுன் சிஸ்டம் எனப் பல காரணங்களை அலசிக் கொண்டிருக்கிறார்கள்.’

‘மொத்தத்தில், காரணம் இன்னும் தீர்மானமாகக் கண்டுபிடிக்க வில்லை என்று தெரிகிறது?’

‘ஆம்.’

கணேஷ், சர்க்கார் தரப்பு வக்கீலிடம், ‘யுவர் விட்னஸ்! நீங்க இனிமே இவரைப் போட்டுக் குழப்பலாம்’ என்றபோது அவர் எழுந்து புன்னகையுடன் ‘நோ கொஸ்டின்ஸ் யுவர் ஆனர்’ என்றார்.

கணேஷ், ‘ஆ...!’

டாக்டர் மேகநாத்திடம் தான் குறுக்கு விசாரணை செய்ய விரும்பவில்லை என சர்க்கார் தரப்பு வக்கீல் கூற...

இதைக் கேட்ட நீதிபதி, சற்றே ஆச்சரியப்பட்டு சர்க்கார் தரப்பு வக்கீலிடம், 'ஆர் யூ ஷ்யூர் தங்கமணி? இந்தச் சாட்சியை நீங்கள் குறுக்கு விசாரணை செய்ய விரும்பவில்லையா?' என்று கேட்டார்.

'யுவர் ஆனர்! டாக்டர் மேகநாத் அவர் துறையில் விற்பன்னர் என்பதை எல்லோரும் ஒப்புக்கொள் கிறார்கள். அவர் சொன்ன மருத்துவ சம்பந்தமான விஷயங்களையெல்லாம் நாங்கள் மறுக்க விரும்ப வில்லை. சர்க்கார் தரப்பில் நாங்கள் பம்பாயிலிருந்து டாக்டர் தேசாய் என்பவரை அழைக்க விரும்பி னோம். அவரால் வர முடியவில்லை...'

'வேண்டுமெனில் அவரை கோர்ட் விட்னசாக அழைக்கலாம்... என்ன மிஸ்டர் கணேஷ்?'

'எங்களுக்கு ஏதும் ஆட்சேபணை இல்லை. ஏன், பெங்களூர் நிம்ஹான்ஸிலிருந்தும் அழைக்கலாம்...'

'டாக்டர் மேகநாத், உங்கள் கணிப்பப்படி தினேஷ் குமார் தன் சுய புத்தியுடன் இந்தக் காரியத்தைச் செய்யவில்லை என்று சொல்கிறீர்களா?' எனக் கேட்டார் நீதிபதி.

‘ஆம்... அந்தக் கணத்தில் மனம் அவர் கட்டுப்பாட்டில் இல்லை...’

‘இந்த மாதிரி ஆசாமிகளை சமூகம் அல்லது சட்டம் என்ன செய்யவேண்டும் என்று சொல்கிறீர்கள்?’

‘குணப்படுத்த வேண்டும்!’ என்றார் டாக்டர்.

சர்க்கார் தரப்பு வக்கீல் தங்கமணி நக்கலாக, ‘குணப்படுத்துவதற்குள் எத்தனை பேரைக் கொல்ல வேண்டியிருக்கும்?’ என்று கேட்க,

‘இதற்கு நான் பதில் சொல்ல விரும்பவில்லை...’ என்றார் டாக்டர்.

‘டாக்டர் ஒரே ஒரு கேள்வி... மிஸ்டர் சுதர்சன் ராஜா உங்களுக்கு நீண்ட நாள் நண்பர் அல்லவா?’ என்று வக்கீல் கேட்க...

கணேஷ், ‘அப்ஜெக்ஜன் யுவர் ஆனர்... இந்தக் கேள்வி டாக்டரின் யோக்கியத்தைச் சந்தேகப்படுவதாக இருக்கிறது...’ என்று குறுக்கிட்டார்.

‘என் கேள்வி மிக எளிய கேள்வி. நான் என்ன சொல்லி விட்டேன்?’ என்றார் பப்ளிக் ப்ராஸிக்யூட்டர்.

‘அவர் சுதர்சன் ராஜாவின் நீண்ட நாள் நண்பர் என்பதால் சாதகமாகச் சாட்சி சொல்வார் என்பது அவருக்கு மாசு கற்பிப்பது...’ என்றார் கணேஷ்.

நீதிபதியை இருவரும் பார்க்க, அவர், ‘பாயிண்ட் டேக்கன். இந்தக் கேள்வியை இனியும் மன்றாடவேண்டாம். தாங்க் யூ டாக்டர்... உங்கள் சாட்சியம் சுவாரஸ்யமாக, தெளிவாக இருந்தது. பை தி வே, சுதர்சன் ராஜா உங்கள் நண்பரா?’ என்று கேட்டார்.

‘ஆம்...’

பப்ளிக் பிராஸிக்யூட்டர் புன்னகையுடன் கணேஷைப் பார்க்க, கணேஷ், ‘எங்கள் அடுத்த சாட்சி, குற்றம் சாட்டப்பட்டிருக்கும் தினேஷ்குமார்...’ என்றார்.

நீதிபதி என்னிடம், ‘மிஸ்டர் தினேஷ்குமார்... நீங்கள் இந்தச் சாட்சி சொல்லத் தேவையில்லை. மறுக்கலாம். அதற்கு உங்களுக்கு உரிமை இருக்கிறது. அது உங்களுக்குத் தெரியுமல்லவா?’ என்றார்.

‘தெரியும்!’ என்றேன்.

முதலில் என் பூர்வீகங்களையும், படித்த படிப்பு, செய்யும் தொழில், எப்போது கல்யாணமாயிற்று போன்ற விவரங்களை யும் கேட்டுவிட்டு, குரல் பற்றிய கேள்விகளுக்கு வந்தார் கணேஷ்.

‘குரல் உங்கள் குரலா?’

‘இல்லை, சர்மாவின் குரல்... ஒவ்வொரு சந்தர்ப்பத்திலும் ‘இது தான் சான்ஸ். இங்கே வந்துவிடு! இங்கே என்னவெல்லாமோ சுகங்கள் இருக்கும்’ என்றது அந்தக் குரல்...’

‘அந்தக் குரலுக்கு உடன்பட்டு ஏதாவது செய்திருக்கிறீர்களா?’

‘ஆம்... இரண்டு மூன்று முறை...’

‘என்ன செய்தீர்?’

‘ஒரு முறை தன்னிச்சையாக என் கையில் ப்ளேடால் வெட்டிக் கொண்டு ரத்தம் சொட்டுவதைப் பார்த்துக்கொண்டே இருந் தேன்.

‘ரவி என்னும் ஆபீஸ் நண்பனுடன் காரில் சென்றுகொண் டிருக்கும்போது, பஸ்ஸின் பாதையில் காரைத் திருப்பி ஏற்பட்ட விபத்தில் நான் தப்பித்தேன். அவன் இறந்துவிட்டான். டெல்லி யில் ஒரு முறை ஓட்டல் பால்கனியில் இருந்து குதிக்க முற் பட்டேன்...’

‘அப்போதெல்லாம் சுயகாரியமாகச் செய்தீரா... குரலின் வற்புறுத்தலிலா?’

‘குரலின் வற்புறுத்தல்பேரில்தான்! என் மனச்சாட்சியிடமிருந்து ‘செய்யாதே’ என்ற எச்சரிக்கைகள் தோன்றும். அதையும் மீறி அந்தக் குரல் என்னை ஆக்கிரமித்துக்கொள்ள, என் மனத்துக்குள் போராட்டங்கள் நிகழும்...’

‘இதற்காக டாக்டரிடம் சென்றீர்களா?’

‘டாக்டர் மேகநாத் எனக்கு ட்ரீட்மெண்ட் கொடுத்தார். அவர் கொடுத்த மாத்திரைகளால் எனக்குத் தாற்காலிகமாக நிவாரணம் கிடைத்தது. முதலில் ‘ஆபரேஷன் பண்ணவேண்டும்’ என ஒரு

டாக்டர் சொன்னார். அப்புறம் 'ஆபரேஷன் தேவையில்லை' என்று சொன்னார். மருந்துகளினால் குணம் ஏற்பட்டது. அந்த மருந்தை விழுங்கினால் குரல்களின் காட்டம் குறையும். எப் போதும் அந்த மருந்தை வைத்திருப்பேன்...'

'சர்மா என்பது யார்?'

'திருச்சியில் சிந்தாமணி ஸ்கூலில் கரஸ்பாண்டெண்டாகவும் சமஸ்கிருத வாத்தியாராகவும் இருந்தவர்...'

'அவர் இப்போது இருக்கிறாரா?'

'இல்லை... அவர் கொலை செய்யப்பட்டார். அவர் மனைவி ஜயலட்சுமியால்!'

'மிஸ்டர் கணேஷ், இந்த கேஸுடன் அவர்களுக்கு என்ன சம்பந்தம்? இருக்கிற குழப்பம் போதாதென்று புதுசாக இதை எதற்காகக் கொண்டுவருகிறீர்?' என்றார் நீதிபதி.

'யுவர் ஆனர். அந்தக் குரலுக்குச் சொந்தக்காரர் இறந்துபோன சர்மா என்று நிறுவ அருமையான சாட்சியங்கள் இருக்கின்றன. இது ஒரு ஆச்சரியகரமான கேஸ்!'

'இந்தப் பாதையில் செலுத்துவதில், நீங்கள் இந்த கேஸை ஒரு விதமான சூப்பர்நேச்சுரல் தளத்துக்குக் கொண்டுசெல்கிறீர்கள். அங்கீகரிக்கப்படாத எந்த சாஸ்திரத்தையும் இந்த கோர்ட் ஏற்றுக் கொள்வதற்கில்லை. அது உங்கள் வழக்கைப் பாதிக்கும் என்று இப்போதே எச்சரிக்க விரும்புகிறேன்...'

கணேஷும் வஸந்தும் கூடிப் பேசிக்கொண்டார்கள். அதன்பின், 'யுவர் ஆனர்... தினேஷ்குமார் சில காரியங்களைத் தன்னிச்சை யில்லாமல் செய்தார். திடீரென்று ஒரு ரயிலில் ஏறித் திருச்சிக்குப் போனார். திருச்சியில் அவருக்குப் பரிச்சயமில்லாத பெயர்கள் அவர் ஞாபகத்தில் வந்தன. அவர் மனத்தில் தோன்றிய அத்தனை சம்பவங்களும் சுமார் நாற்பது வருடங்களுக்குமுன் திருச்சியில் நடந்திருக்கின்றன என்பதற்கு ஆதாரமாகச் செய்தித்தாள் கட்டிங் குகள், கடிதங்கள் எல்லாம் இருக்கின்றன...' என்றார் கணேஷ்.

'சரி. அதனால் என்ன ஸ்தாபிக்க விரும்புகிறீர்?' என்றார் நீதிபதி.

'இது வழக்குக்குச் சம்பந்தமில்லாத விஷயம், யுவர் ஆனர்...' என்றார் சர்க்கார் வக்கீல்.

'தினேஷ்குமாரின் செயலுக்கு உந்து சக்தி ஒரு முன்ஜென்மத்து துரோகம் என்பதை...'

'கமான்! இதை கோர்ட் நம்பவேண்டும் என்கிறீர்களா?'

'நம்புவதும் நம்பாததும் பிரச்னை இல்லை. மனம் என்னும் விசித்திர நடத்தையில் இந்தச் சரித்திரம் பொருந்துகிறது...'

'சரி, இவருடைய மனம் விசித்திரமானது என்பதை நீங்கள் நிரூபித்து விட்டீர்கள்... மேற்கொண்டு குழப்பாதீர்கள்...'

'அவர் சொல்வதைக் கேட்கலாம் அல்லவா?'

'அது ஏதும் பயனில்லாத சமாசாரம்... நேர விரயம். 'அவருக்குக் குரல் கேட்டது... குரலின் ஆதிக்கத்தால் அவர் தன் மனைவியைக் கொன்றார்.' இதைத்தானே ஸ்தாபிக்க விரும்புகிறீர்கள்?'

'கொன்றது அவர் அல்ல என்பதை!'

'சரி, கொன்றது அவர் சரீரம்... அவ்வளவுதானே?'

கணேஷ் அந்த பதிலிலும் திருப்தி அடையாமல் மேற்கொண்டு என்னைக் கேள்விகள் கேட்டார்.

'மிஸ்டர் தினேஷ்குமார்... நீங்கள் உங்கள் மனைவியோடு எப்போதாவது தீவிரமாகச் சண்டை போட்டிருக்கிறீர்களா?'

'இல்லை...'

'உங்கள் மண வாழ்வு எப்படி இருந்தது?'

'மிகவும் சந்தோஷமாக...'

'பின் ஏன் நீங்கள் அவரை பலாத்காரமாக கழுத்தை நெரித்தீர்கள்?'

'நெரிக்கவில்லை... மேலும் செத்தது அவள் இல்லை...'

'வாட்!' என்றனர் சர்க்கார் வக்கீலும் நீதிபதியும்.

'ஆம்! இறந்தது ஜயலட்சுமி. அதைத்தான் நான் திரும்பத் திரும்பச் சொல்லி வருகிறேன். ஜயலட்சுமி சர்மாவின் மனைவி. அவள் சர்மாவை விஷம் வைத்துக் கொன்றதற்கு அத்தாட்சிகள் இருக் கின்றன. அந்த கேஸ் ரிப்போர்ட்டே வைத்திருக்கிறேன்.

ஜயலட்சுமி தன் காதலன் பண்டரிக்கு எழுதிய கடிதங்கள் இருக்கின்றன. அவர்கள் பாலத்துக்கடியில் சந்தித்தது... சர்மா சந்தேகப் பட்டது... 'குழந்தை தன்னுடையது இல்லை' என்று சர்மா சந்தேகப்பட்டு, அதைக் கீழே போட்டுக் கொன்றது... பண்டரி, ஜயலட்சுமி கரூருக்குச் சென்றுவிட்டது... அதன்பின் கோபாலன், பண்டரி, ஜயலட்சுமி மூவரும் சேர்ந்து சர்மாவைக் காவிரிக் கரைக்கு நிலாச் சாப்பாட்டுக்கு அழைத்து, அவருக்கு விஷம் வைத்துக் கொடுத்தது... அதே விஷத்தை கோபாலன், மற்றவர்களுக்குக் கொடுத்துவிட்டது... மணலில் நான்கு பிணங்களும் கிடந்தன! அந்தக் காலத்தில் மிகப் பரபரப்பாகப் பேசப்பட்ட ஒரு கேஸ் அது... அந்த துரோகத்துக்குத்தான் சர்மா என் உள்ளே புகுந்து ஜயலட்சுமியைப் பழி வாங்கிவிட்டார். செத்தது தேவகி இல்லை. ஜயலட்சுமி! தேவகி சாகலை... வந்திடுவா. வரப் போறா. தேவகியை நான் கொல்லவில்லை. அதனால் நான் எந்தக் குற்றமும் செய்யவில்லை. அவங்க ரெண்டு பேரும் என் மூலமா, போன ஜென்மத்துப் பழியைத் தீர்த்துக்க...'

'ஸ்டாப் இட்! இது சுத்தப் பைத்தியக்காரத்தனம்!' என்றார் நீதிபதி.

'எக்ஸாக்ட்லி யுவர் ஆனர்! நாங்களும் அதைத்தான் ஸ்தாபிக்க விரும்புகிறோம்...'

நீதிபதி தன் முகத்தைத் துடைத்துக்கொண்டு கோர்ட்டை ஒத்திப் போட்டார்.

சாயங்காலம் எல்லோரும் கணேஷின் அறையில் கூடியிருந்தோம். வஸந்த் புத்தகங்கள் படித்துக்கொண்டிருக்க, கணேஷ், 'ரீஇன்கார்னேஷன்ங்கறதுல நமக்கு நம்பிக்கை இல்லா விட்டாலும், இதை கோர்ட்டிலே தினேஷ்குமார் அப்படியே அப்பட்டமாச் சொன்னது, அவர் கேஸ்ல சாதகமாயிடுச்சு. ஜட்ஜ் இந்த மாதிரி சாட்சியத்தை லைஃப்லயே கேட்டிருக்க மாட்டார்!' என்றார்.

'அதனாலதான் சாரை அப்படியே நெல்லிக்கா மூட்டையை அவுத்து விட்டுரச் சொல்லிட்டோம்...' என்றார் வஸந்த்.

'வஸந்த்! மூட்டை இல்லை இது...' என்றேன் கோபத்துடன்.

'ஆ... கமான் சார்! என்னவோ மண்டைக்குள்ள குரல் கேட்டுது, கொன்னுட்டீங்க... அவ்வளவுதான். நம்மை நாமே ஏமாத்திக்க வேண்டாம்...'

‘பின் இந்தக் கடிதங்கள், சாட்சியங்கள்?’

‘ஒரு வக்கீல்கிட்டே கொடுத்தா ஊத்திரும். சர்மா, ஜயலட்சுமி இவங்களைப் பத்தின அத்தனை விவரம், முதல்லேயே படிச்சு வெச்சுக்கிட்டு, அப்புறம் நீங்க இந்தக் கதையை ஜோடிச்சு இருக்கலாம் இல்லையா? இது ஒண்ணும் பெரிய விஷயம் இல்லீங்க... நாங்க அதுக்காக இந்தக் கதையைக் கொண்டு வரலை. ஜட்ஜ் இதைக் கேட்டு நீங்க பைத்தியக்காரர்னு முடிவு பண்ண வேண்டியதுக்காகத்தான் ரொம்ப ரிஸ்க் எடுத்துக்கிட்டுக் கொண்டு வந்தோம். தமிழ் சினிமா ப்ளாட் மாதிரி வொர்க் அவுட் ஆயிருச்சு!’

‘அப்ப நீங்க எதையும் நம்பலை?’

‘எப்ப நம்புவோம்னு சொல்லட்டுமா? சர்மா, பண்டரியைப் பழி வாங்கியிருக்கலாம்னு சொன்னீங்கல்ல? இந்த ஜென்மத்துல பண்டரி யாரு... அவர் செத்திருந்தா, கரி மூட்டையோ, என்னவோ சொன்னீங்களே... எந்தக் கரி மூட்டை, எந்த ஸ்தலம்னு சர்மா கிட்டே கேட்டுக் சொல்லுங்க. தோண்டிப் பார்த்து பண்டரியோ, அவருடைய முண்டமோ ஆப்ட்டா நம்பறோம்!’

கணேஷ், வஸந்த்மேல் ஒரு புத்தகத்தை எறிய... பாசாங்குடன் சப்தமிட்டார்: ‘உஸ்ஸ்... ஆ...!’

மறுதினம் நான் சர்க்கார் தரப்பு வக்கீலால் குறுக்கு விசாரணை செய்யப்பட்டேன்.

'மிஸ்டர் தினேஷ்குமார், எப்படி இருக்கீங்க?'

'நல்லாத்தான் இருக்கேன்.'

'உங்களால் இப்ப நல்லது எது... கெட்டது எதுன்னு சொல்ல முடியும், இல்லையா?'

'முடியும்.'

'அந்த ஒரு கணத்தில் மட்டும் நீங்க நல்லது கெட்டது தராதரம் கண்டுபிடிக்க முடியாம இருந்தீங்க, அப்படித்தானே சொல்றீங்க?'

'எந்தக் கணம்?'

'உங்க மனைவியைக் கழுத்தை நெரிச்சபோது!'

'அதான் சொன்னேனே... நான் அப்ப ஆக்கிரமிக்கப்பட்டேன். நான் நானாகவே இல்லை.'

'எப்படிச் சொல்றீங்க? ஒரு பத்து நிமிஷத்துக்கு மட்டும் சுயக் கட்டுப்பாட்டை இழந்தீங்க... அப்படித்தானே!'

'பத்து நிமிஷம் இல்லைங்க. என் மனசுக்குள்ள நடந்த யுத்தம் அது... எப்ப குரல் கேட்கும், எப்ப

அதோட வற்புறுத்தலான பேச்சைக் கேட்டு நான் விரும்பாத காரியங்களைப் பண்ணுவேன்னு சொல்லவே முடியாத அந்த அவஸ்தை நிலையில் இருந்தேன். அதுக்காக மருத்துவ உதவியை நாடினேன். ஸ்கான் பண்ணிக்கிட்டேன். கோயிலுக்குப் போனேன். யோகிகளைத் தேடினேன்.'

'உங்களுக்கு மறு பிறவியில் நம்பிக்கை இருக்கா தினேஷ்குமார்?'

'எனக்கு நடந்ததைப் பார்த்தா மறுபிறவிங்கிறது இருக்கும் போலத்தான் தோணுது. இல்லைன்னா இந்தப் பெயர்கள் எல்லாம் எப்படி என் மனசுக்குள்ளார நுழையும்...? புரியலை! ஜயலட்சுமி, சர்மா, கோபாலன, பண்டரி எல்லோரும் அந்தக் காலக்கட்டத்தில் இருந்த ஜனங்க....'

'இந்த ஜயலட்சுமி, சர்மா கதைகளை நீங்க தயார் பண்ணி வெச்சிருக்கலாம் இல்லையா? மிஸ்டர் தினேஷ்குமார்... ஏதோ ஒரு கோப வெறியில நீங்க மனைவியைக் கொன்னுட்டு இந்த மறு பிறவிங்கற மாயப் பூச்சை அதுக்குக் கொடுத்து மருத்துவத்தின் நிழல்ல ஒளிஞ்சுக்கப் பார்க்கறீங்க! கம் க்ளீன்!'

'இல்லை. நான் அவளைக் கொல்ல எந்தவிதக் காரணமும் இல்லை. நாங்க சந்தோஷமா இருந்தோம். எங்களுக்குள்ள ஏதும் சண்டை கிடையாது. உண்மை என்னவென்றால்... அவளைக் கொன்னபோது நான் நானில்லை. இதை கோர்ட்டால் சரியாக உணர முடியாவிட்டால் அது என் துரதிருஷ்டம். அதற்கான தண்டனையை நான் ஏற்கத் தயாராக இருக்கிறேன். நான் செய்த காரியம் சாதாரணமான சூழ்நிலையில் தப்புதான்! ஆனால், நீங்க நம்பலைன்னா... என் தவிப்பையும் நான் இந்த உபாதையோட போராடினதையும் சரியா கோர்ட்ல சொல்ல முடியலைன்னு அர்த்தம் யுவர் ஆனர். நீங்க தீர்மானிங்க. நான் என் உயிருக்கு ஏங்கவில்லை. நீங்க கொடுக்கற தண்டனையை கொடுங்க. நான் சொல்றது என் கோணத்தில் எத்தனை உண்மையா இருந்தாலும் வெளி உலகத்துக்கு ரொம்ப வினோதமா இருக்கும். என் மனசை எப்படி என்னால் நிரூபிக்க முடியும்?'

'தினேஷ்குமார்... இப்பக்கூட நீங்க உங்க வாக்குமூலத்தை மாத்திக்கலாம். மனுஷக் கொலையோட போயிரும்' என்றார் சர்க்கார் வக்கீல்.

வஸந்த் உடனே எழுந்து 'அப்ஜெக்ஷன் யுவர் ஆனர். நண்பர் அத்துமீறிச் செல்கிறார்' என்றார்.

'கமான் வஸந்த்... இதை எந்த கோர்ட்டும் நம்புமா? பூர்வ ஜென்மத்துக் கதையை இந்த ஜென்மத்திலே தொடர்ந் தோம்னா?'

'தேவைப்பட்டா எத்தனையோ உதாரணங்கள் கொடுக்க முடியும், எத்தனையோ ஆராய்ச்சிக் குறிப்புக்களை. வர்ஜினியா பல்கலைக்கழகத்து டாக்டர் ஸ்டீவன்ஸன் இதைப் பற்றித் தீவிரமா ஆராய்ந்திருக்கிறார்.

'மிஸ்டர் வஸந்த்... அதைப் பற்றி நீங்க 'ஸம்மிங் அப்'ல வேணாக் கொடுக்கலாம். இப்ப குறுக்கு விசாரணை தொடரட்டும்...'

'மிஸ்டர் தினேஷ்குமார்... ரவிங்கற உங்க நண்பர் ஒரு விபத்தில் இறந்தது ஞாபகம் இருக்கா? அவர் கார் ஓட்டிக்கிட்டு இருக் கிறப்ப திடீர்னு அது பாதை மாறி ஒரு பஸ் முன்னாலே பாய்ந்து அவர் இறந்துபோனதும் 'அதுக்கு நான்தான் காரணம்'னு நீங்களே சொன்னதும்...'

'யுவர் ஆனர்... இந்த கேஸ் பற்றிய போலீஸ் ரிப்போர்ட் வேறு விதமாக இருக்கும்போது நண்பர் அதைப் போட்டுக் குழப்பு கிறார்!' என்றார் வஸந்த்.

'போலீஸ் கேஸ் ஜோடிக்கப்பட்டது. அந்த விபத்துக்கு இவர்தான் காரணம்!'

'நீங்கள் என்ன நிரூபிக்க விரும்புகிறீர்கள்?'

'முதலில் அவருடைய ஆபீஸ் நண்பர் ரவியைக் கொன்றார். அதன்பின் மனைவி. இதனால் தினேஷ்குமார் பொறாமை அல்லது ஏதாவது கள்ள நட்பின் காரணமாக...'

'நண்பர் காரணமில்லாத சம்பவத்துக்குக் காரணம் தேடிக்கொண் டிருக்கிறார்.'

நீதிபதி, சர்க்கார் வக்கீலிடம், 'இந்தப் புதுப் பிரச்னையை எழுப்ப வேண்டியதில்லை. இப்போது இருக்கிற குழப்பம் போதும்' என்றார்.

'நான் சொல்ல விரும்புவது... கணவன் மனைவி உறவின் அத்தனை பரிமாணங்களையும் அறிந்துகொள்ளாமல் மேம்போக் காக அவர்கள் வாழ்ந்த விதத்தை ஆதாரமாகக் கொண்டு கணவன் மனைவியைக் கொல்லக் காரணம் இல்லை என்று சொல்ல முடியாது என்பதே!'

'பாயிண்ட் குறிக்கப்பட்டது... மேலே தொடருங்கள்...'

'உங்கள் மனைவியை, கல்யாணம் ஆகுமுன்பே தெரியுமா?'

'தெரியாது. அது என் தாயால் ஏற்பாடு செய்யப்பட்ட கல்யாணம்.'

'உங்கள் தாயின் வற்புறுத்தலின்பேரில் கல்யாணம் செய்து கொள்ளச் சம்மதித்தீர்கள்?'

'இல்லை... அவளைப் பார்த்த கணமே நான் தீர்மானித்தேன். அதன் காரணம் பிற்பாடுதான் தெரியவந்தது!'

'என்ன காரணம்?'

'அவள் ஜயலட்சுமி டீச்சர் சாயலில் இருந்தாள்!'

'மை காட்! மறுபடி முன் ஜென்மமா?' என்றார் நீதிபதி.

'அதுதான் நிஜமான காரணம், அவளை நான் கல்யாணம் செய்ய உடனே சம்மதித்ததற்கு!'

'இருக்கட்டும். நீங்கள் ஆபீஸில் பல பெண்களுடன் அந்நியோன் யமாகப் பழகியிருக்கிறீர்கள் அல்லவா?'

'ஆபீஸ் பெண்களுடன் பழகியிருக்கிறேன்... ஆபீஸ் விஷயமாக!'

'அவர்கள் யாரிடமும் கல்யாணம் செய்துகொள்வதாக வாக்கு கொடுத்ததில்லையா?'

'கொடுத்திருக்கலாம்... விளையாட்டுப் போக்காகப் பேசிக் கொள்ளும்போது...'

'எல்லாமே உங்களுக்கு விளையாட்டுதானா?'

'இல்லை என்றால் ஆபீஸில் உத்யோகம் ரொம்ப சீரியஸ் ஆகிவிடும்!'

‘சிலர் இந்த வேடிக்கைகளை, விளையாட்டுகளை நிஜம்போல எடுத்துக்கொள்ளச் சந்தர்ப்பம் இருக்கலாம் இல்லையா?’

‘இருக்கலாம்!’

இந்த மாதிரி சுற்றிவளைத்து நாள் பூரா என்னிடம் கேள்விகளைக் கேட்டபின், சர்க்கார் வக்கீல், ‘குற்றவாளி தான்தான் இந்தக் கொலையைச் செய்தார் என்று போலீஸ் வாக்குமூலத்தில் கொடுத்திருக்கிறார். அவர் புத்தி சுவாதீனமற்றவர் என்பதற்கும் சித்த சுவாதீனத்துடன் இந்தக் காரியத்தைச் செய்யவில்லை என்பதற்கும் எந்தவிதமான சாட்சியமும் சரியாகக் காட்டப்படவில்லை. ஏதோ மனத்தில் குரல்கள் கேட்டது என்றும், அதன் வற்புறுத்தலில் செய்தார் என்பதும் எந்த கோர்ட்டும் ஒப்புக்கொள்ள முடியாத வாதம். இந்தப் பயங்கரமான ஆசாமியை வெளியே உலவவிடுவதனால் சமூகத்துக்கு எத்தனைக் கெடுதல் என்பதை கோர்ட் நிச்சயம் தீர்மானிக்கும். ஒன்றுமே அறியாத அப்பாவிப் பெண்ணைக் கழுத்தை நெரித்துக் கொன்றுவிட்டு, ஒரு கணவன் மருத்துவக் காரணங்கள் சொல்லித் தப்பிக்க முடியும் என்றால், அது நம் சட்டத்தில் உள்ள குறைபாட்டைத்தான் காட்டும்! தினேஷ்குமார் செய்த இந்தக் குற்றத்துக்காக இவருக்கு மரண தண்டனை தவிர, வேறு எந்தத் தண்டனையும் போதாது. அப்போதுதான் வெறி பிடித்தவர்களிடமிருந்து நம் அபலைகள் காக்கப்படுவர்’ என்று கூறி முடித்தார்.

கணேஷ் எழுந்து, ‘யுவர் ஆனர்... தினேஷ்குமார் என்கிற மனிதருக்கும் அவர் மனத்துக்கும் நடந்த போராட்டம் இது! அவர் சொல்வது என்னதான் அபத்தமாகத் தோன்றினாலும் அவருக்கு ஏற்பட்ட உபாதை, அவர் மனசுக்குள் குரல் கேட்டது, மருத்துவ சாஸ்திரத்தின்படி ஆடிட்டரி ஹலுஸினேஷன் என்கிற வகையில் சாத்தியமே. மனம் விசித்திரமானது. மறு பிறவி என்பதைப் பற்றிய நம்பிக்கை மிகப் பழமையானது. சுமேரிய நாகரிகத்தில் இருந்து புறப்பட்ட நம்பிக்கை இது. நாம் இறந்தபின் நம்மில் ஒரு பகுதி உயிர் வாழ்கிறது என்கிற நம்பிக்கை. இல்லையேல் பிரமிடுகள் இல்லை. நம்முடைய சர்ச்சுகள் இல்லை.

‘நம் மிகச் சிறந்த கலைப்பொருட்களும் சங்கீதமும் இந்த ஆதாரமான நம்பிக்கையில் எழுந்தவை என்று நிரூபிக்க

முடியும். விஞ்ஞானத்தில் முன்னேற்றமடைந்த நாடான அமெரிக்காவில் மறு பிறவிக்கென 2,500 புத்தகக் கடைகள் உள்ளன. கிரேக்க, எகிப்திய, கிறிஸ்தவ, ஹிந்து, பௌத்தம் என எல்லா மத நம்பிக்கைகளிலும், இறந்தபின் உயிர் வாழ்வதைப்பற்றி வெவ்வேறு சித்தாந்தங்கள் இருக்கின்றன. பகவத் கீதை, 'இறவாத சாஸ்வதமான இயற்கை'யைப் பற்றிப் பேசுகிறது. நவீன ஆராய்ச்சிக்குக் குறிப்புகள் நிறைய இருக்கின்றன.

'வர்ஜினியா பல்கலைக்கழகத்தைச் சேர்ந்த டாக்டர் ஸ்டீவன்ஸன் பல ஆராய்ச்சிக் குறிப்புகளைக் கொடுத்திருக் கிறார். அவற்றில் மிகவும் ஆச்சரியகரமானது இந்தியாவில் ரவிஷங்கர் என்பவனுடையது. 1951-ல் உத்தரப் பிரதேசத்தில் கனோஜ் என்னும் ஊரில் பிறந்தவன். தந்தையின் பெயர் ராம் குப்தா. ஆனால், அந்தப் பையன் தன் இரண்டாம் வயதிலிருந்தே தன் அப்பா ஜாகேஷ்வர் என்னும் நாவிதர் என்றும், அவன் முந்தைய பிறவியில் சதுரி, ஜவஹர் என்னும் இருவரால் கொல்லப்பட்டதாகவும்... தொண்டையில் அவர் கள் வெட்டிய தழும்பு இப்போதும் இருக்கிறதாகவும் சொன்னான். விசாரித்ததில், அரை மைல் தள்ளி ஒரு கிராமத் தில் ஜாகேஷ்வர் எனறு ஒரு நாவிதர் இருந்ததாகவும், அவரு டைய பையன் முன்னா என்பவன் ஆறாம் வயதில் ரவிஷங்கர் பிறப்பதற்குச் சரியாக ஆறு மாதங்கள் முன்னால் இந்தச் சம்பவம் நிகழ்ந்திருக்கிறது! இதை நேரில் விசாரித்த ஸ்டீவன்ஸன், இருபத்தாறு சாட்சியங்களைச் சேகரித் திருக்கிறார். ரவிஷங்கர் என்பவன் முன்னாவின் மறு பிறவியாக இருக்கலாம் என்று! தொண்டையில் காணப்பட்ட கால் இஞ்ச் அகல வெட்டுக் காயம் பிறவியிலிருந்தே ரவிஷங்கருக்கு இருந்திருக்கிறது. ஸ்டீவன்ஸன் இலங்கையிலிருந்தும் இந்தியாவிலிருந்தும் சுமார் ஒரு டஜன் கேஸ்களை விசாரித்து எழுதியிருக்கிறார்...'

நீதிபதி குறுக்கிட்டு, 'கணேஷ்... நீங்க இதைக் காரணம் காட்டி இவருக்கு விடுதலை கேக்கப் போறீங்களா?' என்றார்.

'இல்லை!'

'நீங்க இதை எல்லாம் நம்பறீங்களா?'

‘நான் நம்புவது என்பது இந்த கேஸில் முக்கியமில்லை. ஆனால், இந்த நம்பிக்கைகள் புராதனமானவை என்று ஸ்தாபிக்க விரும்பு கிறேன். இவற்றைப் புறக்கணிக்க முடியாது.’

அப்போது சர்க்கார் வக்கீல், நீதிபதியை நெருங்கி அவரிடம் தாழ்வாக ஏதோ சொன்னார்.

‘ஆ...!’

நீதிபதி வியந்தது, அப்போது ஒரு சாட்சியாக அழைக்கப்பட்ட பெண்மணியின் தோற்றத்தைப் பார்த்துத்தான் இருக்கவேண்டும்.

'யுவர் ஆனர், கோர்ட் விட்னஸாக டாக்டர் தேசாயை அழைத்துவர இயலாததால், பாராநார்மல் ஆராய்ச்சி செய்யும் இந்தப் பெண்மணியைச் சாட்சியாக விசாரிக்க ப்ராஸிக்யூஷன் விரும்புகிறது' என்றார் சர்க்கார் தரப்பு வக்கீல்.

நீதிபதி, 'மிஸ்டர் கணேஷ், எனி அப்ஜெக்ஷன்?' என்றார்.

'நத்திங் யுவர் ஆனர்.'

அந்த நீலக்கண் பெண் தலையில் சில்க் ஸ்கார்ஃப் கட்டியிருந்தாள். சாட்சிக் கூண்டில் கம்பீரமாக நின்றாள். என்னை அற்பமாகப் பார்த்தாள்.

'உங்கள் பெயர்?' சர்க்கார் தரப்பு வக்கீல் கேட்டார்.

'ஸாண்ட்ரா ஆலிஸன். நான் அமெரிக்கா பிட்ஸ்பர்க் மாகாணத்தைச் சேர்ந்தவள். இப்போது பம்பாயில் வாசம். இங்கே பாரா ஸைக்காலஜி, பாரா நார்மல் என்று இயற்கைக்கு அப்பாற்பட்ட விஷயங்களைப் பற்றி ஆராய்ச்சி செய்வதற்காக ஒரு மானியத்தின் பேரில் வந்திருக்கிறேன்' என்றாள்.

'உங்கள் ஆராய்ச்சியின் குறிக்கோள் என்ன?'

ஆலிஸன், 'மறு பிறவி போன்று பல்வகையில் பேசப்படும் விளைவுகள் நிஜமா, பொய்யா, அவற்றில் உண்மை இருக்கிறதா என்பதை விஞ்ஞானரீதியில் ஆராய்வதே' என்றாள்.

'நண்பர் குறிப்பிட்ட டாக்டர் ஸ்டீவன்ஸனின் ஆராய்ச்சியைப் பற்றித் தெரியுமா உங்களுக்கு?' என்ற சர்க்கார் தரப்பு வக்கீலின் கேள்விக்கு, 'தெரியும்... வர்ஜினியா பல்கலைக்கழகத்தைச் சேர்ந்தவர்' என்று பதிலளித்தாள்.

'மிஸ் ஆலிஸன்... உங்கள் ஆராய்ச்சியின்படி மறுபிறவி என்பது இருக்கிறதா?'

கணேஷும் வஸந்தும் ஏதோ பேசிக்கொள்ள, வஸந்த் எழுந்து கோர்ட்டை விட்டு வெளியே சென்றார்.

'இல்லை... இன்னும் நிரூபிக்கப்படவில்லை.'

'மறு பிறவியை புராதன காலத்திலிருந்தே மனித இனம் நம்பி வருவதாக நண்பர் கூறுகிறார்... அவையெல்லாம் பொய்யா?'

'மரணத்துக்குப்பின் என்ன என்பது திட்டவட்டமாகத் தெரியாத வரை மறுபிறவியில் பிடிவாதமான நம்பிக்கை இருக்கும். ஒரு வாழ்நாளில் ஒரு மனிதன் தன் ஞாபகங்கள், உறவுகள், ரசனைகள் அனைத்தையும் இழக்க விரும்பாததால், ஏதாவது ஒன்று தன் சாவுக்குப் பின்னும் நீடிக்கும் என்று அவன் நம்ப விரும்புகிறான்.

'நம்பிக்கையும் விருப்பமும் வேறு. டாக்டர் ஸ்டீவன்ஸன் ஆராய்ந்த அத்தனை கேஸ்களிலும் மறு பிறவி என்பது நிரூபிக்கப் படவில்லை. மார்ட்டின் கார்டனர், லையன் வாட்ஸன் போன்ற அறிஞர்கள் இதை மிகத் தீவிரமாக ஆராய்ந்து 'மறு பிறவியில் நம்பிக்கை பரவலாக இருந்தாலும், மறு பிறவி என்பது இல்லை' என்றே சொல்லியிருக்கிறார்கள்.

'மறு பிறவி மனித இனத்தின் விருப்பம் அவ்வளவே! அதனால் பல காரண காரியங்கள் நியாயப்படுத்தப்படுகின்றன. குறிப்பாக ஹிந்துச் சிந்தனைகள்...'

'டாக்டர் ஸ்டீவன்ஸனின் ஆராய்ச்சியில் என்ன முடிவுக்கு வந்திருக்கிறார்கள்?'

'டாக்டர் ஸ்டீவன்ஸன், ப்ரகாஷ், ஜஸ்பிர், சுக்லா, கோபால், குப்தா, சுனில் டேலோன் மித்ரா போன்ற அத்தனை கேஸ் களிலும் பொதுவான ஒன்று, மறு பிறவிக் குழந்தைகளின் பெற்றோர்கள் அனைவரும் ஏழைகள். மறு பிறவி எடுத்ததாகச் சொன்னதற்கு அல்லது சொல்லவைத்தற்குப் பொருளாதாரக் காரணங்களைத் தவிர, வேறு எதுவும் இல்லை. குழந்தைகள் மறு பிறவி பற்றித் திடீரென்று பேசுவதும், முற்பிறவி நினைவுகளை அடுக்கடுக்காகச் சொல்வதும் போதிக்கப்பட்ட உதாரணங்கள் என்றே என் ஆராய்ச்சியில் கண்டு தெளிவாகியுள்ளது.'

'மறு பிறவி என்பது இல்லை, அப்படியெனில்...'

'இல்லை.'

'உயிர், ஆத்மா இதைப் பற்றி நீங்கள் ஆராய்ச்சி செய்திருக் கிறீர்களா?'

'நான் செய்ததில்லை. ஆனால், ஆராய்ச்சிக் குறிப்புகளைப் படித் திருக்கிறேன்.'

'அதில் லேட்டஸ்ட் என்ன?'

'அண்மையில் ஒரு ஆஸ்பத்திரியின் கரோனரி கேர் அறையில் மரணத்துக்கு மிக அருகே சென்றவர்கள் உயிர் பிரிந்தால் மட்டும் பார்க்க முடியும்படியாக ஒரு காட்சியை அமைத்திருந்தார்கள். உயிர் அல்லது ஆத்மா என்ற உடலின் வேறுபட்ட எதாவது இருந் தால், அந்தக் காட்சியைக் காண முடியுமாறு அமைத்திருந் தார்கள். இதுவரை சாவின் அருகே சென்றவர்கள் எவரும் அதைப் பார்க்கவில்லை!'

'இதனால் தெளிவாக நிரூபிக்கப்பட்டது என்ன?'

'தனிப்பட்ட உயிரோ, ஆத்மாவோ இல்லை என்பதே.'

ஆலிஸன் கூறி முடித்தாள். 'தட்ஸ் ஆல் யுவர் ஆனர்' என்று சர்க்கார் வக்கீல், கணேஷைப் பெருமிதத்துடன் பார்க்க... வஸந்த் அப்போதுதான் உள்ளே வந்து ஒரு காகிதக் குறிப்பை கணேஷிடம் கொடுக்க... கணேஷ், வஸந்த்தையே கேள்வி கேட்கச் சொன்னார்.

வஸந்த் எழுந்து, 'மிஸ் ஆலிஸன்... இந்தப் பேட்டி நீங்கள் கொடுத்ததா?' என்று ஒரு செய்தித்தாளைக் காட்டினார்.

அந்தப் பெண்மணி பார்த்து சற்றே அதிர்ச்சியுற்று, 'கொடுத் திருக்கலாம்' என்றாள்.

'இதில் கொடுத்திருக்கும் போட்டோ உங்களுடையதுதானே?'

'இருக்கலாம்?'

'ஆலிஸன் என்பதுதானே உங்கள் பெயர்?'

'ஆம்.'

'மிஸ் ஆலிஸன்... சென்ற வாரம் 8-ம் தேதி இந்தியன் எக்ஸ்பிரஸ் நாளிதழில் உங்கள் பேட்டி வந்திருக்கிறது.'

'வந்திருக்கலாம்.'

'யுவர் ஆனர்... இந்தப் பேட்டியின் சில பகுதிகளை உரக்கப் படிக்க விரும்புகிறேன். நீங்கள் கவனிக்கவேண்டும்!'

நிருபர்: உங்களுக்கு இ.எஸ்.பி.யில் நம்பிக்கை இருக்கிறதா? மறு பிறவியில் நம்பிக்கை இருக்கிறதா?

ஆலிஸன்: அதைத்தான் ஆராயந்துகொண்டிருக்கிறேன். இது வரை ஆராய்ந்தபடி மறு பிறவி இருக்கிறது, இல்லை என்று திட்டவட்டமாக நிரூபிக்கப்படவில்லை. இரண்டு கட்சிக்கும் ஆதரவாகவும் எதிராகவும் சாட்சியங்கள் உள்ளன. எந்த முடிவுக் கும் வர முடியவில்லை...'

இதைப் படித்து முடித்த வஸந்த் தொடர்ந்து, 'மிஸ் ஆலிஸன்... ஒரு வாரத்தில் என்ன நடந்துவிட்டது? உங்கள் முடிவை மாற்றிக் கொண்டுவிட்டீர்கள்? பொருளாதாரக் காரணங்களா?' என்று கேட்டார்.

'நிருபர் கேட்ட கேள்விகளுக்கு நான் சொன்ன பதில்கள் அவை.'

'பொறுப்பில்லாமல் பேசாதீர்கள். 'இந்த நம்பிக்கைகள் நிரா கரிக்கப்பட்டுவிட்டன' என்று கோர்ட்டில் சொன்னது இதனுடன் முரணாக இருப்பதை ஒப்புக்கொள்கிறீர்களா?'

'இல்லை.'

'எது பொய்? பத்திரிகைப் பேட்டியா அல்லது உங்களுடைய இன்றைய சாட்சியமா?'

அந்தப் பெண்ணின் உதடுகள் நடுங்கத் தொடங்கின.

வஸந்த் அருகில்போய், 'எது பொய்? சொல்லுங்கள்?' என்றார். 'ஏன் இந்த முரண்பாடு... என்ன காரணம்... பொருளாதாரமா?' என்று வஸந்த் மீண்டும் கேட்க, அவள் தன் கைப்பையால் வஸந்தின் முகத்தில் மொத்தினாள்.

வஸந்த், 'தட்ஸ் ஆல் யுவர் ஆனர்' என்றார்.

அந்தப் பெண் காட்டு இரைச்சலாக ஏதோ திட்டியபடி சென்று விட, சர்க்கார் வக்கீல் தலையில் கை வைத்து உடகார்ந்தார்.

அதன் பின் கோர்ட் ஒத்தி வைக்கப்பட்டது.

அந்த வார இறுதியில் சாந்தமாகத்தான் இருந்தேன். இருந்தாலும், 'திங்கள் கிழமை தீர்ப்பு' என்கிற எண்ணம் மனசுக்குள் சற்றே பரபரப்பாகத்தான் இருந்தது.

வஸந்த், 'அப்பீலுக்குத் தயாரா இருக்கணும். தினேஷ் சார் தப்பிக் கிறது ஃபிப்ட்டி ஃபிப்ட்டிதான்' என்றார். கணேஷ் மிகுந்த சிந்தனையில் இருந்தார்.

திங்கள் கிழமை லேசாக மழை பெய்தது. நிருபர்கள் கூடியிருக்க, பரபரப்பாகப் பேசப்பட்டதால் கோர்ட்டில் கூட்டம் அதிகமாக இருந்தது. நீதிபதி பதினோரு மணிக்குத் தீர்ப்பை வாசித்தார்.

'மனநிலை சரியில்லாதவரிடம் 'உன் மன நிலை சரியில்ல' என நிரூபிக்கச் சொல்வது நியாயமானதல்ல. பீனல் கோடு 45, 1860-ன் படி செக்ஷன் 302-ன் கீழ் குற்றவாளி தினேஷ்குமார் தண்டனை கொடுக்கப்படவேண்டியவரா... அதனை நிரூபிக்கும் பொறுப்பு செக்ஷன் 6, செக்ஷன் 84-ன்படி நிலை நாட்டப்பட்டுள்ளதா என்பதை ஆராய வேண்டியது நம் பொறுப்பு.

தினேஷ்குமார் அறிவாளி. இன்டலெக்சுவல். இவர் கம்ப்யூட்டர் விற்பன்னர். தாய் சொல்படி தேவகியைக் கல்யாணம் செய்து கொண்டவர். குடும்பஸ்தர். நல்ல வேலை. நல்ல சம்பளஸ்தர். 'இவர் அத்தனையையும் துறந்து ஒரு தினம் தன் மனைவியைக் கொலை செய்து விட்டார்' என்று ப்ராஸிக்யூஷன் தரப்பில் சொல்லப்படுகிறது. கொலைக்கான காரணம் ப்ராஸிக்யூஷன் தரப்பில் சரியாக நிரூபிக்கப்படவில்லை. மனைவியிடம்

சந்தேகமோ, வெறுப்போ, சண்டையோ, சச்சரவோ ஏதும் நிரூபிக்கப்படவில்லை. அதுதான் இந்த வழக்கின் காரண காரியங்களைக் குழப்புகிறது.

‘ஒரு கொலைக்குக் காரணம் நிரூபிக்கவேண்டுமா எனில் அதன் கட்டாயம் சட்டத்தில் இருக்கிறது. எனவே, இதை ‘காரணமற்ற கொலை’ என்று டிஃபென்ஸ் தரப்பில் விநோதமாக இதற்குக் காரணம் காட்டியிருக்கிறார்கள். நண்பர் கணேஷும் திறமைமிக்க உதவியாளரும் ஸ்தாபித்தபடி, ‘மனத்தில் ஏற்பட்ட விகாரம் காரணமாக நிகழ்ந்த சம்பவம்’ என்று சொல்கிறார்கள். இதை அவர்கள் நிரூபித்திருக்கிறார்களா என்று பார்க்கலாம்... மிக விஸ்தாரமாக அவரை டாக்டர் பரிசோதித்து மருந்து கொடுத்திருக்கிறார். அதனால் குணம் தந்த தைரியத்தில், தினேஷ்குமார் மறுபடி வெளியுலகில் புழங்கியிருக்கிறார். ஆனால், அவருக்கு அந்த உபாதை இருந்தது என்பதில் சந்தேகமில்லை.

இரு தரப்புச் சாட்சியங்களிலிருந்தும் கீழ்க்காணும் உண்மைகள் புலனாகின்றன.

1. குற்றம் சாட்டப்பட்ட தினேஷ்குமார் மன உளைச்சலுக்கு உட்பட்டு சிகிச்சை பெற்றுக்கொண்டிருப்பவர்.

2. அவர் தன் மனைவி தேவகியின் கழுத்தை நெரித்து அவள் மரணத்துக்குக் காரணமாக இருந்திருக்கிறார்.

3. சம்பவத்துக்குக் காரணம், ‘அவர் மனத்தில் கேட்ட குரல்களின் ஆதிக்கம்தான். அதன் பாதிப்பில் செய்தது...’ என்று சொல்லியிருக்கிறார்.

4. சாதாரணமான நடத்தையில் அவர் தன் மனைவியைக் கொன்றிருக்க மாட்டார்.

5. சம்பவம் நடந்தபோது குற்றம் சாட்டப்பட்டவர் மன விகாரம் அடைந்திருக்கிறார்.

டிஃபென்ஸ தரப்பு மூன்றாம் சாட்சியின்படி, சம்பவம் நடந்தபோது அவர் மன விகாரம் அடைந்திருக்கலாம் என்பதற்கான எல்லாச் சாத்தியங்களும் இருக்கின்றன. அதை மறுத்து ப்ராஸிக்யூஷன் தரப்பில் எந்தவிதமான நிபுணரின் சாட்சியமும் கொண்டுவரப்படவில்லை. சம்பவம் நடந்த சமயம் அவர் மனம் சரியில்லை. இப்போது என்னதான் அவர் மன நிதானம்

பெற்றிருந்தாலும் சம்பவச் சமயத்தில் அவர் மனம் சிதைந்திருந்தார் என்பதை அவரையே நிரூபிக்கச் சொல்வது நியாயமற்றது. அவர் அப்போது நடந்துகொண்டவிதத்திலிருந்து சூழ்நிலை சாட்சியங்களிலிருந்து நாம் யூகிக்கவேண்டும். எந்த மனிதனும் தன் மனைவியைக் காரணமின்றிக் கொல்ல மாட்டான். கொன்றுவிட்டு குற்ற உணர்ச்சியோ, முன்னேற்பாடோ இல்லாமல் சம்பவ ஸ்தலத்திலிருந்து விலகாமல் அங்கேயே வீற்றிருக்க மாட்டான்.

இப்போது ரத்தன்லால் வர்ஸஸ் மத்யப்ரதேஷ் ஏஐஆர் 1971 சுப்ரீம் கோர்ட் 778-ஐக் கவனிப்போம்...'

வஸந்த் இதுவரை கண் கொட்டாமல் கேட்டுக்கொண்டிருந்தவர், என் கையை அழுத்திக் கிள்ள வலித்தது.

'ஆ...!'

வஸந்த் என்னிடம் உற்சாகமான, ஆனால் தாழ்வான குரலில் 'வி ஆர் வின்னிங்' என்றார்.

'எப்படிச் சொல்கிறீர்கள்?'

'ரத்தன்லால் கேஸ் நமக்குச் சாதகமானது...'

நீதிபதி தொடர்ந்தார்: 'ரத்தன்லால் வர்ஸஸ் மத்ய ப்ரதேஷ் வழக்கில் சுப்ரீம் கோர்ட் அளித்த ரூலிங்கை கவனிக்கவேண்டும். குற்றம் சாட்டப்பட்டவர் தன் நிரபராதத்தை செக்ஷன் 84-ன் அடிப்படையில் ஸ்தாபிக்க இயலும். ஒரு காரியம் செய்யும்போது அந்தச் சமயத்தில் அவர் நடந்துகொண்ட விதத் துக்குக் காரணம் காட்ட... சம்பவத்துக்கு முன், சம்ப வத்தின் போது, சம்பவத்துக்குப் பின் அவர் நடந்து கொண்ட விதத்திலிருந்து யூகிக்கலாம் என்று மாண்புமிகு நீதிபதி அதில் சொல்லியிருக்கிறார். இந்த வழக்கில் சம்பவம் நடக்குமுன் தினேஷ் குமார் மிக்க மன அலைச்சலுக்கும் விகாரத்துக்கும் உட்பட்டு டாக்டரிடம் காட்டி தக்க சிகிச்சை பெற்று வந்திருக்கிறார். சம்பவம் நடந்துபோனபின் அவர் எந்தவிதமான குற்ற உணர்ச்சியோ, மறைக்கும் விருப்பமோ இன்றி, எய்யப்பட்ட அம்பைப்போல் நடந்துகொண்டிருந்திருக்கிறார். அவர் மனைவி யைக் கொல்ல எந்தவிதமான காரணமும் காட்டப் படவில்லை.

‘மனநிலை சரியாக இல்லை என்கிற காரணம், கொலைக் குற்ற தண்டனையிலிருந்து தப்பிக்க அடிக்கடி பயன்படுத்தப்படுவது வாஸ்தவமே. தினேஷ்குமாரைப் பைத்தியக்காரர் என்று சொல்வது அபத்தம். பைத்தியக்காரரால் கம்ப்யூட்டர் ப்ரொக்ராம் கள் எழுத முடியாது. கோர்வையாகப் பேச முடியாது. தன் செயலை நியாயப்படுத்த முடியாது. அதனால் அவரை இப்போது மனநிலை சரியில்லாதவர் என்று சொல்லவே முடியாது. சம்பவம் நடந்த அந்தத் தருணத்தில் எப்படி இருந்தார் என்பதற்கு நாம் முன்சொன்னபடி சூழ்நிலையைக் கவனிக்க வேண்டும். அவருடைய சொந்தச் சரித்திரத்தைப் பார்க்க வேண்டும்.

‘முதலாவதாக, சம்பவத்துக்கு முன் அவர் மன அலைச்சலால் கஷ்டப்பட்டிருக்கிறார் என்பது நிரூபிக்கப்பட்டுவிட்டது. இரண்டாவது, கொலைக்குக் காரணமில்லாதது நிரூபிக்கப்பட்டு விட்டது. எந்தவிதக் காரணமும் ஸ்தாபிக்கப்படவிலலை. மூன்றாவது கொலைக்கு எந்தவிதமான முன்னேற்பாட்டையும் அவர் செய்யவில்லை. ரகசியம் ஏதும் இல்லாமல் பலர் முன்னிலையில் ஒரு ஆஸ்பத்திரியில் சற்றும் எதிர்பாராத தருணத்தில் இதைச் செய்திருக்கிறார். நான்காவது, உதவிக்கு யாரையும் வைத்துக்கொள்ளவில்லை. அதனால் இந்தச் சம்ப வத்தை ஐ.பி.சி.படி கொலை என்று சொல்ல முடியவில்லை. இந்த மாதிரி சம்பவங்கள் நிகழ்ந்ததற்கு ஏராளமான முன் உதாரணங்கள் உள்ளன.

‘ஆர்மா உரங்க் என்பவன், தான் ஒரு கனவு கண்டதாகவும், காளி மாதா தன் கனவில் வந்து, ‘உன் தகப்பன், காளியின் வழித் தோன்றல்’ என்றும் ‘தகப்பனைக் கொல்லாவிட்டால்... தகப்பன் உன்னைக் கொன்றுவிடுவான்’ என்றும் கனவில் சொல்ல... தகப்பனின் கழுத்தை வெட்டி, அந்தக் கழுத்தை எடுத்துக் கொண்டு அமைதியாக கோர்ட்டுக்குச் சென்றதாக ஒரு கேஸ் இருக்கிறது. அதில் கல்கத்தா ஹைகோர்ட் தன் தீர்ப்பில் ‘குற்றம் சாட்டப்பட்டவன் குற்றம் நடந்த சமயம் பகுத்தறிவுக்கு உட் பட்டு காரண காரியங்களை அலசும் திறமை இழந்தவனாகவும், அதற்கான மனநிலையில் அவன் இல்லை என்று கருதி, தான் செய்வது தப்பு, சட்ட விரோதமானது என்பது, அவனுக்கு அந்தக் கணத்தில் தெரியவில்லை’ என்று செக்ஷன் 84-ன் வட்டத்தில் தீர்மானித்து அவனை விடுவித்தது.

‘இவ்வண்ணம் ஏராளமான கொலை வழக்குகள் உள்ளன. அசிருத்தின் அகமத், திருமதி பாலு நாராயண் என்று பல உதாரணங்கள் சொல்ல முடிகிறது. டிஃபென்ஸ் தரப்பின் இளம் வக்கீல்கள் அவர்கள் ஆர்வத்தில் தினேஷ்குமார் அவ்வாறு நடந்துகொண்டதற்கு பூர்வ ஜென்மப் பகை என்றொரு காரணத்தை ஸ்தாபிக்க விரும்பி, மிக விஸ்தாரமாக சர்மா, பண்டரி, ஜயலட்சுமி, கோபாலன் என்று திருச்சியில் ஐம்பது களில் நடந்த ஒரு தற்கொலை அல்லது கொலை வழக்குடன் தினேஷ்குமார் காரணமின்றி திருச்சிக்குச் சென்றதையும், அங்கே நடந்துகொண்ட விதத்தையும் விவரித்தார்கள். இது தேவையற்ற குழப்பம். எந்த கோர்ட்டும் முன் ஜென்மம் என்பதை நம்பாது. முன் ஜென்மத்தைக் காரணம் காட்டுவதை, காளி மாதாவின் கனவுபோல், மனக் கோளாறின் அறிகுறியாகவே கொள்ள முடியும். மேலும் இந்த சர்மா வழக்கைப் பற்றிய விவரங்கள் தினேஷ்குமாருக்கு முன்பே தெரிந்திருக்கவில்லை என்கிற வாதத்தை ஒப்புக் கொள்ள முடியாது. தினேஷ்குமார் அந்தச் சம்பவத்தைப் பற்றிப் படித்திருக்கலாம். யாராவது சொல்லி யிருக்கலாம். அதன் பாதிப்பு அவர் மனத்தைத் தாக்கியிருக்கலாம் என்று சொல்லத் தோன்றுகிறது. சில வேளை ஏதாவது சம்பவத் தைப் பற்றித் தீவிரமாக உணர்ச்சிபூர்வமாகப் படிக்கும்போது சம்பவ மனிதர்களுடன் மன அளவில் ஒன்றிப் போவது கண்கூடு. கென்னடி, ஜான் லென்னன் போன்றவர்களின் சாவுக்குப்பின் நிகழ்ந்த சில சம்பவங்கள் இதை நிரூபிக்கின்றன. எனவே, தினேஷ்குமார் சம்பவத்துக்குமுன் வினோதமாக நடந்து கொண்டார் என்பதையே திருச்சி சம்பவங்கள் காட்டுகின்றன.

‘மேற்சொன்ன காரணங்களின்படி குற்றம் சாட்டப்பட்ட தினேஷ்குமார் தன் மனைவி தேவகியைத் தாக்கிய அந்த மிக முக்கியமான கணத்தில் சிதறிய மனநிலையில் இருந்திருக்கிறார். அப்போது அவர் செய்த காரியத்தின் தீவிரத்தைப் பகுத்தறிய முடியாத நிலையில் இருந்திருக்கிறார். அதனால் தினேஷ் குமாரை விடுதலை செய்யுமாறு பணிக்கிறோம்!’

ஜட்ஜ் நிமிர்ந்து என்னைப் பார்த்துத் தொடர்ந்தார். ‘ஆனால், சி.ஆர்.பி.சி செக்‌ஷன் *334* அவரை முழுவதும் விடுதலை செய்ய ஆணை தருவதை நம்மைத் தடை செய்கிறது. அவர் என்னதான் இப்போது மனநிலை சரியாக இருப்பவராக இருந்தாலும் அவரைச் சிறைச்சாலையிலோ அல்லது மனநிலை மருத்துவ

நிலையத்திலோ அல்லது பத்திரப் பாதுகாப்பிலோ வைத்திருந்து சம்பந்தப்பட்ட சிவில் சர்ஜன் 'தினேஷ்குமார் சமூகத்தில் வாழத் தகுதியுள்ளவர், மற்றவருக்கு இனி இவரால் எந்தவிதமான ஆபத்தும் இல்லை' என்று சான்றிதழ் பெறும்வரை அவரை வைத் திருக்கவேண்டும். இண்டியன் லூனஸி ஆக்ட் 1912-ன்படி ஜெயில் அதிகாரிகள் செயல்படவேண்டும். இருப்பினும் தினேஷ் குமாரின் நண்பர்களோ அல்லது உறவினர்களோ ஒரு மனு கொடுக்கும் பட்சத்தில் அவரை அவர்களிடம் ஒப்படைக்கலாம். இதற்காகச் சென்னை பிரதம ஜுடிஷியல் மாஜிஸ்திரேட்டை அணுகி மேற்குறித்த ஷரத்துக்களின்படி 'அவர் விடுதலை பெறக் கூடியவரா' என்று தீர்மானித்து அவர் ஆணையிடவேண்டும். தினேஷ்குமாருக்குத் தகுந்த சிகிச்சை அளிக்கப்படவேண்டும்' என்று முடித்தார்.

என் கண்களில் இயல்பாகக் கண்ணீர் உதிர 'தேவகி' என்று மனத்தில் அலறினேன்.

கணேஷை சர்க்கார் தரப்பு வக்கீல் தங்கமணி கை குலுக்கி, 'என்னவோ போட்டுக் குழப்பி தூக்குக் கயிற்றிலிருந்து தப்பிக்க வெச்சட்டீங்க' என்றார்.

'வாங்க சார் போகலாம். சீஃப் ஜுடிஷியல் மாஜிஸ்திரேட் ஒரு சர்ட்டிபிகேட் கொடுத்துட்டாப் போதும். தினேஷ்குமார்... யூ ஆர் ஃப்ரீ' என்றார் வஸந்த்.

நான் உணர்ச்சியற்று அவர்களைப் பார்த்துப் புன்னகைத்தேன்.

'என்னது, விட்டம் வரைக்கும் எம்பிக் குதிக்கவேண்டாமோ? சும்மா ஒரு ஸ்மைல் அடிக்கிறீங்களே! லக்ஸ் விளம்பரத்தில் ஸ்ரீதேவி மாதிரி!'

சுதர்சன் ராஜா, கணேஷிடம் வந்து, 'யு டு ஆர் கிரேட்' என்றார்.

'இருங்க... இன்னும் எங்களுக்கான வக்கீல் ஃபீஸ் வரலையே...' என்றார் கணேஷ்.

'என்ன சார் ஃபீஸ்? உங்களுக்காக சின்னதாக் கோயில் கட்டவே தயார். அவரை விடுவிச்சதாலே எனக்கு எத்தனை கோடி லாபம் தெரியுமா?'

பீட்டர்சன் என்னை அணைத்து வந்து, 'உனக்கு இப்போ சந்தோஷம்தானே?' என்றான். 'எனக்குத் தெரியலை பீட்டர்' என்றேன்.

'ஜட்ஜ் மறு பிறவியைப் பற்றி என்ன சொன்னார்? எனக்குச் சரியாகப் புரியவில்லை' என்றான்.

வஸந்த், 'ரொம்ப அழகாகச் சொன்னார். மறு பிறவியை நம்பு வதற்கில்லை. ஆனால், மறு பிறவியை நாம் காரணமாகச் சொல்லியிருக்கவேண்டிய அவசியமே இல்லை. தினேஷ் குமாரின் காரணமற்ற தன்மையும், சம்பவத்துக்கு முன் பின் நடந்த விஷயங்களின் ஆதாரத்தில் விடுதலை செய்துவிட்டார். பாஸ்... நாம்கூட இந்த மறு பிறவி பிசினஸைச் சொல்லியிருக் கவே கூடாது' என்றார்.

'அதைச் சொன்ன காரணம் வேற! குட் ஜட்ஜ்மெண்ட். ஜட்ஜ் நம்மைவிட நிறையப் படிச்சிருக்கார்!' என்றார் கணேஷ்.

அந்த மனோசிகிச்சை நிலையத்தில் வெள்ளை பெயிண்ட் அடித்த ஒரு கதவின் முன்னால் உட்கார்ந்திருந்தோம். சோபாவில் பழைய 'இண்டியா டுடே' இதழ்கள் மிகவும் கந்தலாக இருந்தன. டெலிபோன், அருகில் துடித்துக்கொண்டே இருந்தது. சற்று நேரத்தில் நின்றது.

பீட்டர்சன், சுதர்சன் ராஜா, கணேஷ், வஸந்த், நான் எல்லாரும் வீற்றிருந்தோம்.

'இப்ப என்ன?' என்றேன்.

'விடுதலைக்கு முன்னால நீதிபதி ஒரு சின்னப் பொடி வெச் சிருக்கார். ஒரு அப்ளிகேஷன் கொடுக்கணும். உங்களை இந்த டாக்டர் எக்ஸாமின் பண்ணி, 'நீங்க பத்திரமானவர்'னு சர்ட்டி பிகேட் கொடுக்கணும். பயப்படாதீங்க... ஆனா, அந்த மறு பிறவி சமாசாரத்தை அவுத்துவிடாதீங்க ப்ளீஸ்! குரல் கேட்டதை மட்டும் சொல்லுங்க. அதுவும் கேள்வி கேட்டா...' என்றார் வஸந்த்.

'வஸந்த், உங்களுக்கு இன்னும் நம்பிக்கை வரலை?' என்றேன்.

'இல்லை, உங்க கதை எத்தனை வினோதமானது, முன்னுக்குப் பின் முரணானது பாருங்க! ஆரம்பத்தில் குரல் வந்து உங்களைத்

தற்கொலை பண்ணிக்கச் சொல்லிச்சுங்கிறீங்க. அப்புறம் எங்கேயோ பாதி அத்தியாயத்துல சர்மா தேவகியை அல்லது ஜயலட்சுமியைக் கொல்ல உங்க உடம்பில ஏறிக்கப் பார்த்தார் னீங்க. அந்தப் பண்டரிங்கறவர் என்ன ஆனாரு? அம்போன்னு விட்டுட்டிங்க. அவர் இந்த ஜென்மத்துல செத்தாரா, போன ஜென்மத்துலயான்னு போட்டுக் குழப்பிட்டீங்க!'

'என்ன பண்றது வஸந்த்... அதுதான் எக்ஸாக்ட்டா நடந்தது. அதில் எதுவும் பொய்யில்லை.'

'மிஸ்டர் வஸந்த்... பாரா நார்மலில் எல்லாம் தர்க்கரீதியாகப் பொருந்தவேண்டும் என்று அவசியமில்லை' என்றான் பீட்டர்சன்.

'நோ பீட்டர்... நாட் இன் எ கோர்ட்.'

'பின் அவருக்கு நிகழ்ந்ததெல்லாம் பொய்யா, கற்பனையா?'

'இல்லை' என்றார் கணேஷ்.

எல்லாரும் அவரை ஆவலுடன் பார்க்க, 'ஜஸ்டிஸ் தன் தீர்ப்பில் மிக அற்புதமான ஒரு விளக்கம் சொன்னார். இந்தத் திருச்சி கதையை யாராவது எப்போதாவது சின்ன வயசிலோ குழந்தைப் பருவத்திலோ இவரிடம் சொல்லியிருக்கவேண்டும். அது அவர் மனத்தின் உள் ஆழத்தில் விதைக்கப்பட்டிருக்க வேண்டும்.'

'இல்லை, இல்லவே இல்லை.'

'இல்லை என்று சொல்லாதீர்கள். அது உங்களுக்கு ஞாபகம் இல்லை என்று சொல்லுங்கள். அல்லது எங்கேயாவது படித்திருக் கலாம். நீங்கள் படித்து மறந்து போயிருக்கலாம். இது மனத்தின் அடித்தளத்தில் தேங்கிப் போன ஒரு நினைவு! அது உங்களுக்கு ஆடிட்டரி ஹலுஸினேஷன் என்னும் உபாதை வந்த போது விசித்திர எண்ணங்களாக மறு வடிவம் பெற்றிருக்கிறது.'

'சர்மா பற்றிய கடிதங்கள் எல்லாம்?'

'இந்த ஒரு விளக்கம்தான் பகுத்தறிவு உலகத்துக்குச் சரியானது!'

'சார் எப்பவோ படிச்சிருக்கார்... மறந்து போயிருக்கார். வேற காரணத்துக்காக உங்க மனம் பாயைப் பிறாண்டத் துவங்கியதும்

இது எதுக்களிச்சுக்கிட்டு மேல வந்துருச்சு! அவ்வளவுதான் சார் விஷயம். அய்யய்யே! எதுக்கு சார் அழறீங்க?'

'வஸந்த், ப்ளீஸ்... அத்தனை முட்டாள் இல்லை நான். எனக்கு அதைப் பற்றி எதுவுமே முன்னேற்பாடாகத் தெரியாது. சர்மாவும் பண்டரியும் ஜயலட்சுமியும் கோபாலனும் என் மனத்தில் புகுந்தவங்க... நம்புங்க ப்ளீஸ். எல்லாமே...'

'இப்ப என்ன சார், நம்பினா என்ன... நம்பாட்டி என்ன... தூக்குக் கயிற்றிலிருந்து தப்பிச்சீங்க. சந்தோஷப்படுங்க. ரொம்ப டச் அண்ட் கோ. நாங்க எவ்வளவோ கேஸ் ஜெயிச்சிருக்கோம். திஸ் வாஸ் ஸம்திங்!'

'வஸந்த், ப்ளீஸ்... எனக்குத் தண்டனையிலிருந்து தப்பிக்கறதோ, தப்பிக்காததோ எதுவுமே பெரிசில்ல. என்னைப் பொருத்தவரை இந்தக் கதை இன்னும் முடியலை. ஏதோ இன்னும் ஒரு சம்பவம் நடந்தே தீரணும்!'

கதவு திறந்தது.

'மிஸ்டர் தினேஷ்குமார்!'

'அதான்... டாக்டர் சர்டிபிகேட்... அது ஒண்ணுதான் சார் பாக்கி' என்றார் வஸந்த்.

'தி டாக்டர் வில் ஸீ யு' என்றார் கதவைத் திறந்தவர்.

வஸந்த் என் முதுகில் தட்டி, 'போங்க... நடந்ததை மட்டும் சொல்லுங்க. கனவுகளைச் சொல்லாதீங்க. அதுதான் என் ஒரே வேண்டுகோள்' என்றார்.

அந்த அறை ஏறக்குறைய காலியாக இருந்தது. ஓரத்தில் செடி வைக்கப்பட்டிருந்தது. எதிரே ஒரு வெள்ளைப் படுக்கையின் அருகில் வெண் உடையில் டாக்டர் வீற்றிருந்தாள்.

'வாங்க... உங்களை எதிர்பார்த்துக்கிட்டு இருந்தேன்' என்று புன்னகையுடன் வரவேற்றாள்.

'நான் பெண் டாக்டரை எதிர்பார்க்கவில்லை' என்றேன்.

'ஏன்... பெண்கள் எல்லாம் சைக்கியாட்ரி படிக்கக் கூடாதா?' கேட்டாள்.

'அப்படி இல்லை... இளமையா வேற இருக்கீங்க...' எனக்கு உற்சாகமாக இருந்தது.

'உக்காருங்க' அவள் என்னைப் பார்த்துப் புன்னகைத்தாள்.

அவள் எதிரில் உட்கார்ந்தேன். அவள் என் கோர்ட் காகிதங் களைப் பார்த்து 'நீங்க நார்மல்னு சர்ட்டிஃபிகேட் கொடுக்கணு மாக்கும். பெண்களைக் கவர்ற மாதிரி பேசறீங்க... நீங்க நிச்சயம் நார்மல்தான்!' என்றாள்.

'ம்...'

'என்னை நிமிர்ந்து பாருங்க... பார்க்கலாம்!'

பார்த்தேன்.

கண்ணாடிக்குப் பின் கரிய கண்களும் முழுமையான உதடுகளும்! 'வாங்க, படுத்துக்குங்க. உங்களுக்கு சர்ட்டிபிகேட் கொடுக்கற துக்கு முன்னாடி நான் உங்களை சட்டப்படி பரிசோதனை பண்ணனும். ரிலாக்ஸ்! கொஞ்சம் திரும்பிக்குங்க! ஒரு டிஷ்யு கல்ச்சர் எடுக்கணும். எண்டார்ஃபின் லெவலைப் பார்க்கணும். ஸ்பைனல் டாப் எடுக்கணும். என்ன சொன்னீங்க?'

'உங்களை நான் முன்பே சந்திச்சிருக்கேன்' என்றேன்.

'இருக்கலாம்.' அவள் முகம் அந்தச் சிறிய மெலிய ஆயுதத்தில் பிரதிபலித்தது தெரிந்தது. 'காட்டுங்க' என்றாள். கண் இரப்பை களைத் தாழ்த்திப் பார்த்தாள். 'கொஞ்சம் ரத்த சோகையா இருக்கீங்க!' என்றாள்.

'திரும்பிக்குங்க' என்று அவள் சொல்ல, 'உங்களை எங்கே பார்த்திருக்கேன்?' என்றேன் அவள் வதனத்தில் ஆழ்ந்து. 'எங்கே?'

'பயப்படாதீங்க! சின்னதா ஒரு...' அவள் என்ன செய்தாள் என்று தெரியவில்லை. லேசான 'சுருக்'கை உணர்ந்தேன்.

'எதுக்கு இத்தனை ரத்தம்?' என்றேன்.

'எல்லா டெஸ்ட்டும் எடுக்கணுமில்லையா?' என்னை முழுசாக நோக்கிச் சிரித்தாள். 'இல்லையா?' என்றாள்.

‘உங்க பேர் சொல்லுங்க. ப்ளீஸ். நான் உங்களைப் பார்த்திருக்கேன். பேர் சொல்லுங்க... பேர் சொல்லுங்க டாக்டர்!’ என்று நான் கேட்க.

‘என் பேரு ஜயலட்சுமி’ என்று கண்ணாடியை நீக்கினாள்... ஜெய்யூ! ‘வலிக்கவே, வலிக்காது’ என்று புன்னகைத்தாள்.

‘இதோ... இதோட சரி’ என்று என் முதுகில் கீறினாள்.

‘கோபாலா! நீ எங்கே போறே... நான் எங்கே போவேன்... நம்ம கதைதான் எங்கே போகும்... அவ்வளவு சீக்கிரம் முடிஞ்சுடுமா நம்ம கதை? அத்தனை எளிதா ‘முற்றும்’ போட்டுர முடியுமா?’

அவள் என்னருகே... அருகே வந்து என்னை வீழ்த்திப் படுக்க வைத்து, என் மார்பின் மேல் தன் மார்பை வைத்து அழுத்த...

‘இன்னும் எத்தனை தடவை பிறக்கணும், மறக்கணும், இறக்கணும்...’

அவள் கை விரல்கள் என் கழுத்தில் பதிய... அந்தக் கடைசி வலி ஆனந்தமாக இருந்தது. உலகமே எதிரொலிக்கும்படி சொன்னேன்.

‘ஆ ஆ ஆ ஆ ஆ...!’

www.ingramcontent.com/pod-product-compliance
Lightning Source LLC
LaVergne TN
LVHW090322051026
849518LV00005B/1851
* 9 7 8 8 1 8 4 9 3 5 8 9 9 *